நெசவாளர்களும் துணிவணிகர்களும்

(கி.பி. 1502-1793)

தமிழக மக்கள் வரலாறு

நெசவாளர்களும் துணிவணிகர்களும்

(கி.பி. 1502-1793)

எஸ். ஜெயசீல ஸ்டீபன்

தமிழில்

ந.அதியமான்

நியூ செஞ்சுரி புக் ஹவுஸ் (பி) லிட்.,

41-பி, சிட்கோ இண்டஸ்டிரியல் எஸ்டேட்,

அம்பத்தூர், சென்னை - 600 098.

☎: 044 - 26251968, 26258410, 48601884

Language: Tamil
Nesavalargalum Thunivanigargalum
(A.D.1502-1793)
Author: **S. Jeyaseela Stephen**
Tamil Translator: **N. Athiyamaan**
First Edition: February, 2019

Copyright: Author

No.of Pages: 216 + 4 color pages = 220
Publisher:
New Century Book House Pvt. Ltd.,
41-B, SIDCO Industrial Estate,
Ambattur, Chennai - 600 098.
Tamilnadu State, India.
email: info@ncbh.in
Online: www.ncbhpublisher.in

ISBN. 978 - 93 - 8897 - 301 - 4
Code No. A 4087
₹ 210/-

Branches
Ambattur (H.O.) 044 - 26359906 **Spenzer Plaza (Chennai)** 044-28490027
Trichy 0431-2700885 **Pudukkottai** 04322- 227773 **Tanjore** 04362-231371
Tirunelveli 0462-4210990, 2323990 **Madurai** 0452 2344106, 4374106
Dindigul 0451-2432172 **Coimbatore** 0422-2380554 **Erode** 0424-2256667
Salem 0427-2450817 **Hosur** 04344-245726 **Krishnagiri** 0434-3234387
Ooty 0423 2441743 **Vellore** 0416-2234495 **Villupuram** 04146-227800
Pondicherry 0413-2280101 **Thiruvannamalai** 04175-223449

நெசவாளர்களும் துணிவணிகர்களும்
(கி.பி. 1502-1793)
ஆசிரியர் : **எஸ். ஜெயசீல ஸ்டீபன்**
தமிழில்: **ந.அதியமான்**
முதல் பதிப்பு: பிப்ரவரி, 2019

அச்சிட்டோர்: **பாவை பிரிண்டர்ஸ் (பி) லிட்.,**
16 (142), ஜானி ஜான் கான் சாலை, இராயப்பேட்டை, சென்னை - 14
☎: 044-28482441

All rights reserved. No part of this book may be reprinted or reproduced or utilised in any form or by any electronic, mechanical, or other means, now known or hereafter invented, including photocopying and recording, or in any information storage or retrieval system, without permission in writing from the publishers.

பொருளடக்கம்

	தமிழாக்க அறிமுகவுரை	7
	ஆங்கில நூலின் நன்றியுரை	9
	ஆசிரியர் குறிப்பு	12
	சொற்குறுக்கங்கள்	13
1.	காட்சியமைப்பு	15
2.	கி.பி. 1502-1641 ஆண்டுகளில் தமிழகக் கடற்கரைப் பகுதியிலிருந்து மலேயக் குடா, இந்தோனேசியா தீவுக்கூட்டப் பகுதிகளுக்குப் போர்த்துக்கீசியர் நிகழ்த்திய துணி வணிகம்	46
3.	செட்டியார், முதலியார், பிள்ளை, மரக்காயர் வணிகர்கள் 16-18ஆம் நூற்றாண்டுகளில் ஆசியாவில் மேற்கொண்ட துணி வணிகம் மற்றும் பொருள்நிலவியல்	80
4.	முடிவுரை	172
	சொல்லடைவுகளும் விளக்கங்களும்	175
	ஆய்வுநூல் பட்டியல்	191
	வரைபடங்களும் படங்களும்	209

பொருளடக்கம்

தமிழக கட்டுரையாளர்

திருமிகு முதல்வர் உரையாற்றல்

முன்னுரை ஆசிரியர்

வெளியீட்டுரை

1. சொற் பிறப்பியல்

2. கி.பி. 1900-1941 காலப்பகுதியில் தமிழ்நாட்டு வாழ்வோடு தொடர்புடைய பண்டைய ஓவியம், சிற்ப, கட்டடக் கலைகள் திரளாக அழித்தொழிக்கப்பட்ட பண்டைக்காலத்திய தமிழ்ப்பகுதிய தமிழர் வரலாறு

3. பெருவாரி ஆற்றலினர் விளக்கமாய வாழ்க்கையில் எண்ணங்கள் 16-ம் ஆம் நூற்றாண்டைச் சேர்ந்த தமிழ் மொழிகள், தொல்லியல் கலைக்கும் பிறருக்கும் பெருமை விளக்கவியலாய.

4. பிறப்புரை

5. சொல்வளை_பட்டும் வீடாக கையாளும்

6. தலைசிறந்த ஆய்வுகள்

7. சொற்பிறப்பியலும் பாடசாலையும்

தமிழாக்க அறிமுகவுரை

Oceanscapes: Tamil Textiles in the Early Modern World என்ற எனது நூல் வெளியான பின்பு இதன் வரவேற்பு மற்றும் மதிப்புரைகள் வாசகர்கள் அறிந்தால் நலமாக இருக்கும் என்று உணர்ந்து தமிழ்ப் பதிப்பிற்கெனத் தனியே ஓர் அறிமுகவுரை எழுதப்பட்டுள்ளது. அமெரிக்காவிலுள்ள யேல் பல்கலைக்கழகத்தில் பணிபுரியும் பேராசிரியை ரூத் பர்னஸ் அவர்களின் சிறப்பான மதிப்புரை (டெக்ஸ்டைல்ஸ் ஹிஸ்டரி, இதழ் 47, எண் 2, நவம்பர் 2016, பக்கங்கள் 263-64) வெளியானது குறிப்பிடத்தக்க ஒன்றாகும். அன்னாரின் கருத்துப்படி இந்த நூல் பல்முனைப்பட்ட கண்ணோட்டத்தில் எழுதப்பட்டுள்ளது என்றும், ஐரோப்பியரின் வருகைக்குப் பின்னர் துணி வகைகளும், வணிகத்தைக் கையாளும் தன்மைகளும், துணிமணிகள் ஆசியாவிலும், இந்தியப் பெருங்கடல் பகுதிகளிலும், ஐரோப்பா, ஆப்பிரிக்கா மற்றும் அமெரிக்கச் சந்தைகளுக்கு எவ்வாறு விரிவாக்கமாயிற்று எனக் கூறுபடுத்திக் காட்டப்பட்டுள்ளது. இந்த நூலின் சிறப்பு என்னவெனில், போர்த்துக்கீசிய, டச்சு, பிரெஞ்சு, ஆங்கிலம் மற்றும் தமிழ்மொழி ஆவணங்களின் அடிப்படையில் பலவகைப்பட்ட நெசவாளர்கள், வணிகர்கள், தரகர்கள், முகவர்கள் எங்ஙனம் தங்களை ஐரோப்பியர்களின் தேவைகளுக்கு ஏற்றார்போல ஈடுபடுத்திக் கொண்டார்கள் என விவரிக்கிறது. மேலும், வணிகக் குடும்பங்களின் ஆவணங்கள், கணக்குப் பதிவேடு, நாட்குறிப்புகள் ஆகியவைகள் ஆய்வுக்குப் பயன்படுத்தியது மட்டுமன்றிப் புதிய ஆழமான கருத்துகளை எடுத்துக்கூறித் துணிமணி வணிக வரலாற்று ஆய்வுக்கு வழிவகை செய்கிறது. துணி வெளுப்பவர், சாயமிடுவோர், துணிகளில் வண்ணம் தீட்டுவோர், துணியில் அச்சுப்பணியில் ஈடுபட்டோர் ஆகியோர்களுக்கு இடையேயான உறவுகளையும் காணமுடிகிறது. துணிகளின் உற்பத்தி, மொத்த வணிகம், சில்லரை வணிகம், உள்ளூர் மற்றும் அயல்நாட்டு வணிகம் ஆகியவைகள் மிகவும் பயன்படும் பொருட்டே செயல்பாடுகள் இருந்திருக்கின்றன என அறிகிறோம். இதனால் வணிக மூலதனம் உருவாக வாய்ப்புகள் சிறப்பாக ஏற்பட்டுள்ளது. வணிகம் மட்டுமன்றி, தொழில்நுட்ப வளர்ச்சி மற்றும் கருத்துகள் பரிமாற்றம் தமிழகத்திலிருந்து ஐரோப்பாவிற்கு ஏற்பட்டதும் கூறப்பட்டுள்ளது. இவ்வாறு இந்த நூலின் 15 இயல்களின் உருவமும் உள்ளடக்கமும் பெரிய அளவில்

ஒரு சாதனை என்றே குறிப்பிடவேண்டும் என நூலின் மதிப்புரையாளர் தெரிவிக்கிறார்.

பேராசிரியர் ந.அதியமான் (தமிழ்ப் பல்கலைக்கழகம், தஞ்சாவூர்) இந்நூலைச் செம்மையாகத் தமிழில் மொழிபெயர்த்து வந்தவர் அமரரானார். அவர் மொழிபெயர்த்த முதல் 3 இயல்கள் இந்நூலில் உள்ளது. எனவே, அவருக்கு எனது மனமார்ந்த நன்றி. பேராசிரியர் சாந்தலிங்கம் (மொரீசியசு) மற்றும் பேராசிரியர் ஆ.சிவசுப்பிரமணியன் ஆகியோர் இந்த நூல் வெளிவரப் பெரிதும் ஊக்கம் அளித்தார்கள். ஆகவே, அவர்களுக்கும் நன்றி பாராட்டக் கடமைப்பட்டுள்ளேன். மேலும் இந்நூலைச் செம்மையாக வெளியிட்ட நியூ செஞ்சுரி பதிப்பகத்தாரின் மேலாண்மை இயக்குநர் சண்முகம் சரவணன் அவர்களுக்கும் நன்றி.

எஸ். ஜெயசீல ஸ்டீபன்

ஆங்கில நூலின் நன்றியுரை

பாண்டிச்சேரி பல்கலைக்கழகத்தில் நான் முனைவர் பட்ட ஆய்வை மேற்கொண்டிருந்தபோது எனக்குக் கடல்சார் வரலாற்றில் ஆர்வம் ஏற்பட்டது. பேராசிரியர் கே.எஸ்.மேத்யூ எனக்கு இத்துறையைக் கற்பித்ததோடு போர்த்துக்கீசிய மொழியையும் கற்றுத்தந்தார். அவருக்கு எனது நன்றி. இதன் பின்னர் லிஸ்பன் பல்கலைக்கழக இலக்கியப் புலத்தில் போர்த்துக்கீசிய மொழியின் உயர்வகுப்பில் போர்த்துக்கீசிய மொழியைக் கற்றுக்கொள்ள வாய்ப்பு ஏற்பட்டது. போர்த்துக்கல் நாட்டிலும் ஐரோப்பாவிலுள்ள பிறநாடுகளிலும் கிடைத்த முதன்மைச் சான்றுகளையும் தமிழ்க் கல்வெட்டுகளையும் முதன்மைச் சான்றுகளாக எனது ஆய்வுக்குப் பயன்படுத்தினேன்.

சோழமண்டலக் கடற்கரைப் பகுதியில் ஐரோப்பியரின் வணிக விரிவாக்க வரலாறு குறித்த ஆவல் மிகுந்தமையால் பாண்டிச்சேரிப் பல்கலைக்கழகத்தில் டச்சு மொழியையும் சென்னையில் பிரெஞ்சு ஐக்கிய நிறுவனத்தில் பிரெஞ்சு மொழியையும் கற்றேன். இதனால் 17-18ஆம் நூற்றாண்டுகளில் டச்சு, பிரெஞ்சுக் கிழக்கிந்திய நிறுவனங்கள் எவ்வாறு கடல்சார் வணிகத்தை உலகளாவிய வகையில் மேற்கொண்டனர் என்பதை அம்மொழிகளின் ஆவணங்கள் வழியாக அறியமுடிந்தது. சோழமண்டலக் கடற்பகுதியின் கடல்சார் நடவடிக்கைகளை தபன் ராய் சவுத்திரி, எஸ். அரசரத்தினம், கே.என். சவுத்திரி ஆகியோரின் ஆய்வுகள் மூலமாக ஆழமாக அறிய முடிந்தது. அவர்களின் ஆய்வு களின் பல கூறுகள் குறித்த தெளிவில்லை என்பதை அறியமுடிந்தது. சோழமண்டலக் கடற்கரை ஆசிய, ஐரோப்பிய, ஆப்பிரிக்க துணி வணிகத்தில் மிகமுக்கியப் பங்காற்றியதைக் குறித்த அவர்கள் ஆய்வுக் கருத்துகளில் காணப்படவில்லை என்பது எனக்குத் திகைப்பூட்டியது. தமிழகக் கடற்கரைப்பகுதிகளில் ஐரோப்பியரின் விரிவாக்கத்தின்போது தங்கம் மற்றும் வெள்ளிக் கட்டிகளின் இறக்குமதியானது துணி வணிகம், பொருளாதாரம், தொழில்நுட்பத்தினால் ஏற்பட்ட சமூக மாற்றச் சிக்கல்கள், பொருளாதார மாற்றங்கள் குறித்த தெளிவு பெறவேண்டும் என்ற எண்ணம் ஏற்பட்டது. இவ்வகை ஆய்வினால் தமிழ், தெலுங்கு, ஆர்மேனிய, ஐரோப்பிய தனி வணிகர்களின் அக உலகு நோக்கு இதற்குத் தகுந்த தெளிவை அளித்து முந்தைய ஆய்வாளர்கள் கொண்டுவராத புதிய வரலாற்றுச் செய்திகளைப் பெறமுடிந்தது. பதிப்பிக்கப்பட்ட முதன்மைச் சான்றுகளையும்,

எழுத்தாவணங்களையும் அரிதின் முயன்று ஆய்வு செய்ததில் ஐரோப்பிய வணிகர்கள் விலையுயர்ந்த உலோகங்களை இந்தியாவிற்கு இறக்குமதி செய்து பிற வணிகர்களின் உதவியுடன் வணிகத்தை மேற்கொண்டனர் என்பதும் அறியப்பட்டது. இவ்வாய்வின் இறுதியில் தமிழகக் கடற்கரை முழுவதும் துணி வணிகத்தில் மிக முக்கியப் பங்காற்றியதும் அதன் ஒரு பகுதியாக சோழமண்டலக் கடற்கரை விளங்கியதும் அறியப்பட்டது.

நான் முனைவர் பட்டம் முடித்தவுடன் தூரக் கீழைத்தேய பிரெஞ்சு ஆய்வு நிறுவனத்தில் ஆய்வு உதவியாளராகப் பணியில் சேர்ந்தேன். அங்குதான் இவ்வாய்வு நூலை எழுதத் துவங்கினேன். பிறகு ஆய்வுப் பொறுப்பாளராகப் பணிவுயர்வு பெற்றபின்னர் பல மொழிகளில் உள்ள ஐரோப்பிய ஆவணங்களை மொழியாக்கம் செய்யும் பணியின் போது கிடைத்த அனைத்து சான்றுகளும் இந்நூலுக்குப் பயன்பட்டன. பாரிஸில் உள்ள தூரக் கீழைத்தேய பிரெஞ்சு ஆய்வு நிறுவனத்தின் இயக்குநராக இருந்த மறைந்த டெனிஸ் லம்பார்ட் எனது ஆய்வில் மிகுந்த அக்கறை காட்டினார். ஆய்வின்போது அவர் அளித்த ஆலோசனைகளுக்கும் உதவிகளுக்கும் நான் முதற்கண் நன்றி கூறியாக வேண்டும். இந்நூல் குறித்த இறுதி மதிப்புரை அவர் மறைவினால் எனக்குக் கிடைக்காமல் போனதில் மிகுந்த வருத்தம் உண்டு. தூரக் கீழைத்தேய பிரெஞ்சு ஆய்வு நிறுவனத்தில் பணிபுரிந்த ஆய்வாளர் அனைவரும் இவ்வாய்வை முடிக்க மிகவும் உதவினர். பிரான்ஸ்வா கிரிம்மல், மறைந்த பிரான்ஸ்வா லெர்னூல்ட், ஜோன் திலோச், பியர் பிசார், பியர் லசியர் ஆகிய ஆய்வறிஞர்களுக்கு நான் கடமைப்பட்டவன். எனது பணியில் பல வகைகளிலும் எனக்கு உதவியாயிருந்தமையால் எனது ஆய்வு மேம்பட மிகவும் பயன்பட்டது.

ஆய்விற்குத் தேவையான ஆவணங்களை ஐரோப்பாவிலுள்ள பல ஆவண வைப்பகங்களில் நான் மீண்டும் மீண்டும் நோக்க வேண்டியிருந்ததால் அதற்கான நல்கைகள் பல நிறுவனங்களிடமிருந்தும் எனக்குக் கிடைத்தது. லிஸ்பனிலுள்ள குல்பென்கியான் அறக் கட்டளை, பாரிசிலுள்ள அறிவியல் மற்றும் மானுடவியலகம், பாரிசு அயல்நாட்டுக்களம், ஜப்பானிலுள்ள டயோட்டா அறக்கட்டளை ஆகிய நிறுவனங்கள் எனக்கு நிதியுதவி அளித்தன. மேற்காணும் அனைத்து நிறுவனங்களுக்கும் நான் நன்றிக்கடன்பட்டவனாவேன்.

போர்த்துக்கல், ஸ்பெயின், இங்கிலாந்து, பிரான்ஸ், நெதர்லாந்து ஆகிய நாடுகளிலும் இந்தியாவிலும் உள்ள ஆவணக்காப்பக

அலுவலர்களின் அனைத்து வகையிலான உதவிகளையும் நான் மறக்க இயலாது. அவர்கள் அனைவருக்கும் எனது நன்றி. லண்டனிலுள்ள பிரிட்டிஷ் நூலகத்திலிருந்த மறைந்த அந்தோணி ஃபரிங்டன், சென்னை தமிழ்நாடு ஆவணக் காப்பகத்திலுள்ள முனைவர் எஸ். சவுந்திரராஜன் அவர்களின் உதவிக்கு எனது நன்றி. மறைந்த பேராசிரியர் சின்னப்ப அரசரத்தினம் எனக்கு பல வகையான ஆலோசனைகளையும் ஆய்வு குறித்த மதிப்பீடுகளையும் வழங்கினார். அவருக்கும் எனது நன்றிகள்.

ஜெயசீல ஸ்டீபன்
சிங்கப்பூர்

ஆசிரியர் குறிப்பு

எஸ்.ஜெயசீலஸ்டீபன் இந்திய-ஐரோப்பியவியல் ஆராய்ச்சி நிறுவனத்தின் தற்போதைய இயக்குநர். இவர் தூரக்கிழக்கு நாடுகளுக்கான பிரெஞ்சு ஆய்வு நிறுவனத்தின் மேனாள் ஆராய்ச்சியாளர் (1994-1999). டாட்டா நடுவண் ஆவணக்காப்பகத்தின் மூத்த ஆலோசகர் (1999-2000). விசுவபாரதி பல்கலைக்கழகத்தின் கடல்சார் வரலாற்றுத்துறைப் பேராசிரியர் மற்றும் துறைத்தலைவர் (2001-2013). அமெரிக்காவில் உள்ள நெபுராஸ்கா மற்றும் கனெக்டிக்ட் பல்கலைக் கழகங்களில் (1996, 2004) பணியாற்றியுள்ளார். இவர் பல நூல்களின் ஆசிரியர். இவரது படைப்புக்கள் சீன மொழி மற்றும் தமிழில் மொழி பெயர்க்கப்பட்டுள்ளது. பல ஆராய்ச்சி விருதுகளைப் பெற்றவர். இவரது நூல் 1999ஆம் ஆண்டு தமிழக அரசின் பரிசு பெற்றது.

சொற்குறுக்கங்கள்

ACF	Assentos do Conselho da Fazenda
AGS	Archivo General de Simancas, Valladolid
AHU	Arquivo Histórico Ultramarino, Lisboã
AN	Archives Nationales, Paris
APO-BP	Arquivo Portuguez Oriental (ed.) Bragança-Perreira
APO-CR	Arquivo Portuguez Oriental (ed.) Cunha-Rivara
ARE	Annual Report on Epigraphy
BFUP	Boletim do Filomoteca Ultramarina Portuguesa
BL	British Library, London
BM	British Museum, London
BME	Biblioteca Municipal de Elvas
BNL	Biblioteca Nacional de Lisboã
BNP	Bibliothèque Nationale, Paris
CAA	Cartas de Affonso de Albuquerque
CC	Corpo Cronologico
CCSP	Correspondance du Conseil Supérieur de Pondichery
CSL	Coleção São Lourenço
DCB	Diary and Consultation Book
DFE	Despatches From England
DI	Documenta Indica
DRI	Documentos Remetidos da India
EFI	English Factories in India
EI	Epigraphia Indica
FSDC	Fort St. David Consultations
GM	Generale Missivien
GOML	Government Oriental Manuscripts Library, Chennai
HAG	Historical Archives of Goa, Panaji
HMS	Home Miscellaneous Series
HRB	Hoge Regering te Batavia
IANTT	Instituto Arquivo Nacionais/Torre do Tombo, Lisboã

IESHR	Indian Economic and Social History Review
IMP	Inscriptions of Madras Presidency
IPS	Inscriptions of Pudukottai State
JESHO	Journal of the Economic and Social History of the Orient
JMBRAS	Journal of the Malaysian Branch of the Royal Asiatic Society
JR	Jaghir Records
JSEAH	Journal of South-East Asian History
JSEAS	Journal of South-East Asian Studies
JWH	Journal of World History
LFFSG	Letters From Fort St. George
LTFSG	Letters To Fort St. George
MBORP	Madras Board Of Revenue Proceedings
MDR	Monções Do Reino
MPJA	Madurai Province Jesuit Archives, Shenbaganur
MPP	Madras Public Proceedings
NA	Nationaal Archief, The Hague
NAIP	National Archives of India, Pondicherry
OBP	Overgekomen Brieven en Papieren
OIOC	Oriental and India Office Collections
PC	Public Consultations
PDTE	Public Despatches To England
RCI	Registo da Casa da India
SII	South Indian Inscriptions
SITI	South Indian Temple Inscriptions
TAS	Travancore Archaeological Series
TNSA	Tamilnadu State Archives, Chennai
TTDES	Tirumala-Tirupati Devasthanam Epigraphical Report Series
TVMTI	Tiruvannamalai Temple Inscriptions
VOC	Verenigde Oost-Indische Compagnie

1

காட்சியமைப்பு

நெசவுத்தொழிலைத் தலைப்பண்புருவாகக் கொண்டு இந்திய வரலாற்றைச் செப்பமாக எழுதலாம்.

ஜவகர்லால் நேரு

கிறித்தவ காலத்திற்கு முன்பிருந்தே கடற்கரையை உள்ளடக்கிய தமிழகம் உரோமானியரிடம் கொண்டிருந்த வணிக உறவின் வழி, சிறப்பாகத் துணிகளின் ஏற்றுமதியின் வழியாகத் தமிழரின் வரலாற்றையும், பொருளாதார வளர்ச்சிப் போக்கையும் அறிந்து கொள்ள முடிகிறது. அரியான் எழுதிய 'இண்டிகா' என்னும் நூல் பருத்தி மரங்களைப் பற்றிக் குறிப்பதோடு தென்னிந்தியாவில் ஆடைகள் உற்பத்தி செய்தமையையும் குறிப்பிடுகிறது. மேலும் தென்னிந்தியர்கள் முழங்காலைத் தொடுமளவிற்கு மென்மையான வெண் துணியாலான சட்டைகள் அணிந்திருந்தனர், தோள் பட்டையைச் சுற்றி மடிக்கப்பட்ட பட்டிகையை அணிந்து தலைப் பாகை அணிந்திருந்தனர்.[1] உறையூரில் (தற்போதைய திருச்சிராப்பள்ளி) உற்பத்தி செய்யப்பெற்ற மென்மையான பருத்தித் துணியைப் பற்றி 'பெரிப்ளஸ் மேரி எரித்தரியேயி' (கி.பி.196 ஆண்டு வாக்கில் எழுதப்பட்டது) என்னும் நூல் குறிப்பிடுவதோடு பருத்தி ஆடைகளின் வணிகம் தமிழகக் கடற்கரைப்பகுதியில் நிகழ்ந்ததையும் குறிப்பிடுகிறது.[2] மதுரையைச் சிறந்த பருத்தி உற்பத்தி மையமாக 'அர்த்தசாஸ்திரம்' குறிப்பிடுகிறது.[3] மரபுவழி நெசவு மற்றும் சாயத்தொழிலின் முறை மற்றும் தொழில் நுட்பத்திற்குத் தமிழகக் கடற்கரைப்பகுதியின் இயற்கைச்சூழல் ஏற்றதாக அமைந்திருந்தது. தமிழகக் கடற்பகுதியுடனான வணிகம் மத்திய தரைக்கடல் நாடுகளின் மென்மையான பருத்தி ஆடைகளின் தேவையை நிறைவு செய்தது. எகிப்து நாட்டிலுள்ள குவாசிர்-அல்-குதாமில் கண்டுபிடிக்கப்பட்ட தமிழ் எழுத்து பொறித்த பானையோடு இதற்குச் சான்றாக அமைகிறது.[4]

தமிழகத்தில் பருத்தி நெசவு நான்கு படிநிலைகளைக் கொண்டது. அவை, 1) நூற்கத் தகுந்த வகையில் பஞ்சினை நூலாக்கம் செய்தல், 2) தகுந்தவகைத் துணியை நெசவுத் தறியில் நெய்தல், 3) வெளுப்பாக்குதல், 4) சாயம் மற்றும் அச்சடித்தல் போன்றனவாகும்.

பஞ்சினை நூலாக்கம் செய்யும் முதல் பணி, சில வகையான இயந்திரக் கருவிகளைக் கொண்டு பஞ்சை சுத்தமாக்குதல், பஞ்சரைத்தல், தட்டுதல், முறுக்குதல் போன்ற இடைத்தொடர்புள்ள செயல்கள் நிறைந்தது. அழுக்கான மற்றும் முற்றி விளையாத பருத்தியைப் பிரித்தெடுத்தல், சிறுதுரும்புகளை அப்புறப்படுத்துதல் போன்ற சுத்தமாக்கும் பணி பெரும்பாலும் பெண்களால் மேற்கொள்ளப் பட்டது. பஞ்சரைக்கும் பணியானது இயந்திரம் மூலம் பருத்தியிலிருந்து கொட்டை நீக்குவதாகும். இவ்வியந்திரம் 'புழு துளைத்த மர உருளை' என அழைக்கப்பட்டது.[5] இவ்வியந்திரம் ஒன்றன்மேல் ஒன்றாக சிறிய இடைவெளியுடன் வைக்கப்பட்ட இரண்டு உருளை கொண்டது. மேல் பொருத்தப்பட்ட உருளையில் சுற்றும் வகையில் கைப்பிடி ஒன்று பொருத்தப்பட்டிருக்கும். இக்கைப்பிடியை ஒருவர் சுழற்ற இருஉருளைகளின் இடைவெளியில் தள்ளப்படும் பருத்தியிலிருந்து கொட்டை தனியே பிரித்தெடுக்கப் பட்டப் பஞ்சானது அடுத்த முனையில் வெளியேறும். அடுத்து, கெட்டித்தன்மை கொண்ட இப்பஞ்சு நூலிழையை அரைக்கும் பணி தொடங்குகிறது. பஞ்சு தட்டப்பட்டு எஞ்சியுள்ள தூசு, மாசு சுத்தம் செய்யப்பட்டு பஞ்சு மிருதுவாக்கப்படும். இதற்கு வில்போன்ற கருவி பயன்படுத்தப்படுகிறது. இதிலுள்ள நாண்களின் இடையில் ஏற்படுத்தப்படும் அதிர்வுகள் பஞ்சிலுள்ள முடிச்சுகளை அவிழ்க்கவும் பஞ்சினை மிருதுவாக்கவும் செய்கின்றன. கி.பி. இரண்டாம் நூற்றாண்டைச் சார்ந்த இலக்கியங்களில் இது போன்ற கருவி தென்னிந்தியாவில் பயன்படுத்தியமைக்கான சான்றுள்ளது.[6]

நெசவாளர்களும் துணிவணிகர்களும்

பழந்தமிழகத்தில் துணி வணிகம் மற்றும் அதன் பொருளாதார முக்கியத்துவம் குறித்து ஆய்வாளர்கள் பல கருத்துகளை வெளிக் கொணர்ந்துள்ளனர். துணி நெய்யும் நெசவாளரை விட இவ்வணிகத்தில் வணிகர்களின் பங்கு முக்கியமானதாக இருந்துள்ளது. நெசவாளருக்குத் துணி உற்பத்தி செய்வதைத் தவிர இவ்வணிகத்தில் எவ்வித பங்கும் இல்லை. மதுரை நகரில் துணி விற்பனைக்கெனத் தனித் தெரு இருந்துள்ளது. இத்தெருவில் துணிக் கட்டுகள் உயரமாக அடுக்கி வைக்கப்பட்டிருந்தன.[7] இவ்விற்பனையைத் துணி வணிகர்கள் மேற்கொண்டனர். மதுரையைச் சார்ந்த இளவேட்டனார் என்னும் துணி வணிகர் சங்க இலக்கியங்களில் குறிப்பிடப்படுகிறார்.[8] பழந்தமிழ் செவ்விலக்கியமான மணிமேகலை கலைநுணுக்கங்கள் வாய்ந்த துணியையும் அதை உருவாக்கும் நெசவாளர்களையும் குறிப்பிடுகிறது. பத்துப்பாட்டு இலக்கியங்களில் ஒன்றான பொருநராற்றுப்படை

பாம்பின் சட்டை போன்று மென்மையான பஞ்சினாலான பூ உருவங்கள் தீட்டப்பட்ட, நூலிழைக் கண்களுக்குப் புலப்படாத வகையிலான துணியைக் குறிப்பிடுகிறது.[9] ஆனால், பண்டைத் தமிழகத்தில் பருத்தி பயிரிடப்பட்ட முறை, நெசவு மற்றும் நெசவுத் தொழில்நுட்பம் குறித்த சான்றுகள் குறைவாகவே கிடைக்கின்றன. இயற்கைச் சாயங்களின் கண்டுபிடிப்பு தமிழ்ச் சமூகத்தின் வேதியியல் அறிவின் தொடக்கக்கூறாக அமைந்திருக்கலாம். தமிழ்க் கலைஞர்கள் பல நூற்றாண்டுகளாக, செவிவழியாகத் தங்களின் அறிவை தங்கள் சந்ததியினருக்கு அளித்துவந்துள்ளனர்.

எகிப்து நாட்டிலுள்ள செங்கடல் துறைமுகமான பெரனிகே என்னும் நகரில் கண்டெடுக்கப்பட்ட முதல் தொல்லியல் சான்றான கி.பி. ஐந்தாம் நூற்றாண்டைச் சார்ந்த துண்டுத் துணியின் சாயல் இந்தியாவிலிருந்து கொண்டு செல்லப்பட்டதாகத் தெரிகிறது.[10] 7-8ஆம் நூற்றாண்டுகளில் தமாஸ்கசைச் சார்ந்த உம்மயாத் கலீபாவின் தலைமையில் துணி வணிகத்தில் ஒரு குறிப்பிட்ட வணிகவழி ஆளுமை நிறைந்ததாக விளங்கியது. ஓர்மூஸிலிருந்து தொடங்கி பாரசீக வளைகுடாவில் கடல்வழியாக பாஸ்ரா, பஹ்ரென் போன்ற ஊர்ச் சந்தைகளுக்குத் துணி கொண்டு செல்லப்பட்டு பின்னர் தரைவழியாக சிரியாவிலுள்ள திரிபோலி மற்றும் பெய்ரூட் ஆகிய ஊர்களுக்குக் கொண்டு செல்லப்பட்டன. 8-9ஆம் நூற்றாண்டின் மைய காலத்தில் பாக்தாத் நகர்வரை வணிகம் நடந்துள்ளது. மேற்குறித்த இவ்வணிகம் பாக்தாத் நகரைச் சார்ந்த அப்பாசித் கலிபாவின் கீழ் இயங்கியதாக எழுத்தாவணங்கள் சுட்டுவதால் இவ்வணிகம் இடையறாது நடைபெற்றது எனலாம். அரேபியா, பாரசீகப்பகுதி வணிகர்கள் குதிரைகளுக்கு மாற்றாக தமிழகத்தில் உற்பத்திசெய்யப்பட்ட துணிகளைப் பெற்று ஏற்றுமதி செய்துள்ளனர். அரேபியா, பாரசீகம் ஆகிய பகுதிகளுக்கு ஏற்றுமதி செய்யப்பெற்ற துணிகளை வெனிஸ், ஜெனோவா நகர வணிகர்கள் விலைக்கு வாங்கினர். தமிழகத்தில் உருவாக்கப்பட்ட துணிகள் மத்தியதரைக்கடல் பகுதிக்கும் வேறுவழியாக அதாவது மோகா, ஜெட்டா ஆகிய ஊர்கள் வழியாகச் சென்றன. கெய்ரோவைச் சார்ந்த பதிமித் கலிபாவின் எழுச்சியால் இவ்வழி 10-11ஆம் நூற்றாண்டளவில் மிகச்சிறந்து விளங்கியது. தமிழகத்திற்குக் குதிரைகள் கொண்டுவரப்பட்டன. இதற்கு மாறாகப் பெறப்பட்ட துணிகள் ஏடன், மொசா, ஜெட்டா ஆகிய ஊர்களுக்கு ஏற்றுமதி செய்யப்பட்டு இறுதியாக எகிப்திய துறைமுகமான மத்தியதரைக்கடலின் தென்பகுதியிலுள்ள அலெக்சாந்திரியா வரை சென்றன. அங்கிருந்து தரைவழியாக மேலும் பல இடங்களுக்குக் கொண்டு செல்லப்பட்டன.

தொடக்க நவீன காலத்தில் தமிழகக் கடற்கரை குறித்த விவர, வருணனைகள்

தமிழகக் கடற்கரைப்பகுதியின் கடல்சார் சூழலைத் தனிப்பகுதியாகவோ பண்பாட்டுக் களமாகவோ நோக்காமல் பண்பாடுகளை இணைக்கும் பாலமாக இவ்வாய்வு நோக்குகிறது. இக்கடற்கரைப் பகுதியை எளிய வரலாற்று நோக்கிலின்றி நிலவியல், பண்பாட்டு நோக்கில் (ஃபெர்னாண்ட் புரௌதெல் கூற்றில் 'long duree') சிறப்பாக அரசியல், பொருளாதாரக் கூறுகளை உதவியாகக் கொண்டு நோக்கலாம். சங்ககாலத்திலிருந்தே தமிழகக்கடற்கரை பொருளாதாரத் தனித்துவம் பெற்று விளங்கியது. ஆய்வாளர்கள் இந்தியப் பெருங்கடல், ஆசிய வணிகம், இந்திய நெசவுத் தொழில், இந்திய வணிகர்கள் என்ற வகையிலேயே தமது ஆய்வுகளைச் செய்துள்ளார்கள். ஆனால், தமிழக வரலாறு குறித்துத் தனிக் குறும்பகுதி ஆய்வுகள் புறந்தள்ளப்பட்டுள்ளன. தமிழகக் கடற்கரைக்கான வட்டாரப் பண்புகள், தனிச்சிறப்புகள் பொருட்படுத்தப்படவில்லை. எனவே, நாம் தொடக்க நவீன வரலாறு குறித்த அனைத்து சொல் விளக்கங்களையும் வரையறுக்க வேண்டியுள்ளது. வரலாற்றாய்வுகள் பொதுப்படையான வரலாற்றையும் கோட்பாட்டையும் உட்படுத்து வதன்றி காலமாற்றம், இடமாற்றம், குறும்பகுதிகளின் வரலாற்றாய்வுகள் போன்ற கோணங்களைச் சரியாக விளக்குவதில்லை. எனவே, நெசவு உற்பத்திக்கும், வணிகத்தேவைக்கும் பெயர்பெற்ற 'சோழமண்டலம்', 'தமிழகக் கடற்கரை' என்னும் பகுதிகளுக்கு எல்லைகள் வகுத்தாக வேண்டும்.

தமிழகத்தின் தென்பகுதியான கன்னியாகுமரியிலிருந்து வடக்கே தற்போதைய ஒரிசாவில் அமைந்துள்ள கஞ்சம் பகுதி வரையுள்ள கடற்கரைப்பகுதிகள் வெவ்வேறு சிறு சிறு பகுதிகளாகச் செயற்கையாக பிரிக்கப்பட்டு ஆய்வாளர்களால் ஆய்வு மேற்கொள்ளப்பட்டு வந்துள்ளதை அறியமுடிகிறது. ஐரோப்பியர் வருகைக்கு முன் ஏறத்தாழ ஆறு நூற்றாண்டுகளாக சோழமண்டலக் கடற்கரை தனித்துவம் மிக்க பகுதியாக இருந்துள்ளது. இவ்வளர்ச்சி சமூக, அரசியல் நிறுவனங் களாலும் உற்பத்திப்பொருள் மற்றும் வணிகக் கட்டமைப்பாலும் ஏற்பட்டது. மற்ற பகுதிகள் போலல்லாமல், விரிந்த இப்பகுதியில் இடைக்காலச் சோழர்கள் ஆட்சியில் உள்நாட்டு வணிகமும், கடல்கடந்த வணிகமும் இடையறாது சீராக வளர்ந்தது. சோழமண்டலக்கடற்கரை என்னும் இச்சொல்லை பர்டன் ஸ்டெயின் சோழர்கள் மற்றும் விஜயநகர ஆட்சியாளர்கள் காலத்திய ஆய்வில்

பயன்படுத்துகிறார். இப்பகுதி தெற்கே குடாநாட்டு முனையிலிருந்து வடக்கே கிருஷ்ணா-கோதாவரி கழிமுகப்பகுதி வரையும் நிலப்பகுதியில் கடற்கரையிலிருந்து மேற்கே 100 மைல் (ஏறத்தாழ 160 கி.மீ.) தூரத்திற்கும் விரிந்திருந்தது.[11]

பல ஆய்வாளர்கள் சோழமண்டலப் பகுதியை வரலாற்று நிலவியல் அடிப்படையில் சோழமண்டலம், ஜெயம்கொண்ட சோழ மண்டலம் என்னும் கருத்திலேயே நீண்டகாலமாகக் கருதிவந்த தவறைச் சரிசெய்யும் பொருட்டு நான் ஏற்கெனவே எழுதிய ஆய்வுக்கட்டுரையில் சோழமண்டலப் பகுதியில் தமிழகம் மற்றும் தெலுங்குப் பகுதிகள் அரசியல் மற்றும் சமூகப்பொருளாதாரக் கூறுகளில் வேறுபட்டன என்பதை விளக்கியுள்ளேன்.[12] துர்கராஜப் பட்டினத்திற்கும் கிருஷ்ணப்பட்டினத்திற்கும் இடையிலான பகுதியை சில நேரங்களில் தமிழகக் கடற்பகுதியாகவும் சிலநேரங்களில் தெலுங்குக் கடற்பகுதியாகவும் எடுத்தாளப்படுகிறது. தற்போதைய கூடூர் வட்டத்தில் அமைந்திருந்த இப்பகுதி இடைக்காலச் சோழர்களின் ஆட்சியின் கீழ் 'பக நாடு' என்று அழைக்கப்பட்டது. கோதாவரி ஆற்றிலிருந்து வடபெண்ணையாறு வரையான பகுதி கோல் கொண்டாவைச் சார்ந்த குதுப் சாகி அரசின் கீழ் இருந்தது. நெல்லூர் எப்பொழுதும் விஜயநகர அரசர்களின் ஆட்சிக்கு உட்பட்டிருந்த உதயகிரி (தமிழ்ப் பகுதியான சந்திரகிரி அல்ல) அரசுப்பகுதியில் இருந்தது. எனவே, சோழமண்டலத்தின் அரசியல், நிலவியல் எல்லைகளை அறுதியிட்டு வரையறுப்பது கடினமான ஒன்றல்ல. எனவே, விரிந்த நிலப்பரப்பைச் சுட்டத் தளர்வான சொற்களைப் பயன்படுத்துவது துல்லியமற்றதாகிறது. ஐரோப்பிய பயணிகள் மற்றும் வருகையாளர்களான தாமஸ் பௌரி, அப்பே காரே, ஜான் ஃப்ரேயர் போன்றோர் சோழமண்டலம் கஞ்சம் துறைமுகம் வரை நீண்டிருந்ததாகக் கருதுவதைக் கேள்விகளின்றி ஏற்றுக்கொள்ளக் கூடாது.

போர்த்துக்கீசியர்கள் துறைமுகங்களைக் குறிப்பிடும்போது சோழமண்டலக் கடற்கரைப் பகுதியை மிகத்துல்லியமாகக் குறித்துள்ளனர். ரெட்டி/சுல்தான்களால் ஆளப்பட்ட துர்கராஜப்பட்டினத் திற்கு வடக்கேயுள்ள தெலுங்குப் பகுதிகள் கணக்கில் கொள்ளப் படவில்லை. அதிராம்பட்டினத்திற்கு தெற்கே முத்துப்படுகைகளுக்கும் முத்துக்குளித்தலுக்கும் பெயர்பெற்ற கடற்கரைப் பகுதி 'முத்துக்குளிக் கடற்கரை' என அழைக்கப்பட்டது. சோழமண்டலக் கடற்கரையின் உள்நிலப்பகுதி தற்போது ஆந்திராவிலுள்ள திருப்பதி வரை விரிந்திருந்தது. மேலும் 16ஆம் நூற்றாண்டளவில் விஜயநகர

ஆட்சிக்குட்பட்டிருந்த தமிழகப்பகுதியில் சந்திரகிரி ராஜ்ஜியம் வரை பரவியிருந்தது. போர்த்துக்கீசியர்களின் ஆட்சி தமிழகக் கடற்கரைப் பகுதியில் விரிவாக்கம் பெற்றபோது தற்போதைய ஆந்திராவிலுள்ள துர்கராஜப்பட்டினம் வரை பரந்திருந்தது.[13] 1763ஆம் ஆண்டு ஆங்கிலேயர்களுக்கு வழங்கப்பட்ட நிலக்கொடையில் உள்நாட்டுச் சந்தையான நெல்லூர் மற்றும் கிருஷ்ணப்பட்டினம் ஆற்காட்டின் "சுபா" என்னும் நாட்டின் உட்பிரிவாக ஏற்றுக்கொள்ளப்படாததால் அப்பகுதி தெலுங்குப் பகுதி என்றானது.

தொடக்க நவீன காலத்தில் டச்சுப்பயணியர் மற்றும் டச்சுக் குழும அலுவலர்கள் தமிழகக் கடற்கரைப் பகுதியையே சோழமண்டலக் கடற்கரை எனக் குறித்துள்ளனர். சோழமண்டலக் கடற்கரை குறித்த முன்னோடி ஆய்வாளரான தபன் ராய்சௌதிரி வரலாற்று நிலவியலைக் கணக்கில் கொள்ளாமையால்[14] அவரும் மற்றவர்களும் 'சோழ மண்டலம்' என்னும் சொல்லைத் தமிழகம் மற்றும் தெலுங்குப் பகுதிகளை உள்ளடக்கிய ஈர்ப்புள்ள, தன்விளக்கச் சொல்லாகக் கருத இட்டுச் செல்லப்பட்டனர். அரசரத்தினம், இப்பகுதியை வட பெண்ணையாற்றுக்கு வடக்கே உள்ள தெலுங்குக் கடற்கரைப் பகுதியை 'வட சோழமண்டலம்' எனவும் வடபெண்ணையாற்றுக்குத் தெற்கே கோடிக்கரை வரையிலான தமிழகக் கடற்கரைப்பகுதியை 'தென் சோழமண்டலம்' எனவும் இரு பிரிவுகளாகப் பிரித்து நோக்குகிறார்.[15] இக்கருத்தை எவ்வித கேள்விக்கும் உட்படுத்தாமல் வட சோழமண்டலம் என்றும் தென்சோழமண்டலம் என்றும் ஏற்று சஞ்சைய் சுப்பிரமணியம் அவரின் கி.பி. 1500 - கி.பி. 1650ஆம் ஆண்டு காலத்திய ஆய்விற்குப் பயன்படுத்துகிறார்.[16]

டச்சுக் கிழக்கிந்தியக் குழும ஆவணங்களில் காணப்பெறும் 'சோழ மண்டலம்' குறித்த விளக்கங்களையே (டச்சில் VOC) ஓம் பிரகாஷ், பாஸ்வதி பட்டாச்சார்யா போன்றோர் தம் ஆய்வில் பயன்படுத்தியுள்ளனர். டச்சுக் கிழக்கிந்திய குழுமத்தினர் தங்கள் வசதிக்கேற்றவாறு தெற்கே நாகப்பட்டினம், வடக்கே பீமிலிப்பட்டனம் அல்லது பெத்தகஞ்சம் வரை தமது வணிக நடவடிக்கைகளை மேற்கொண்டனர்.[17] நாகப்பட்டினத்திற்குத் தெற்கே டச்சு குடியிருப்புகள் இருந்த அனைத்து துறைமுகப்பகுதிகளும் இலங்கையில் இருந்த டச்சு நிர்வாகத்தின் நேரடிக் கட்டுப்பாட்டில் இருந்தன.[18] இருப்பினும் இத்துறைமுகங்கள் அனைத்தும் தமிழகக் கடற்கரைப்பகுதித் துறைமுகமாக மட்டுமே ஆய்வு செய்யப்பட வேண்டுமே தவிர, இப்பகுதியை இலங்கையில் டச்சுக்காரர்கள் ஆட்சி குறித்த ஆய்விற்கு உட்படுத்தக்கூடாது. 18-ஆம் நூற்றாண்டின் சோழமண்டலக்

கடற்கரையைப் பற்றி ஆய்வு செய்த பாஸ்கர் ஜோதிபாசு எந்தவித நிலவரைவியல் அடிப்படையுமில்லாமல் 'மையச்சோழமண்டலக் கடற்கரை' என்னும் சொல்லைப் பயன்படுத்துகிறார்.[19] சுவர்ணலதா, ஆங்கிலேயர் கால வணிக விரிவாக்கம் குறித்த தமது ஆய்வில் தெலுங்குக் கடற்கரைப் பகுதிக்கு 'வட சோழமண்டலம்' என்னும் சொல்லைத் தவறாகப் பயன்படுத்தியுள்ளார்.[20] லலிதா ஐயர் தமிழக, தெலுங்குக் கடற்கரைப்பகுதிகளுக்குச் 'சோழமண்டலம்' என்னும் சொல்லை வகைதொகையின்றிப் பயன்படுத்தியுள்ளார்.

ஆக, பல ஆய்வறிஞர்கள் தமக்குத்தாமாகவே ஓர் எல்லையை மனதில் உருவாக்கி வடசோழமண்டலம், மையசோழமண்டம், தென்சோழமண்டலம் என்ற தெளிவற்ற, உறுதியாகக்கூற இயலாத சொற்களைப் பயன்படுத்தியுள்ளனர். வரலாற்று நிலவரைவியல் பற்றி தேவையான அளவு அறியாத நிலையில் பொருளாதார வரலாறு, கடல்சார் வரலாறு பற்றி ஆய்வு செய்த வரலாற்றாசிரியர்களும் சோழமண்டலம் என்னும் சொல்லுக்கு திட்டவட்டமான பொருள் அறியாமல் பயன்படுத்தியுள்ளனர். டேவிட் லட்டன் அவர்கள் கூற்றுப்படி இடைக்கால, தொடக்க நவீன காலத்திற்குத் தற்கால நாட்டின் எல்லைகளை வரையறையாக உட்படுத்துவதே நெறிமுறைத் தோல்வியாகும் எனலாம். தற்கால நமது நாட்டை உள்ளடக்கிய வரலாற்று எல்லை நோக்கு இலங்கையை அயல்நாடு என்று கொள்ளும் கருத்தாக்கத்தில் கண்டுகொள்ளமுடிகிறது.[21] அதேபோல், சோழ மண்டலமும் ஒரு தனிப்பரப்பை உள்ளடக்கியது; இது தற்கால அரசிதழ்களில் திடீரென்று தோன்றவில்லை. உணவுப் பொருள்களை வழங்கிய தமிழகக் கடற்கரைப் பகுதிச் சூழலின் மதிப்பைப் புரிந்துகொண்ட போர்த்துக்கீசியர்கள் சோழமண்டலத்தை 'இலங்கையின் கழுத்து' எனக் குறிப்பிட்டனர்.[22] மேலும் பிரெஞ்சுக் காரர்கள் உருவாக்கிய சோழமண்டலக் கடற்கரை வரைபடத்தில் துறைமுகங்களையும் பிற இடங்களையும் மிகத்துல்லியமாகக் குறித்துள்ளனர். இவ்வரைபட முயற்சி அனைத்து வினாக்களையும் போக்கும்.[23] 17ஆம் நூற்றாண்டில் துணி உற்பத்தி, ஏற்றுமதி போன்றன, உற்பத்தி செய்யப்பட்ட இடத்தைக் கணக்கில் கொண்டமையால் தமிழகப்பகுதி, தெலுங்குப் பகுதி என இரு வகையாக ஆங்கில ஆவணங்களில் காணமுடிகிறது. துணிக்குப் பயன்படுத்தப்படும் சாயம் கூட வடக்கு சாயம் (சென்னைக்கு வடக்குப் பகுதி) எனவும் தெற்குச் சாயம் (சென்னைக்குத் தெற்குப் பகுதி) எனவும் அழைக்கப் பட்டது[24] பிரெஞ்சு ஆவணங்களும் 'தெலுங்கானா தொட்டி சாயம்' எனவும் 'தமிழ் தொட்டி சாயம்' எனவும் இரு வகையாகத் தெளிவாக

வேறுபடுத்திக் காட்டுகின்றன. மேலும் மசூலிப்பட்டினத்தில் உற்பத்தி செய்யப்பெற்ற அச்சுத்துணிகள் தமிழகத்தில் உற்பத்தி செய்யப்பட்ட அச்சுத்துணிகளினும் வேறுபட்டிருந்தன. தெலுங்குப் பகுதியில் மட்டும் உற்பத்திசெய்யப்பட்ட பிற துணி வகைகள் பூலாங்ஸ், அல்லேஜியா பட்செரி, மடபோன்ஸ், ஜெருதெசெலாஸ், சிவோனி, பெலாங் கோபர்ஸ் ஆகியனவாகும். ஆவணங்களின்படி தமிழகம் மற்றும் தெலுங்குப் பகுதியில் உற்பத்தி செய்யப்பட்ட பொதுவான துணி வகைகள் கிண்ணேஸ், சேலம்பொர்ஸ், பென்சல்லேஸ், பீத்தில்ஹாஸ், ஜிங்காம்ஸ் ஆகியனவாகும்.[25] எனவே, சோழமண்டலம் என்னும் சொல்லைத் தெலுங்கு பேசும் பகுதிக்குப் பயன்படுத்துவது நிலவியல் அமைப்பின்வழி தவறானதாகும். தெலுங்குக் கடற்கரைப் பகுதியான கோதாவரி கழிமுகப்பகுதியில் அமைந்துள்ள பீமிலிபட்டினம்வரை டச்சுக்காரர்கள் வணிகம் மேற்கொண்டனர். கோதாவரி ஆற்றின் வடபகுதியில் அமைந்த கடற்கரைப்பகுதியை டச்சுக்காரர்கள் 'எள் கடற்கரை' என அழைத்ததை 17ஆம் நூற்றாண்டின் பயணியான தாமஸ் பௌரி குறித்துள்ளது அப்பகுதி சோழமண்டலக் கடற்கரையல்ல என்பதை உறுதி செய்கிறது.[26] ஆங்கிலேயர்கள் மசூலிப்பட்டினத்தி லிருந்து அல்லேகர், கல்லோபோர்ஸ், சாஸ்த்ரசுண்டிஸ், ஜிங்காம்ஸ் போன்ற பத்து வகையான சிறுவகை துணிகளையும் 'இங்கராம்' பகுதியிலிருந்து எளிய, நடுத்தரமான, மெல்லிய, மிகமெல்லிய நீளத் துணிகளையும், விசாகப்பட்டினத்திலிருந்து மூன்று வகையான சேலம்பொர்ஸ் துணிகளையும், மடப்பள்ளத்தில் நீளத்துணிகளையும் மற்றும் சேலம்பொர்ஸ் துணிகளையும் விலைக்கு வாங்கி, ஏற்றுமதி செய்தனர். எனவே, அவர்கள் தமிழகக் கடற்கரைப் பகுதியிலும், தெலுங்கு கடற்கரைப் பகுதியிலும் உற்பத்தி செய்யப்படும் துணிகளின் இயல்பு, வகைகளின் வேறுபாட்டை நன்கு அறிந்திருந்தனர் எனத்தெரிகிறது.[27] மேலும் தொடக்க நவீன காலத்தில் ஆங்கிலேயர்கள் நில வருமான நிர்வாகத்தை அப்போதிருந்த 'ஜாகிரை' ஆர்காட்டு நவாபிடமிருந்து பெற்றபோது தெலுங்குப் பகுதியிலிருந்து வேறுபடுத்திக்காட்ட தமிழகக் கடற்கரைப் பகுதியின் வடக்கு எல்லையைத் தெளிவாக வரையறை செய்ய முயன்றுள்ளனர். மேலும் விஜயநகர ஆட்சிக் காலத்திலிருந்தே சென்னைத் துறைமுகத்திற்கு வடக்காக 80லிருந்து 90 மைல் தூரம் வரை தமிழகப் பகுதியாக இருந்தது என்பதை அறிந்தனர். ஃபிரான்சிஸ் ஒயிட் எல்லிஸ் தமிழகத்தைத் தொண்டைநாடு, சோழநாடு, பாண்டியநாடு, கொங்குநாடு, சேரநாடு என்னும் ஐந்து பண்பாட்டுப் பகுதிகளாக அடையாளம் கண்டதோடு அவர் 1818ஆம் ஆண்டு சென்னை அரசின் நிலஅளவை அலுவல் பொறுப்பாளரிடம் அளித்த அறிக்கையில்

பின்ணிணைப்பாக ஒவ்வொரு பகுதியின் விவரங்களையும் தந்துள்ளார்.[28]

தமிழகத்தில் இடைக்காலப் பேரரசுகளும் நெசவுத்தொழிலும்

தேவைப்படும் துணிவகையைப் பொருத்து நெசவுத் தொழிலில் இருவகைத் தறிகள் தமிழகத்தில் பயன்படுத்தப்பட்டன. இரண்டு தறிகளில் எளிமையானது கிடைமட்டத்தறியாகும்.[29] கிடைமட்டத் தறியை 12ஆம் நூற்றாண்டுக் கல்வெட்டுகள் மிதித்தறி எனக் குறிக்கின்றன. ஏனெனில் இத்தறியில் புணிக்கட்டும் பணி நான்கு மிதியடிகள் கட்டுப்பாட்டில் இயக்கப்பெற்று எளிய மற்றும் அமைப்புவகைத் துணிகள் நெய்யப்படும். இவ்வகைத் தறியில் தேவையான அமைப்பு வகைத் துணிகளை நெய்ய தலைக்குமேல் இரண்டிற்கு மேல் இணைக்கும் பகுதி தேவையில்லை.[30] இரண்டாம் வகைத் தறி இழுவை வகைத் தறியாகும். பல அமைப்பு வகைத் துணிகளை நெய்ய உதவும் இத்தறியை இயக்குவதற்கு ஒருவருக்கு மேல் ஆள் தேவை. இத்தறியில் நுணுக்கமான வடிவங்களையும், அமைப்புகளையும் நெய்யமுடியும். இந்தியாவில் இவ்வகை இழுவைத் தறிகளின் பயன்பாட்டில் இருந்தமைக்கான குறிப்புகள் 11ஆம் நூற்றாண்டிலிருந்து கிடைக்கின்றன. ஓடக்கட்டையை நெசவாளர் வீசும்போது இத்தறியின் மேலே அமைக்கப்பட்ட மரச்சட்டத்தில் பிணைக்கப்பட்ட கயிறுகளைச் சரியான வகையில் ஒருவர் இழுப்பதால் தேவையான அமைப்புடைய துணியை நெய்ய முடிகிறது.[31] இழுவைத்தறிகளால் பல அமைப்பு வகைத் துணிகளை நெய்ய முடியும் என்றாலும் அனைத்துப் பகுதிகளிலும் இத்தறிகள் பயன்படுத்தப்பெறவில்லை. தறியின் உரிமையாளர் பற்றிய குறிப்பு கல்வெட்டுகளில் காணக்கிடைக்கிறது. பரமேஸ்வர வர்ம பல்லவன் (கி.பி. 670-700) காலத்தில் வெளியிடப்பட்ட கூரம் செப்பேட்டில் ஊரின் பொது சொத்தாகத் தறிகள் குறிக்கப்பெறுகின்றன.[32] காலப்போக்கில் இம்முறையில் மாற்றம் பெற்று ஊரில் இயங்கிய அங்கீகரிக்கப்படாத தறிகளுக்கு 'அநியாய வவதண்ட வரி' என்னும் வரி வசூலிக்கப்பட்டது.[33] படிப்படியாகத் தனி உரிமை கொண்ட தறிகள் புழக்கத்துக்கு வந்தன. பல்லவர்கள் நெசவாளர்களுக்கான குடியிருப்புகளை ஊக்குவித்து நெசவு மையங்களைப் பாதுகாத்துத் துணி உற்பத்தியைப் பெருக்கினார்கள். காஞ்சிபுரத்தைச் சுற்றியுள்ள பகுதிகளில் பல நெசவு மையங்கள் இருந்தமையால் இவ்வூர் ஒரு சிறப்பான நெசவு மையமாகத் திகழ்ந்தது. கல்வெட்டுச் செய்திகளின் படி தறிப்புடவைக்கு 5இல் 4 காணம் வரியாக வசூலிக்கப்பட்டது. சாலிகைத் தறிக்கு 60 காணம் வரியாக வசூலிக்கப்பட்டது. புடவை

வணிகம் மேற்கொண்டோரிடமிருந்தும் வரி வசூலிக்கப்பட்டதற்கான சான்றுகள் கல்வெட்டுகளில் காணப்படுகின்றன.[34] இச்சான்றுகள் துணி உற்பத்திக்கும், விற்பனைக்கும் ஒரு நிலையான வரி விதிக்கப்பட்டதைச் சுட்டுகின்றன.[35] பல்லவர் காலத்தில் நெசவாளர்கள் மீதான தொழில் வரியானது 'தறிக்கூறை' என்று பொருளாகவும் பெறப்பட்டது.[36] 'அச்சதறி' மற்றும் 'சாலிகைத் தறி' என்னும் இருவகைத் தறிகள் கி.பி.800 முதல் 850 வரைப் புழக்கத்திலிருந்தன.[37]

'தறிப் பட்டம்' என்னும் வகையான வரி தொழில் வரியாக இக்காலகட்டத்தில் வசூலிக்கப்பட்டது.[38] நெசவாளர்மீது 'தறி இறை' என்னும் வரியை அரசு விதித்திருந்தது.[39] காஞ்சிபுரம் பகுதியில் பல குடியிருப்புகளிலிருந்த நெசவுக் குடும்பங்கள் வரிவிதிப்பு கடுமையாக இருந்தமையால் அவ்வரி செலுத்த இயலாமல் பிற இடங்களுக்குப் பிழைப்பு தேடிச் சென்றனர்.[40] பல்லவர் காலத்தில் மாநகர ஆட்சியமைப்பு ஒவ்வொரு நகரங்களிலும் நெசவாளர்களுக்கான வரியை வசூல் செய்தன.[41] திருக்கண்ணபுரம், தஞ்சாவூர் பொதுமக்கள் ஐந்து நகரங்களைச் சார்ந்த 25 நெசவுக் குடும்பங்கள் வெளியேறாமல் இருக்க வேண்டிக்கொண்டனர். வரிவிதிப்பிலிருந்து அவர்களுக்கு விலக்கு அளிக்கப்பட்டது. ஊர்மக்களுக்குத் தேவையான துணிகளை நெய்து அளிப்பதாக அவர்கள் இசைந்தனர். இக்காலகட்டத்தில் துணி வணிகம் மேற்கொள்ளும் சாலிய நகரத்தார் சாலிய நெசவாளர்களுக்கு நூலை அளித்து துணியாக நெய்யச்செய்து திரும்பப் பெற்றுச் சந்தையில் விற்றனர்.[42] இம்முறைத் தொழில் சுரண்டலுக்கு வழிகோலியது.

சோழர்களின் கல்வெட்டுகளில் நெசவாளர்களின் நிலையை அறிய பல செய்திகள் காணப்படுகின்றன. காஞ்சிபுரத்தில் (கச்சிப்பேடு) கருவுளான்பாடி, கஞ்சகப்பாடி (கம்சகப்பாடி), அதிமானப்பாடி, ஏற்றுவழிச்சேரி என்னும் நெசவாளர் குடியிருப்பிலிருந்த 'பட்டு சாலியர்'களுக்கு 200 தங்கக் காசுகளை வைப்புத்தொகையாக மதுராந்த உத்தம சோழன் (கி.பி.970-85) கொடுத்த குறிப்பு சென்னை அருங்காட்சியகத்திலுள்ள செப்பேட்டில் உள்ளது. உலகளந்த பெருமாள் கோயிலுக்கு வைப்புத்தொகையாக வழங்கிய தங்கத்தில் வரும் வரவு, செலவு கணக்கினைப் பார்க்க ஸ்ரீகார்யம் எனப்படும் மேலாளர் இல்லாமையால் ஏற்றுவழிச்சேரி, கஞ்சகம்பாடி ஆகிய குடியிருப்புகளிலிருந்த நெசவாளர்களை அமர்த்தி கோயில் நிர்வாகத்தைப் பார்த்து வர மன்னர் கட்டளையிட்டார். மேலும் காஞ்சிபுரம் சார்ந்த சோழநியமம் என்னும் குடியிருப்பிலிருந்த குடிகளிடம் கோயிலுக்கு இரண்டு பிரத்தம் மற்றும் ஒரு குடும்பம் அளவிலான அரிசியும், ஒரு பிரத்தம் எண்ணெயும் வழங்க

ஆணையிட்டு அவர்கள் அரசுக்குச் செலுத்த வேண்டிய வரியை நீக்கம் செய்து அரசர் ஆணையிட்டார். சோழநியமம் குடியிருப்பிலிருந் தோரும், மேலாளரும் விஷ்ணு கோயிலின் வரவு செலவுக் கணக்கினை ஒவ்வொரு மாதமும் அரசர்க்குரிய துணிகளை உற்பத்தி செய்யும் மேற்கண்ட நான்கு நெசவாளர் குடியிருப்பாளர்களிடம் அளிக்க வேண்டும் எனவும் ஆணையிட்டார். சமுதாயத்தில் நெசவாளர்களுக்கு அளிக்கப்பட்ட சிறப்பினை இதன்வழி அறியமுடிகிறது.[43]

புதுக்கோட்டைப் பகுதியில் பத்தாம் நூற்றாண்டில் 'தறி தரகு' என்னும் வரி சோழர்களின் ஆட்சியில் விதிக்கப்பட்டது.[44] 'தறிப் புடவை', 'தறி அக்கம்' என்னும் இருவகையான வரிகள் தஞ்சாவூர், திருச்சிராப்பள்ளி பகுதிகளில் 10-11ஆம் நூற்றாண்டளவில் வசூலிக்கப்பட்டன.[45] செங்கல்பட்டு, வடஆர்காடு பகுதிகளில் 'தறிப்புடவை' என்னும் வரி 11ஆம் நூற்றாண்டளவில் வசூலித்ததை அறியமுடிகிறது.[46] தமிழகத்தில் இன்றைய செங்கல்பட்டு, வடஆற்காடு, தென்ஆற்காடு, கன்னியாகுமரி பகுதிகளில்[47] 11ஆம் நூற்றாண்டு முதல் 13ஆம் நூற்றாண்டுவரை (குறிப்பாக கி.பி. 1018 முதல் 1258 வரை) 'தறிஇறை' என்னும் வரி அனைத்து நெசவாளர் களிடமும் வசூலிக்கப்பட்டது.[48]

நெசவுத்தொழிலில் பல வகையான வரிகள் விதிக்கப் பட்டிருந்தன. சோழர்கள் காலத்தில் 'அச்சதறி' (அமைப்புகளுடன் கூடிய துணி நூற்கும் தறி), பறை தறி (பறையர்களின் தறி), 'சாலிகைத் தறி' (சாலிய நெசவாளர்களுக்கான தறி), பஞ்சு பீலி (பஞ்சு நூலின் மீதான வரி), கூறைத் தரகு ஆயம் (துணிகளுக்கான தரகு வரி) போன்ற வரிகள் விதிக்கப்பட்டன.[49] முதற்கட்டமாக பஞ்சு வணிகத்தில் பொது வரி விதிக்கப்பட்டது.[50] பின் பஞ்சு நூல் நூற்பவர்களிடம் தரப்பட்டு நூல் நூற்பவர் பஞ்சை நூலாக நூற்று சுருள் தண்டில் தருவர். இதற்கு 'படம் கழி' என்னும் வரி விதிக்கப்பட்டிருந்தது.[51] அடுத்ததாக நெசவுத்தொழிலுக்கும் வரி விதிக்கப்பட்டது. இதில் தறிகளுக்கான வரியும் நெசவாளர்களுக்கான அரசு வரியும் அடங்கும்.[52] கடைசியாக, நூற்ற துணிகளுக்கான வரி வசூல் செய்யப்பட்டது.[53] இதன்பின்னர் துணி வணிகம் செய்வதற்கும்[54] துணியை உடையாக தைப்பதற்கும் வரி வசூலிக்கப்பட்டது.[55] நூல்நூற்பவர், நெசவாளர், வணிகர் போன்ற பிரிவினரிடமும் வரி வசூலிக்கப்பட்டது. திருநெல்வேலிப் பகுதியிலுள்ள சேரன்மாதேவிக் கல்வெட்டு கைகோளர்களும், பட்டு சாலியர்களும் உயர்தரத் துணிகளையும் பிற நெசவாளர்கள் தினப்பயன்பாட்டிற்குப் பயன்படும் துணிகளையும் நெய்தமையாகக் குறிப்பிடுகிறது.[56] திருபுவனையிலிருந்த நெசவாளர்கள் உற்பத்தி செய்த

உயர்தரத்துணிகளை அரசர்கள், அமைச்சர்கள், உயர்குடி மக்கள், அரண்மனை அலுவலர்கள் பயன்படுத்தினர்.[57]

பொது நெசவு வரி, கைத்தறி வரி, பெரிய தறி வரி, கூடாரத் துணிகளை உற்பத்திசெய்யும் தறி வரி என நான்கு வகையான வரிகள் காஞ்சிபுரம் நெசவாளர்களுக்கு விதிக்கப்பட்டது.[58] மூலப்பொருளான பருத்திக்கும்,[59] நூல் நூற்பதற்கும்[60] அரசு வரி விதித்திருந்தது. பல வகையிலான வரிகள், உயர்விகித வரிகளின் காரணமாக காஞ்சிபுரம் பகுதியிலிருந்த நெசவாளர்கள் தறியை விடுத்து பிற இடங்களுக்கு வேலைதேடிச் சென்றுள்ளனர்.[61] வேறுபல இடங்களிலும் இதுபோன்ற வரிச்சுமை தாங்கமுடியாமல் நெசவாளர்கள் அவதிக்குள்ளாயினர். நெசவாளர் மற்றும் தறிகளின் மீதான வரி விகிதம் இடத்திற்கிடம் வேறுபட்டுள்ளது. குன்றத்தூரில் கைகோள நெசவாளருக்கு ஆண்டுக்கு ஐந்துபணம் (வெள்ளிக்காசுகள்) வரியாக வசூலிக்கப்பட்டது.[62] இராசிபுரத்தில் நெசவாளரிடம் தறி ஒன்றுக்கு ஆண்டிற்கு மூன்று பணம் வரியாக புரவுவரி திணைக்களம் என்னும் அலுவலர்களால் வசூலிக்கப்பட்டது.[63] தறிப்புடவை என்னும் நெசவுவரியாக முக்கால் காசு (வெள்ளிக்காசு) ஒவ்வொரு நெசவாளரிடமும் வசூலிக்கப் பட்டதாக ஒரு கல்வெட்டு கூறுகிறது.[64] சாலிய நெசவாளரிடம் 60 காசு வசூலிக்கப்பட்டதாக வேறொரு ஆவணம் சுட்டுகிறது.[65] ஆக, சோழர் காலத்தில் நெசவாளருக்கும் நெசவுத்தொழிலுக்கும் வரி விதிக்கப்பட்டு பணமாக அது வசூலிக்கப்பட்டது என்பது தெளிவாகிறது.

சாலிய நெசவாளர், துணிவணிகர்கள் ஒருசில சிக்கல்களால் சிதம்பரத்தை விட்டு வெளியேறியது தெரிகிறது.[66] உள்ளூர் அரசு அலுவலர் திருவம்பல பெருமாள்புரம் என்னுமிடத்தில் கைகோளர் களுக்கான புதிய குடியிருப்பை ஏற்படுத்தினார். அவர்கள் அழிந்த நிலையிலிருந்த நெசவுத்தொழிலுக்கு புத்துயிரூட்டி கோயில் விழாக்களுக்குத் தேவையான துணிகளை உற்பத்தி செய்து தருவதாக ஒத்துக்கொண்டனர்.[67] எனவே, சிதம்பரத்திலிருந்து வெளியேறிய ஒரு நெசவுக்குழுவுக்கு மாற்றாக வேறொரு குழு குடியேறியது.[68]

நெசவாளர்களை மீண்டும் சொந்த குடியிருப்புப் பகுதிகளுக்குக் கொண்டுவர சோழ அலுவலர்கள் முயன்றனர். திருவாமாத்தூரில் வரிச்சுமையால் இடம் பெயர்ந்த சாலிய நகரத்தார்களிடம் அவ்வூர் அலுவலர் அவர்களைத் திரும்ப வருமாறு வேண்டினார்.[69] சாளுக்கியிலுள்ள கல்வெட்டு நெசவாளர்கள் வரி மற்றும் செலுத்தப்பட வேண்டிய பிற தொகைகளைச் செலுத்த இயலாமையினால் ஊரைக் காலிசெய்து வெளியேறினர் என தெரிவிக்கிறது.[70] மேற்காணும் இரு

இடங்களை விட்டு வெளியேறிய நெசவாளர்களைத் திரும்ப அழைத்து மீண்டும் நெசவுத் தொழிலை மேற்கொள்ள சோழ அலுவலர்கள் ஆதரவு அளித்தார்கள். அவர்களுக்கு தறி மீதான வரி ரத்து செய்யப்பட்டது. எனவே, நெசவாளர்கள் துயரத்திலிருந்தபோது சோழ அலுவலர்கள் அவர்களுக்கு ஆதரவாகச் செயல்பட்டார்கள் எனலாம். 13ஆம் நூற்றாண்டில் முதன்முறையாகப் பறையர் சாதியினர் நெசவுத்தொழிலில் ஈடுபட்டமை தெரியவருகிறது.[71]

இடைக்காலத்தில் தமிழகத்திலிருந்து பருத்தித் துணிகள் ஜாவா, சுமத்திரா, தாய்லாந்து, மியான்மர் ஆகிய பகுதிகளுக்கு ஏற்றுமதி செய்யப்பட்டன. ஜாவா ஆவணங்களில் தமிழ் துணி வணிகர்கள் சங்கங்கள் குறித்த செய்திகள் காணப்படுகின்றன. ஸ்ரீவிஜயத்திலுள்ள ஜம்பி/மாலாயுவில் கிடைத்த கல்வெட்டு, மேற்கு சுமத்திராவிலுள்ள லோபோ துவாவில் கிடைத்த 1088ஆம் ஆண்டைச்சார்ந்த கல்வெட்டு, வடசுமத்திராவிலுள்ள பொர்லாக் தோலாக் என்னும் இடத்தில் கிடைத்த 1265ஆம் ஆண்டைச்சார்ந்த கல்வெட்டு வடசுமத்திராவில் நூசு ஏசே என்னுமிடத்தில் கிடைத்த கல்வெட்டுகள் போன்றன ஏற்கெனவே தமிழ் வணிகர்கள் தென்கிழக்கு ஆசிய நாடுகளுடன் கொண்டிருந்த தொடர்பை உறுதிசெய்கின்றன.[72] சீனாவிலுள்ள குவான் சூ என்னுமிடத்தில் 1281ஆம் ஆண்டைச்சார்ந்த கல்வெட்டு உள்ளது.[73] 13ஆம் நூற்றாண்டைச்சார்ந்த சௌ-ஜு-குவா என்னும் சீனப் பயணியின் குறிப்பில் தமிழகத்தில் பருத்தித் துணிகள் உற்பத்தி செய்யப்பட்டதையும் சோழ அரசர்கள் பருத்தி ஆடைகளை உடுத்திருந்தனர் எனவும் காணப்பெறுகிறது.[74] 1298ஆம் ஆண்டில் வருகை புரிந்த மார்கோபோலோ தமிழகத்தில் துணிஉற்பத்தி, சாயத்தொழில் பற்றி குறிப்பதோடு அவை தமிழகக் கடற்பகுதியி லிருந்து ஏற்றுமதி செய்யப்பட்டதைக் குறித்துள்ளார்.[75] சீனாவில் சாம் அரசர்களாட்சியின் (கி.பி.960-1278) போதும் யுவான் அரசர்களாட்சியின் (கி.பி.1279-1368) போதும் பஃப்டாஸ், பைராமை வகைத்துணிகள் (பாய்-லான்-பூ), வண்ணம் பூசப்பட்ட ஜமுக்காளங்கள், வண்ணம் பூசப்பட்ட சிவப்புப்பட்டுக் கைக்குட்டைகள் (க்சியாங்பூ) போன்றன தமிழகக் கடற்கரை வழியாக ஏற்றுமதி செய்யப்பட்டன. சீனாவிற்கென சிறப்பாக மனித, குதிரை, யானை போன்ற விலங்குகள் உருவம் வரையப்பட்ட கைக்குட்டைகள் தமிழகத்தில் உற்பத்தி செய்யப்பட்டன.[76]

12-13ஆம் நூற்றாண்டைச்சார்ந்த பாண்டியர் கால கல்வெட்டுகளும் நெசவுத்தொழிலில் ஆளுமை நிறைந்த கைகோளர், சாலியர் நெசவாளரின் குழு, சாதிகளைக் குறிப்பிடுகின்றன. கைகோளர்

பிரிவைச்சார்ந்தவர்கள் தமிழ்பேசுபவர்களாகவும் சாலியர் பிரிவைச் சேர்ந்தவர்கள் தமிழ், தெலுங்கு மொழி பேசும் பட்டுசாலியர், பத்மசாலியர் எனும் உட்பிரிவுடனும் இருந்தனர். கைகோளர் என்னும் சொல் தொழில் சார்ந்த பட்டமாகத் தமிழ் நெசவாளர்களுக்கு வழங்கப்பட்டது. பாண்டியர் கல்வெட்டு ஒன்றின் மூலம் கைகோளர், சாலிய நெசவாளர்களின் தறிகளுக்கு ஆறு பணம் வரியாக வசூலிக்கப்பட்டது என அறிகிறோம்.[77] பஞ்சுபீலி என்னும் பருத்தி வரி பாண்டியர் ஆட்சிக்கு உட்பட்டிருந்த புதுக்கோட்டை, தஞ்சாவூர், திருச்சிராப்பள்ளி, வடஆற்காடு, செங்கல்பட்டு பகுதிகளில் 1193 முதல் 1351 வரை தொடர்ந்து வசூலிக்கப்பட்டு வந்தது.[78] பஞ்சுபீலி என்னும் இவ்வரி பல்லவர் காலத்திலோ, சோழர் காலத்திலோ காணப்பட வில்லை.

தற்போதைய செங்கல்பட்டு, வடஆற்காடு பகுதிகளில் 12ஆம் நூற்றாண்டில் பாண்டியர்களால் 'தறி கடமை' என்னும் நெசவு வரி வசூலிக்கப்பட்டது.[79] 13-14ஆம் நூற்றாண்டின் மைய காலத்தில் தற்போதைய புதுக்கோட்டை, செங்கல்பட்டு, வடஆற்காடு பகுதிகளில் 'தறி இறை' என்னும் தறிக்கான வரி வசூலிக்கப்பட்டது.[80] முதலாம் மாறவர்மன் சுந்தரபாண்டியன் காலத்தில் அரைக்கால் (வீசம்) பணம் வரியாகத் துணி விற்பனைக்கும், துணிவிற்பனை மையங்களுக்கும், நெசவாளர் குடியிருப்புகளுக்கும் விதிக்கப்பட்டது. இப்பகுதியில் வெளியார் விற்றாலும் இவ்வரி செலுத்தவேண்டும்.[81]

தென்ஆற்காடு பகுதியில் ஒலகபுரம், ஸ்ரீமுஷ்ணம், நெருஅந்தம், தஞ்சாவூர் பகுதியில் தில்லையாடி, செங்கல்பட்டுப்பகுதியில் புயங்குடி போன்ற இடங்களில் நெசவாளர்களின் புதிய குடியிருப்புகள் குறித்து பாண்டியர் ஆவணங்களில் காணமுடிகிறது.[82] மேலும் 12-14ஆம் நூற்றாண்டுகளில் தற்போதைய தருமபுரிப் பகுதியிலுள்ள கொடுகத்தூர், திருச்சிராப்பள்ளிப் பகுதியிலுள்ள விஜயமங்கலம், திருமுருகன்பூண்டி, சேலம் பகுதியிலுள்ள அரகலூர் போன்ற இடங்களிலிருந்த நெசவாளர்களின் புதிய குடியிருப்பு குறித்துக் கல்வெட்டுகளில் அறியமுடிகிறது.[83] ஆக, தமிழகத்தில் நெசவுத்தொழில் தொடர்ந்து செழிப்படைந்திருந்தது எனலாம்.

கீழ்மின்னல்(1337), தெள்ளாறு(1338), இடைப்பாறை(1342), ஆகிய இடங்களில் கைகோளர்களின் புதிய குடியிருப்புகள் உருவானதையும் அப்பகுதியில் புதிய நெசவு உற்பத்தி மையங்கள் உருவானதையும் இடைக்கால தமிழ்ச் சான்றுகளின்வழி அறியமுடிகிறது.[84] கீழ் மின்னலில் முதலாண்டில் தறிகளுக்காகக் கால் பணம் வரி

வசூலிக்கப்பட்டது. அதன்பின்னர் தொடர்ந்து தறி கடமை வழக்கமான வரி அளவில் விதிக்கப்பட்டது.[85] தென்தமிழகமான பாண்டிய நாட்டில் கோட்டையூர், காளையார் கோயில், பிரான்மலை, வேலங்குடி, வாசுதேவநல்லூர், எட்டியாத்தலை, ஹரிகேசவநல்லூர், அம்பா சமுத்திரம், கோட்டார் உள்ளிட்ட பல இடங்களில் கைகோளர்களின் குடியிருப்புகள் விரிந்தன.[86] மதுரை தொடக்க காலத்திலிருந்தே சிறப்புபெற்ற நெசவு மையமாகத் திகழ்ந்தது.[87]

ஒரே சாதியைச் சார்ந்த நெசவாளர்கள் பொதுவாக ஒரே இடத்தில் குழுக்களாக வாழ்ந்தனர். 14ஆம் நூற்றாண்டில் நெசவாளர்களைத் திருமடை வளாகம் என்னும் கோயில் எல்லைக்குள் கோயில் நிர்வாகத்தார் குடியமைக்க அனுமதியளித்தனர்.[88] கோயில் அருகே இதுபோன்று பல நெசவாளர் குடியிருப்புகள் அமைக்கப்பட்டன.[89] சிதம்பரம் கோயிலருகே குடியமைந்த நெசவாளர்களுக்கு பாதுகாப்பு அளிக்க அவர்கள் கோயிலுக்கு ஆண்டுதோறும் நான்கு புதிய நீளத்துணியும், ஐந்து சிறியவகைத் துணியும் கொடுக்கவேண்டும்.[90] 1334ஆம் ஆண்டு நடந்த மேலும் ஒரு நிகழ்வில், ஓர் ஊரில் கோயிலருகே குடியமைந்த நெசவாளர்களைப் பாதுகாக்க ஆண்டுதோறும் ஒரு குடும்பத்திற்குக் கால்பணம் வரியாக வசூலிக்கப்பட்டது.[91] சென்னையிலுள்ள திருவொட்டியூரில் கோயிலருகே குடியிருந்த 66 நெசவாளர் குடும்பங்களிடம் ஆண்டு ஒன்றுக்கு தறி கடமையாக ஒவ்வொரு தறிக்கும் ஆறேகால் பணம் வசூலிக்கப்பட்டது.[92] இத்தறிக்கடமை ஒவ்வொரு ஆண்டும் மார்கழி மாதம் வசூலிக்கப்பட்டது.[93] சேணகிரி, குளத்தூர்[94] ஆகிய ஊர்களிலிருந்து இடம் பெயர்ந்து நெசவு மையங்களுக்கு வந்த நெசவாளர்களை ஊக்கப்படுத்தும் விதமாக கால் பணம் வரியிலிருந்து விலக்களிக்கப்பட்டது.[95] தமிழகத்தில் நெசவுத்தொழில் சிறப்பிடம் வகித்ததை ஒரே ஊரில் 411 தறிகள் இருந்தன என்பதிலிருந்து அறிந்துகொள்ள முடிகிறது.[96]

விஜயநகரப் பேரரசு தமிழகத்தில் ஆதிக்கம் செலுத்தத் தொடங்கியபின் பலவகையான துணிகள் உள்ளூர் தேவையின் அடிப்படையில் நெய்யப்பெற்றன. பெண்களுக்கான ஒவ்வொரு மூட்டைத் துணிக்கும் தங்கப் பூவேலைப்பாட்டுடன் கூடிய துணிக்கும் கால் பணம் வரியாக வசூலிக்கப்பட்டது.[97] வில்வட்டி கல்வெட்டில் நெசவாளர்களிடம் ஆட்சியாளர்களால் வசூலிக்கப்பட்ட வரிகளின் பட்டியல் போன்றவற்றைக் காணமுடிகிறது.[98] விஜயநகரப் படைவீரர்களுக்கு இணைப்பு மெத்தை பஞ்சுத்துணி சீருடைகள் நெய்யப்பெற்றன.[99]

நெசவு வணிகம் செழிப்படைவதைக் கண்ட விஜயநகர ஆட்சியாளர்கள் துணிப்பொருட்களை விற்பதற்கு 'முக்கரி பெண்ட சுங்கம்' என்னும் வரியை விதித்தனர்.[100] பருத்தி, பருத்தி நூல், பஞ்சிழை, சுத்தம் செய்யப்பெற்ற பஞ்சு போன்ற பொருள்களின் மீதான வரி தொடர்ந்து விதிக்கப்பட்டு வந்தது.[101] 'துக்காக்கு தறி' என்னும் புதிய வகை வரி தறிகளுக்கு விதிக்கப்பட்டது.[102] 1388ஆம் ஆண்டு பழவேற்காட்டின் பின்னிலப்பகுதியான திருப்பாலைவனத்திலிருந்த நெசவாளர்கள் வரி செலுத்த இயலாமல் ஊரைவிட்டுச் செல்லும்போது அப்போது ஆட்சி செய்த விருப்பண்ணா அவர்களுக்கு ஒவ்வொரு தறிக்கும் தொகுப்பாக ஐந்து பணம் மட்டும் வசூல் செய்வதாக உறுதியளித்தார்.[103] நெசவாளர்களுக்கான இவ்வரி மிகுதி என்பதால் அடுத்த அரசர் புக்கர் இவ்வரியை இரண்டு பணமாகக் குறைத்தார். மேலும் அவர்கள் கோயில் பகுதியில் குடியிருந்தமையால் வாசல் பணம் என்னும் வரியாக ஆறு பணம் அளித்தனர். நெசவாளர்கள் இந்த எதிர்ப்பால் முதலாம் தேவராயர் மகன் விஜய பூபதி காலத்தில் தமிழ்ப் பகுதியிலிருந்த சந்திரகிரி சீமையில் வரியைச் செலுத்தினர்.[104] பயன்பாட்டிலிருந்த தறிகளுக்கு நான்கு பணமும் சீர்கெட்ட தறிகளுக்கு இரண்டு பணமும் கைகோளர்கள் வரி செலுத்தவேண்டியிருந்தது.[105] ஆனால், இவர்களுடைய வாழ்க்கைச் சிக்கல்கள் அணுகி நோக்கப்பட்டு விரைவாகத் தீர்க்கப்பட்டது. பின்னர் வந்த விஜயநகர மன்னர்கள் ஒவ்வொரு தறிக்கும் அரை வராகனுக்கும் கணிசமாக குறைத்து வரி விதித்தனர்.[106]

பல கைகோள நெசவாளர்கள் வசதிபடைத்தவர்களாக விளங்கினர். நிலத்தை விலைக்கு வாங்கி நிலவுடைமையாளர்களும் ஆனார்கள். அவர்கள் 'கைகோள முதலி' என அழைக்கப்பெற்றனர்.[107] சரியாக பராமரிக்க இயலாமையாலும் வேளாண்மை செய்ய இயலாமையாலும் அந்நிலத்தைச் சில கைகோளர்கள் விற்றும் உள்ளனர்.[108] அந்நிலங்களை பிறர் உழுதுகொள்ள அனுமதித்த செய்தி கல்வெட்டில் பதிவாகியுள்ளது.[109] கோயிலுக்குத் துணி வழங்குவதாக இசைவு பெற்று, நெசவாளர்களுக்குக் குடியிருப்புகள் கட்டிக்கொள்ள நிலம் கொடுத்தனர்.[110] வீர புக்கண்ண உடையார் திருக்கழுக்குன்றம் பகுதியில் நெசவுத்தொழில் சிறந்து விளங்க ஊக்கப்படுத்தினார்.[111] ஏற்றுமதிக்குப் பெயர்போன சதுரங்கப்பட்டினம் துறைமுகத்திற்குத் துணிகள் கொண்டு செல்லப்பட்டன.[112] பின்னிலப்பகுதியிலிருந்து சதுரங்கப்பட்டினத்திற்குக் கொண்டு வரப்படும் ஒவ்வொரு நூறு துணிக்கட்டுகளுக்கும் இரண்டு பணம் வரி விதிக்கப்பட்டது.[113]

விஜயநகர ஆட்சிக்காலத்தில் இயற்றப்பட்ட நூலான 'பசவ புராணத்தில்' 57 வகையான துணிகள் குறிப்பிடப்படுகின்றன. அவை பெரும்பாலும் சேலை வகைகளாகும். சேலையின் விளிம்புப் பகுதிகள் மயில், அன்னம், கிளி, புறா, மான், குதிரை, யானை, சிங்கம் போன்ற பறவை, விலங்கின வடிவங்களால் அழகுபடுத்தப்பட்டிருக்கும்.[114] தமிழகப் பகுதியில் உற்பத்தி செய்யப்பட்ட சேலைகள் தெலுங்கு பகுதியில் விற்பனை செய்யப்பட்டன. இச்சேலைகளுக்கு வரியாக இரண்டரை 'ரூகா' (பணம்) விதிக்கப்பட்டிருந்தது. இடைக்கால கன்னட இலக்கியமான சோமேஸ்வரா, கன்னடநாட்டில் விலைக்கு வாங்கப்பட்டு பயன்படுத்தப்பட்ட துணி வகைகளைக் கூறுவதோடு நாகப்பட்டினம், பாண்டிய நாட்டுப் பகுதிகளிலிருந்து அத்துணிகள் வந்ததாகக் குறிப்பிடுகிறது.[115] ஆக, தமிழகத்தில் உற்பத்தி செய்யப் பட்ட துணிகள் தென்னிந்திய பகுதிகளிலிருந்த உள்ளூர் சந்தைகளில் விற்பனை செய்யப்பட்டது மட்டுமல்லாமல் தென்கிழக்கு ஆசிய நாடுகளிலும் விற்பனை செய்யப்பட்டதை அறியமுடிகிறது. குடியிருப்புகளைக் கட்டுவதற்குப் பொருளளித்தோ கடன் வழங்கியோ ஊக்கப்படுத்த இயலாவிட்டாலும் நெசவாளர் குடியிருப்புகளை ஏற்படுத்தக் கோயில்களுக்கிடையே போட்டி நிலவியது. எனினும் கோயில் நிர்வாகமும் நெசவாளர்களும் பொது நன்மை கருதி விளைவுகளைப் பகிர்ந்து கொள்ளும் வகையான ஏற்பாடுகளைச் செய்துகொண்டனர். தமிழகப்பகுதியில் நெசவுத்தொழிலை மேம்படுத்துவதற்கான விஜயநகர ஆட்சியில் எடுத்த முயற்சிகள் அளப்பறியன. நெசவாளர்கள் தொழில் வரியை நேரடியாகச் செலுத்தி அரசின் வருமானத்தை உயர்த்தியதால் அவர்கள் நெசவாளர்களுக்கு வரிக்குறைப்பு செய்ததுடன் சில உரிமைகளையும் அளித்தனர். அரசு, கோயில் நிர்வாகங்களின் ஊக்கத்தினால் நெசவுத்தொழில் நுட்பத்தில் வளர்ச்சியடைந்தது. துணி வணிகக் குழுக்கள் வலிமை பெற்று உள்நாட்டிலும் கடல்கடந்து வெளிநாடுகளிலும் துணிகள் சென்றடைய வழிவகுத்தன.

மேல் தட்டு குடிமக்களும், பொதுமக்களும் துணியைத் தரம் மற்றும் அளவில் பண்டமாற்றாகப் பயன்படுத்தியதாலும் வெகுமதிப் பொருளாகக் கருதியதாலும் விழா, சடங்குகளில் வழங்கும் பொருளாக விளங்கியதாலும் சமுதாயத்தில் துணி சிறப்பிடத்தைப் பெற்றது. பெரும்பாலும் துணி, பண்டமாற்றுப் பொருளாகவும், நாணய மதிப்புடைய பொருளாகவும் விளங்கியது. நீண்ட காலமாகத் தமிழகக் கடற்கரைப் பகுதி கடல்கடந்த துணி ஏற்றுமதி மையமாக விளங்கியது. தமிழகக் கடற்கரையின் பின்னிலப்பகுதிகள் வினியோகத்திற்குத்

தேவையான உற்பத்தி அளவை சந்தையின் தேவையைப் புரிந்துகொண்டு பலதரப்பட்ட துணிகளைத் தயாரித்து போட்டி விலையில் விற்கவேண்டியிருந்தது. மேற்காசியா ஒருபுறத்திலும் தென்கிழக்கு ஆசியா மறுபுறத்திலும் அமைந்த தமிழகப் பகுதி தொழில் முனையமாகச் செயல்பட்டது. தமிழகத்தில் காணப்படும் வணிகக் கல்வெட்டுகளில் ஆட்சியாளர் பெயர் மற்றும் ஆண்டு குறிப்பிடப்படாததால் அவர்கள் ஒரு அரசின் கட்டுப்பாட்டில் இயங்கவில்லை எனத் தெரிகிறது. தமிழகப் பின்னிலப்பகுதிகளிலிருந்து துறைமுகப்பகுதிகளுக்குத் தலைச்சுமையாகவும், கழுதைகளைப் பயன்படுத்தியும் வண்டிகளைப் பயன்படுத்தியும் துணிப்பொதிகள் கொண்டு செல்லப்பட்டன. பொன் எடையாகவும் துணி நீட்டலளவையிலும் விற்கப்பட்டதாகக் குறிக்கப்படுகிறது. தென்கிழக்கு ஆசியாவில் தமிழ் வணிகர்கள் ஆளுமை செலுத்தியதால் அவர்கள் சென்ற இடங்களுக்கு தம் ஊர் பெயர்களாக மாற்றம் செய்துள்ளனர். தமிழ் வணிகர்கள் கடல்கடந்து துணி வணிகம் செய்தனர். இத்தொழிலில் கிடைக்கும் மிகை இலாபம் போர்த்துக்கீசியர்களை ஈர்த்தமையால் அவர்கள் 16ஆம் நூற்றாண்டளவில் தமிழகக் கடற்கரைப் பகுதியில் குடியேற்றங்களை அமைத்து வணிகத்தில் பங்கேற்றனர்.

துணி வணிகமும், பொருளாதாரமும்: வரலாற்று மீள்பார்வை

தமிழகத்துணிகள் குறித்து கலை வரலாற்று அறிஞர்களால் பல ஆய்வுகள் மேற்கொள்ளப்பட்டு வெளியிடப்பட்டுள்ளன. கலை வரலாற்று ஆய்வாளர்கள் அவர்களின் அறிவாற்றலையும் வல்லமையையும் ஆய்வுத்திறனையும் கொண்டு துணிகள் மற்றும் பண்பாட்டு மரபுகளின் தொடர்பை விளக்கியுள்ளனர். துணி உற்பத்தியில் தமிழ்ச் சமுதாயம் மற்றும் தமிழர் இனக்குறியீடுகளின் தாக்கம் குறித்த ஆய்வுகளை மேற்கொண்டனர். தமிழகத்தில் பண்டைய, இடைக்காலத் துணிகள் காலப்போக்கில் அழிந்தமையால் அக்கால துணிகளின் வடிவம், அமைப்பு முதலியவற்றை கற்சிலைகளிலும், செப்புப் படிமங்களிலும் காட்டப்பட்டிருக்கும் படைவீரர்கள், குடியானவர்கள், அடிமைகள் மற்றும் அடித்தட்டு மக்களின் உடைகளைக் கொண்டு ஆய்வு மேற்கொள்ளப்படுகிறது. இப்படிமங்களில் காட்டப்பட்டிருக்கும் அழகியல் கூறுகள், பயன்பாட்டுக்கூறுகளை உற்று நோக்கினால் அரச குலத்தோருக்கும் அரண்மனை மற்றும் கோயில்களை அழகுபடுத்தவும் துணிகள் பயன்படுத்தப்பட்டதை அறியமுடியும்.[116] நிலவியல், தொழில்நுட்பம், துணி வகை, நோக்கம் முதலிய கூறுகளைக் கருத்தில் கொண்டு சில அறிஞர்கள் மற்றும் கலைவரலாற்று ஆய்வாளர்கள் நெசவுத்தொழிலை வேறுவகையில்

அணுகியுள்ளனர். கலை வரலாற்றாய்வாளர்கள் துணி வணிகரின் செல்வாக்கு குறித்தும் ஆய்வுகள் செய்துள்ளனர்.[117] அதுபோன்ற ஆய்வுகளில் சோழமண்டலக் கடற்கரைப் பகுதியிலிருந்து தாய்லாந்து, மலேயக் குடாநாடு, இந்தோனேசியா போன்ற இடங்களிலிருந்த சந்தைகளுக்கு அனுப்பப்பட்ட துணிகள் குறித்த செய்திகளை அறியமுடிகிறது.[118] பல அருங்காட்சியகங்களில் காணப்பெறும் தமிழகத்தைச் சார்ந்த துணிகளின் பாணி, அச்சடிப்புச் சீலைகளின் சாயல்வேலையமைப்பு, 'இக்கத்', கைவண்ணம் பூசப்பட்ட துணிகள், நூலாடைகள் போன்றன குறித்த ஆய்வுகளும் மேற்கொள்ளப் பட்டுள்ளன.[119]

நெசவுத்தொழிலின் பொருளாதார வரலாறு, நெசவாளர்களின் சமூக வரலாறு போன்ற ஆய்வுகளும் மேற்கொள்ளப்பட்டுள்ளன.[120] விஜயா ராமசாமி தமிழ், தெலுங்கு, கன்னட மொழிபேசும் நெசவாளர்களின் தனித்தன்மைகளைக் கணக்கில் கொள்ளத் தவறி ஒட்டுமொத்தமாக தென்னிந்திய நெசவாளர்கள் என்ற கருத்தினைக் கொண்டு ஆய்வு செய்துள்ளார். மேலும் அவர் முதுநிலை நெசவாளர் (master weaver), தலைமை நெசவாளர், முதன்மை நெசவாளர் என்ற சொற்களை ஒன்றுக்கு மற்றொன்றாகப் பயன்படுத்துகிறார். தலைமை நெசவாளர், முதன்மை நெசவாளர் போன்ற சொற்கள் ஆங்கில ஆவணங்களில் காணப்படுகின்றன. இச்சொற்களைத் திறனுள்ள நெசவாளருக்குச் சமமாகக் கருதக்கூடாது. மேலும் அவர் முதுநிலை நெசவாளர்கள் பல தறிகளுக்கு உரிமையாளராக இருந்தனர் எனவும் மற்ற நெசவாளர்கள் அவர்களிடம் ஊதியப் பணியாளராகப் பணிபுரிந்தனர் எனவும் விளக்கமளிக்கிறார். இதுபோன்ற முதுநிலை நெசவாளர்கள் 17-ஆம் நூற்றாண்டிலும் தங்களது நடவடிக்கைகளைத் தொடர்ந்தனர் என்பதற்கு நமக்குச் சான்றுகள் உள்ளன.[121] விஜயா ராமசாமி நெசவாளர் சமூகத்தைப் பெரும்பாலும் ஆய்வு செய்துள்ளார். ஆனால், நெசவுத்தொழில் குறித்து ஓரளவிற்கே ஆய்வு செய்துள்ளார்.

கனகலதா முகுந்த், சோழமண்டலக் கடற்கரைப் பகுதித் தமிழ் வணிகர்களின் வணிக உலகை விவரித்து வணிக முதலாளித்துவம் எவ்வாறு வளர்ச்சியுற்றது என்பதைக் கண்டறிந்துள்ளார்.[122] அவரது ஆய்வு குறிப்பாக ஆங்கில கிழக்கிந்திய குழுமத்தின் ஆவணங்களை அடியொட்டி மேற்கொள்ளப்பட்டதாகும். அவர் தமது ஆய்வில் தமிழகக்கடற்கரைப் பகுதியில் விளங்கிய தமிழ், தெலுங்கு வணிகக்குழுக்களின் தனித்தன்மைகளை நோக்கத் தவறியுள்ளார். தெலுங்குச் செட்டிகளைப் பற்றி அவர் விவரித்தாலும் தமிழ் வணிகர்களின் தனித்துவம் குறித்து அவராய்வில் விளக்கம்

தரப்படவில்லை.[123] முதல், இரண்டாம் தலைமுறை வணிகர்களின் பெயர்கள் கலப்புடன் விவரிக்கப்படுகின்றன. உள்ளூர் வணிகர் களுக்கும் ஐரோப்பிய குழுமங்களுக்கும் இருந்த பரிமாற்றம் குறித்த அவர் ஆய்வு நிறைவானது.

போர்த்துக்கீசிய, ஐரோப்பிய வணிகக் குழுமங்களின் விரிவான நடவடிக்கைகள் எவ்வாறு நெசவுத்தொழில் உள் பின்னிலப்பகுதி யிலிருந்து சோழமண்டலக் கடற்கரைத் துறைமுகங்களுக்கு அருகேயுள்ள கோயில்-சந்தை வளாகங்களுக்கு இடம்பெயர்ந்தன என்பதை ஏற்கெனவே நான் செய்த ஆய்வில் விளக்கியுள்ளேன்.[124] ஜெரோம் ஜோசப் ப்ரென்னிக்கின் கோதாவரிக் கழிமுகப் பகுதி நெசவுத்தொழில் குறித்த ஆய்வு 17ஆம் நூற்றாண்டளவில் ஐரோப்பியக் குழுமங்கள் இந்திய வணிகர்களுடன் நிகழ்த்திய துணி வணிகமானது போட்டிக்கும், பரிமாற்றத்திற்கும் சிறந்து பங்காற்றியதை வலியுறுத்துகிறது.[125] ஆங்கில, டச்சு, பிரெஞ்சுக்காரர்களின் பல பொருள் கடல்சார் வணிகத்தை ஆழமாகவும் விரிவான ஒளிதரும் வகையிலும் கே.என்.சவுத்திரி, தபன் ராய்சவுத்திரி, பிலிப் ஹோத்ரேர், கேத்தரின் மேனிங், வில்பர்ட் ஹரோல்ட் தக்லெய்ஸ், ஹென்றி வெபர், அரவிந்த் சின்ஹா போன்றோரின் ஆய்வுகள் அமைகின்றன. சந்தை நிலவரம், பொருட்களின் விலை, குழுமங்களின் வணிக அளவுகள், ஏற்றுமதி மதிப்பு, ஆண்டு ஏற்ற இறக்கம், நீண்டகால வணிகத் திட்டங்கள் மற்றும் தாய்நாட்டிலுள்ள நிறுவனத்தின் நிலைப்பாடு குறித்த கூறுகளை அவர்கள் விளக்கியுள்ளனர். ஆனால், துணி வணிகத்தின் சிறப்பான பங்கு குறித்து தனித்த ஆய்வு எதுவும் சிறப்பாக மேற்கொள்ளப்படவில்லை.[126] அவர்கள் ஐரோப்பிய வரலாறு குறித்த ஆய்வில் கவனம் செலுத்தினார்களே தவிர இந்திய, இந்திய ஐரோப்பிய நோக்கு அவர்களாய்வில் புறந்தள்ளப்பட்டது. இதை சரிசெய்ய இந்நோக்கில் ஆய்வுகள் மேற்கொள்ளப் பெறவேண்டும். ஐரோப்பிய வணிகத்தின் தாக்கத்தை சஞ்சைய் சுப்பிரமணியம் கேள்விக்குள்ளாக்குகிறார்.[127] பிரசன்னன் பார்த்தசாரதியின் ஆய்வு 18ஆம் நூற்றாண்டின் வட அரசு (சர்க்கார்), ராயலசீமா மற்றும் தமிழ்நாட்டுப் பகுதிகளைப் பற்றியதாகும். நெசவு மற்றும் துணி வணிகம் குறித்த தமது ஆய்வுக்குத் தொடக்க 18-ஆம் நூற்றாண்டின் சான்றுகளையும் தேவையான இடங்களில் 19ஆம் நூற்றாண்டுச் சான்றுகளையும் பயன்படுத்தியுள்ளார்.[128] தென்னிந்தியாவில் கோயிலும் அரசர்களும் நெசவாளர்களுக்குப் பணம் அளித்து நெசவுத்தொழிலுக்கு மூலதனம் அளித்தனர் என்னும் அவரின் கருத்து விவாதத்திற்குரியது. இதற்கு நேரிடையான, மறைமுகமான சான்றுகள் ஏதுமில்லை என்பது காரணமாகும்.

இவ்வாய்வின் நூல்களும் ஆய்வுத்திசைகளும்

எந்த ஒரு இந்தியப் பகுதிக்கும் விரிந்தகால பொருளாதார வரலாற்றுஆய்வுகள் ஒருசிலவே மேற்கொள்ளப்பட்டுள்ளன. தரவுகளும் சான்றுகளும் குறைவாகக் கிடைப்பதே இதற்குக் காரணமாகும். மேலும் பேரளவிலான சமுதாய மாற்றங்களுக்குக் காரணமான பொருளாதார உட்பொருள்கள் இதுவரை மேற்கொள்ளப் பட்ட ஆய்வுகளில் பொருட்படுத்தப்படவில்லை. இதுவரை நெசவு வணிகம் குறித்த வரலாற்று வரைவியலை நோக்கினால் இந்திய நெசவுத்தொழிலைப் பொதுவான பார்வையிலேயே ஆய்வுகள் நிகழ்த்தப்பெற்றுள்ளன. ஒருசில ஆய்வுகள் தமிழகக் கடற்கரை மற்றும் அதன் பின்னிலப்பகுதிகளில் விளங்கிய நெசவுத்தொழில் பற்றியதாக அமைந்துள்ளன. கடல்சார் வரலாறு குறித்த விவாதங்கள் 20ஆம் நூற்றண்டின் மையக் காலத்தில்தான் துவங்கப்பட்டது என்றாலும் இத்தலைப்பிலான ஆய்வுகள் மேற்கொள்ளப்படாமலே உள்ளன. தமிழகத்தில் உற்பத்தி செய்யப்பட்ட துணியின் வகைகள் குறித்து சிறப்பு கவனம் செலுத்தப்பெறவில்லை. நெசவுத்தொழிலில் பொது எல்லைகளை ஊடுருவி நூல்நூற்போர், துணி வெளுப்போர், சாயத்தொழில் மேற்கொள்வோர், வண்ணம்பூசுவோர் ஆகியோர் ஆற்றிய பங்குகளைத் தனித்து நோக்க வேண்டியுள்ளது. கடல்கடந்த துணிப்பொருள் வணிகம், வணிகர் குறித்த ஆய்வுகள் முழுமையாக மேற்கொள்ளப்படவில்லை. அந்த இடைவெளியைப் போக்க இவ்வாய்வு முற்படுகிறது. இதுவரை ஒரு குறிப்பிட்ட கடற்கரைக்கான சிறப்பான ஆய்வு மேற்கொள்ளப்பெறவில்லையென்பதால் துணி உற்பத்தி மற்றும் வினியோகத்தில் சிறந்த பங்குவகித்த தமிழகக் கடற்கரைப் பகுதி இவ்வாய்விற்கு எடுத்துக்கொள்ளப்படுகிறது. நெசவுத்தொழில் நுட்ப வளர்ச்சியின் பரிமாற்றம், உச்சத்திலிருந்த பல வணிகக்குழுக்களின் நடவடிக்கைகள் போன்றன நிகழ்ந்த தொடக்க நவீனகாலத்தில் ஆசியா, ஆப்பிரிக்கா, அமெரிக்கா, ஐரோப்பா ஆகிய நாடுகளில் தமிழக நெசவுத்தொழில் ஆற்றிய பங்கை அறிய இந்நூல் முற்படுகிறது.

ஐரோப்பாவோ, ஆசியாவோ ஒரே தன்மையான அரசியல் நிலையைக் கொண்டிருக்கவில்லை. இந்தியாவில் ஐரோப்பிய விரிவாக்கம் மிகுதியான வட்டார வேறுபாடுகளைக் கொண்டிருந்தது. கடல்சார் வரலாற்றாய்வாளர்கள் ஆடம்பரப்பொருட்கள் அதாவது மதிப்புமிக்க உலோகங்கள், பொன்/வெள்ளிக்கட்டிகள், யானைத் தந்தங்கள், அடிமைகள் போன்ற உயர் மதிப்புள்ள பொருள்களின் கடல்சார் வணிகத்தை ‘மாவணிகம்’ என அழைத்தனர். குறைந்த

விலைமதிப்புள்ள இன்றியமையாத, அளவில் பெரிய பண்டங்களை 'குறுவணிகம்' என்று அழைக்கின்றனர். நறுமணப்பொருள்கள், துணி, புகையிலை போன்ற பொருள்களை ஆடம்பரப்பொருளாகக் கருதாமல் மக்களின் அன்றாடப் பயன்பாட்டிலுள்ள நுகர்பொருளாகக் கருதப்பட்டது. ஐரோப்பிய குழுமங்களுடனான துணிவணிகம் பொருளடிப்படையிலும் அரசியல் அடிப்படையிலும் நெசவாளர்களை உயர்நிலைக்குக் கொண்டு சென்றது என்பதை இவ்வாய்வில் கருத்துரைக்கிறேன். மூன்று முக்கியமான கேள்விகள் கேட்கப்பட்டு அதற்கான விடைகளும் அளிக்கப்பட்டுள்ளன.

1. ஐரோப்பிய, ஆசிய துணிவணிகத்தில் தமிழகக் கடற்கரைப் பகுதி எவ்வகைகளில் ஆதிக்கம் செலுத்தியது?

2. தமிழகக் கடற்கரைப் பகுதி துணிவணிகப் போக்கு ஐரோப்பா, ஆசியா உடனான உறவு, காலனியாதிக்கம், தனிமனித, குழுக்களின் ஆதிக்கம் குறித்து எவ்வாறான வெளிச்சம் தருகிறது?

3. ஐரோப்பிய உறவால் தமிழகப்பகுதி துணி வணிகப் போட்டி, விவேகத்தை எவ்வாறு பெற்றது?

தமிழகக் கடற்கரைப்பகுதியின் துணிவணிகம் மற்றும் ஏற்றுமதி உலகத்தேவையைப் பூர்த்தி செய்தது. எனவே, வளம் செறிந்த தமிழக நெசவுத் தொழிலைப் பற்றிய வெளிச்சத்தை டச்சு, ஆங்கில, பிரெஞ்சு குழுமங்களின் ஒரு தனிப்பட்ட குறுகிய ஆய்வானது வெளிக்கொணராது. தமிழகக் கடற்கரை வணிகத்தில் குறுகிய அளவில் முயற்சி செய்த டென்மார்க், பெல்ஜியத்திலிருக்கும் ஒஸ்தெண்ட்தர், சுவீடன் நாட்டினரின் செயல்பாடுகளை விடுத்து பேரளவில் கப்பல்கள் அனுப்பி வணிகம்புரிந்த மூன்று ஐரோப்பிய குழுமங்களின் நடவடிக்கைகளை இவ்வாய்வு உற்றுநோக்குகிறது. 1502ஆம் ஆண்டில் மெலாகாவிற்கு வணிக நிமித்தமாக வந்த போர்த்துக்கல் நாட்டைச் சார்ந்த தனிப்பட்ட வணிகர்கள் தமிழகக் கடற்கரைக்கு முதன் முதலாக வந்ததிலிருந்து 1793 ஆம் ஆண்டு காலம் வரை இந்த ஆய்வின் எல்லை அமைகிறது.

இயல் 1 ஐரோப்பிய வணிகக் குழுமங்கள் வருகைக்கு முன்னர் தமிழகத்தில் நெசவு உற்பத்தி முறைகள் குறித்துப் பேசுகிறது. இயல் 2 தமிழகக் கடற்பகுதியில் போர்த்துக்கீசியரின் வருகை குறித்தும் மைலாப்பூர். கூனிமேடு, நாகூர், நாகபட்டினம் போன்ற இடங்களில் செட்டிகள், மரக்காயர்கள் நிகழ்த்திய துணி வணிகத்தின் தன்மை

மற்றும் அமைப்பு குறித்தும் ஆசியாவில் போர்த்துக்கீசியர்களின் நடவடிக்கை குறித்தும் விளக்குகிறது.

இயல் 3இல் கடல் வணிகத்தில் செட்டியார்கள், முதலியார்கள், பிள்ளைகள், மரக்காயர்கள் போன்றோரின் கூட்டிணைவு நடவடிக்கைகள், அவர்களின் ஐரோப்பிய குழுமங்களுடனான உறவுகள் குறித்து ஆய்வு செய்யப்பெறுகிறது. 17-18ஆம் நூற்றாண்டுகளில் உள்ளூர் அரசுகளின் ஆதரவு மற்றும் ஆளுமையில் உதித்த புதிய துறைமுகங்களான பரங்கிப்பேட்டை, நாகூர் ஆகிய துறைமுகங்களில் வணிக நோக்கில் ஐரோப்பியர் குடியேறியதை அடையாளம் காண்கிறது.

இயல் 4, முன்னர் கண்ட இயல்களில் கண்ட முடிவுகளைத் தருகிறது. ஆக தொடக்க நவீன காலத் தமிழகக் கடற்கரைப்பகுதியின் உள்நாட்டு நெசவுத்தொழில் பொருளாதாரம், நெசவுத் தொழில் நுட்பம், நெசவுச்சமூகம் போன்றன குறித்து உலகநோக்கிலான வெளிச்சம் தரப்பட்டுள்ளது. தமிழக நெசவுத் தொழில் எவ்வாறு உலகளாவிய வணிகத்தில் தாக்கம் ஏற்படுத்தியது என்றும் எவ்வாறு அது மிளகு, நறுமணப்பொருள்களின் சிறப்பைக் குறைத்து பல பகுதிகளையும் நாடுகளையும் இணைத்து தமிழகப்பகுதியில் ஆங்கிலேயக் கிழக்கிந்தியக் குழுமம் தமிழகத்தில் கால்பதிக்க உதவியது என்பதையும் சீராய்வு செய்கிறது.

சான்றெண் விளக்கம்

1. Arrian, Anabosis Indica, tr. E. Iliff Robson, 2 vols., London, 1954.
2. L. Casson, The Periplus Maris Erythraei, Princeton, 1989. Grant Parker, The Making of Roman India, Cambridge, 2008.
3. R. Champakalakshmi, Trade, Ideology and Urbanization, South India, 300 BC to AD 1300, Delhi, 1996, p. 29.
4. Richard Salomon, 'Epigraphic Remains of Indian Traders in Egypt', Journal of the American Oriental Society, vol. 111, no. 4 (October-December 1991), pp. 731-6; பார்க்க p. 734.
5. Tapan Raychaudhuri and Irfan Habib, eds., The Cambridge Economic History of India, vol. I, c. 1200-1750, மறுஅச்சு, Delhi, 1970, p. 6.
6. Vijaya Ramaswamy, 'Notes on the Textile Technology in Medieval India with Special Reference to the South', Indian Economic and Social History Review, (இனி IESHR), vol. XVII, 1980, pp. 227-41; பார்க்க pp. 227-8.
7. H.B. Sarkar, Trade and Commercial Activities of Southern India in the Malayo-Indonesian World (up to AD 1511), Calcutta, 1986.
8. R. Champakalakshmi, Trade, Ideology, முன்னர் சுட்டிய நூல், pp. 29 and 107.
9. K.A. Nilakanta Sastri, The Colas, 1937, மறுஅச்சு, Madras, 1975, p. 88.

10. John Peter Wild and Felicity Wild, 'Rome and India: Early Cotton Textiles from Berenike, Red Sea Coast of Egypt' in Textiles in Indian Ocean Societies, ed. Ruth Barnes, Oxford, 2005, pp. 11-16.

11. Burton Stein, Peasant State and Society in Medieval South India, Delhi, 1980, p. 36. *குலோத்துங்க சோழன் கி.பி. 1077இல் குலோத்துங்க சோழன் பட்டணம் என்று வழங்கப்பட்ட விசாகப்பட்டினம் வரையுள்ள தெலுங்குக் கடற்கரையைக் கைப்பற்றினான். இப்பகுதி பின்னர் வந்த சோழரின் வசம் இல்லை; பார்க்க,* Annual Report on South Indian Epigraphy, Madras, 1887-1955 (hereafter ARE), 99 of 1909. *மேலும் பார்க்க,* Meera Abraham, Two Medieval Merchant Guilds of South India, Delhi, 1988, pp. 62-3.

12. S. Jeyaseela Stephen, The Coromandel Coast and its Hinterland: Economy, Society and Political System, 1500-1600, New Delhi, 1997, pp. 24-5.

13. S. Jeyaseela Stephen, Expanding Portuguese Empire and the Tamil Economy, 16th-18th Centuries, Delhi, 2009, p. 24.

14. Tapan Raychaudhuri, Jan Company in Coromandel, 1605-1690: A Study in the Interrelations of European Commerce and Traditional Economics, The Hague, 1962.

15. S. Arasaratnam, Merchants, Companies and Commerce on the Coromandel Coast, 1650-1740, Delhi, 1980, pp. 7-9; *சோழமண்டலப் பகுதியை மன்னார்தீவு வரை அவர் நீட்டிப்பது சரியன்று.*

16. Sanjay Subrahmanyam, The Political Economy of Commerce, Southern India, 1500-1650, London, 1990, p. 314.

17. Om Prakash, The Dutch Factories in India: A Collection of Dutch East India Company Documents Pertaining to India, 2 vols, New Delhi, 2007, vol. II p. 25, para 2; p. 29, paras 2 and 3; *மேலும் பார்க்க* 'Bhaswati Bhattacharya, The Dutch East India Company on the Coromandel Coast, 1740-1780, A Study of its Decline', Unpublished Ph.D. dissertation, Visva-Bharati, 1992, p. 27.

18. S. Arasaratnam, Merchants, Companies, *முன்னர் சுட்டிய நூல்,* pp. 19-31. *அரசரத்தினம் இலங்கைத் துறைமுகங்களைச் சோழமண்டலப் பகுதியில் உட்படுத்தவில்லை. ஆனால் இருபகுதிகளிலும் இருந்த துறைமுகங்களின் உறவை விவரிக்கிறார். அரசரத்தினத்தை சஞ்சைய் சுப்பிரமணியம் திறனாய்வு செய்வது அரசரத்தினத்தின் கருத்தைத் தவறாகப் புரிந்துகொண்டதேயாகும். மலபார் போல் சோழமண்டலக் கடற்கரையை தனி அலகாகக் கொண்டு வரலாறு எழுத இயலாது. மாறாக, கடற்கரையுடன் தொடர்புள்ள பின்னிலப்பகுதியையும் இணைத்து ஆய்வு மேற்கொள்ளவேண்டும் என்பது போன்ற வாதத்தைக் காணமுடிகிறது. பார்க்க,* Sanjay Subrahmanyam, 'Book Reviews', Modern Asian Studies, vol. 22, no. 1, pp. 179-88.

19. Bhaskarjyothi Basu, 'The Central Coromandel in the Eighteenth Century'. Unpublished Ph.D. dissertation, Visva-Bharati, 1989.

20. P. Swarnalatha, The World of the Weaver in the Northern Coromandel, Circa 1750-1850, Hyderabad, 2005; Lalitha Iyer, 'Trade and Finance on the Coromandel Coast, 1757-1853', Ph.D. dissertation, University of Hyderabad, 1993.

21. Review of the book 'The Coromandel Coast and its Hinterland' by David Ludden, in The Journal of the American Oriental Society, vol. 123, no. 1, 2003, pp. 263-4.

22. S. Jeyaseela Stephen, The Coromandel Coast, *முன்னர் சுட்டிய நூல்*, p. 159
23. Archives des Affaires Etrangers, Paris, Indes Orientales, no. 12, 'Explication de la Carte Geographique de la Cote du Coromandel-Memoire, January 1763'.
24. British Museum, London, Additional Manuscripts, no. 22842, fl. 31.
25. Nationaal Archief, Den Haag (hereafter NA), Overgekomen Brieven en Papieren (hereafter OBP), Vereenigde Oost-Indische Compagnie (hereafter VOC), 1370, fls. 635-6 (September 1682); Arvind Sinha, The Politics of Trade: Anglo-French Commerce on the Coromandel Coast, 1763-1793, Delhi, 2002. *1665இல் ஔரங்சீப் மசூலிப்பட்டினத்தில் கையோவியம் தீட்டப்பட்ட அச்சடிப்புச்சீலையைப் பயன்படுத்தினார். தனியார் கூடாரங்கள் மசூலிப்பட்டினத்தில் உற்பத்தி செய்யப்பட்ட உயர்ந்த நூற்றுக்கும் மேற்பட்ட பூக்களின் வடிவங்கள் வரையப்பட்ட வண்ண அச்சடிப்புச்சீலைகள் இருந்ததாக பெர்னியர் கூறுகிறார். பார்க்க*, Bernier, Travels in the Moghul Empire, 1656-1668, tr. A. Constable, 2nd edn, Delhi, 1992, pp. 361-2.
26. Thomas Bowrey, A Geographical Account of the Countries around the Bay of Bengal, 1669-1679, ed. Sir Richard Temple, Cambridge, 1905.
27. P. Swarnalatha, The World of the Weaver, *முன்னர் சுட்டிய நூல், பார்க்க அட்டவணைகள் 1.1-1.4*, pp. 194-204. *மேலும் பார்க்க*, H. Dodwell, Diary and Consultation Book, 1679-80, Madras, 1911, vol. III, p. 100. *காயல், தூத்துக்குடி, குலசேகரப்பட்டினம் ஆகிய துறைமுகங்கள் திராவிட நாட்டில் அமைந்ததாக ஆனந்தரங்கப்பிள்ளையின் 4 செப்தம்பர் 1746ஆம் நாட்குறிப்பு குறிப்பிடுகிறது. பார்க்க* Frederick Price and Rangachari, The Private Diary of Ananda Ranga Pillai, 12 vols., repr., Delhi, 1980 (hereafter ARP Diary), vol. n. p. 270.
28. Francis White Ellis, Replies to the Seventeen Questions Prepared by the Government of Fort St. George Relative to Mirasi Right with Two Appendices Elucidatory to the Subject, Madras, 1818, Appendix V; *மேலும் பார்க்க* letter of 17 April 1814 from Government of Madras to Board of Revenue in F.W. Ellis, *முன்னர் சுட்டிய நூல்*, Appendix V
29. Vijaya Ramaswamy, Notes on the Textile, *முன்னர் சுட்டியது*, pp. 229-30. *செங்குத்துத் தறி என எண்ணத்தோன்றும் குறிப்பாக அதர்வண வேதத்தில் காணப்படுவதைக் குறிப்பிடுகிறார்: 'ஒருவர் நெய்கிறார், கட்டுகிறார்; ஒருவர் அதை நிலையாகத் தாங்குகிறார், அவர்கள் பாட்டில் தறி முன்னும்பின்னும் இயங்குகிறது'.*
30. K.N. Chaudhuri, Asia Before Europe: Economy and Civilization of the Indian Ocean from the Rise of Islam to 1750, Cambridge, 1990, pp. 315-16. *மேலும் விவரங்களைக் காண* Irfan Habib, 'Notes on Indian Textile Industry in the Seventeenth Century', Prof. S. C. Sarkar Felicitation Volume, New Delhi, 1976, pp. 181-92.
31. Vijaya Ramaswamy, Notes on the Textile, *முன்னர் சுட்டியது*, p. 232. Joseph Needham opines that the technology for cotton ginning as well as the bow string instrument originated in India; *பார்க்க*, Joseph Needham, Science and Civilization in China, 7 vols., Cambridge, 1954-2004, *பார்க்க* vol. IV; pt. 9, ed. Dieter Kuhn, Textile Technology: Spinning and Reeling, Cambridge, 1986, p. 122. *சில இடங்களில் பழைய முறையில் பஞ்சு தடியால் தட்டப்படுகிறது.*

பஞ்சரைத்த பின்னர் பஞ்சுக் குவியல்கள் நூலாக நூற்கும் வகையில் சிறு உருளைகளாக கையால் சுருட்டி வைக்கப்படும். அடுத்து சுருட்டிவைக்கப்படும் பஞ்சை நூலாக நூற்பது நடைபெறுகிறது. நூற்கும் ராட்டை இந்தியாவில் 13ஆம் நூற்றாண்டில் அறிமுகப்படுத்தப்பட்டது. மரத்தாலான ராட்டை இந்தியாவில் தோன்றியிருக்கலாம் என இர்ஃபான் ஹபீப் கருத்துரைக்கிறார்.

32. Epigraphia Indica, Calcutta/Delhi, 1892 (இனி EI), vol. IV; pp. 137-78.

33. South Indian Inscriptions, 23 vols., Madras, 1890-1979 (இனி SII), vol. I, p. 155.

34. EI, vol. XVIII, p. 177.

35. என்.சுப்ரமணியம், பல்லவர் செப்பேடுகள் முப்பது, சென்னை, 1967, ப.167

36. ARE, 318 of 1909; SII, vol. II, pt. V; no. 98 (AD 852); SII, vol. XII, no. 36 (AD 890); EI, vol. VIII, pp. 49-53.

37. C. Minakshi, Administration and Social Life under the Pallavas, Madras, 1938, p. 97; என்.சுப்ரமணியம், பல்லவர் செப்பேடுகள் முப்பது, முன்னர் சுட்டிய நூல், p. 333.

38. Travancore Archaeological Series, 9 vols., Madras, 1910-41 (இனி TAS), vol. I, pp. 162-4

39. SII, vol. I, no. 64

40. ARE, 471 of 1920

41. மேலது., 228 of 1910.

42. மேலது., 508 of 1922.

43. SII, vol. III, no. 128, p. 269.

44. மேலது., vol. XIX, no. 414 (AD 928); K.R. Srinivasa Aiyar, Inscriptions of the Pudukottai State, 2 pts. Madras, 1929 (hereafter IPS), no. 63.

45. தறி அக்கம் என்னும் சொல் பின்வரும் கல்வெட்டுகளில் காணப்பெறுகிறது SII, vol. XIII, no. 151 (AD 961). தறிப் புடவை என்னும் சொல் பின்வரும் கல்வெட்டுகளில் காணப்பெறுகிறது EI, vol. XV, p.5 (AD 960); SII, vol. XIX, no. 344c (AD 974); SII, vol. III, no. 151 (AD 977); SII, vol. XIX, no. 357 (AD 984); EI, vol. xxii, no. 34 (AD 1007); SII, vol. v, no. 976 (AD 1066).

46. தறிப் புடவை என்னும் சொல் பின்வரும் கல்வெட்டுகளில் காணப்பெறுகிறது EI, vol. XXI, no. 38 (AD 1069); SII, vol. III, no. 57 (AD 1070); SII, vol. VIII, no. 4 (AD 1070).

47. SII, vol. III, nos. 73 and 205; TAS, vol. I, p. 224; TAS, vol.VI, pp. 14-17; SII, vol. VIII, nos. 80, 85, 87 and 128; SII, vol. XlV, no. 194; SII, vol. XVII, no. 180.

48. SII, vol. III, no. 205 (AD 1018); SII, vol. VIII, no. 68 (AD 1039); TAS, vol. I, pt. 8, pp. 164-7 (AD 1057); SII, vol. VII, no. 467 (AD 1068); SII, vol. XlV, no. 194 (AD 1073); TAS, vol. I, p. 244; TAS, vol.VI, pp. 14--17 (AD 1100); SII, vol. VIII, no. 319 (AD 1145); SII, vol. VIII, no. 320 (AD 1146); SII, vol. VI, no. 456 (AD 1168); SII, vol. VII, no. 120 (AD 1035); SII, vol. VII, no. 1011 (AD 1187); SII, vol. VII, no. 117 (AD 1191); SII, vol. VII, no. 454 (AD 1193); SII, vol. VIII, no. 123 (AD 1195); SII, vol. XVII, no. 180 (AD 1198); SII, vol. VIII, nos. 128, 149 (AD 1205); SII, vol. VII, no. 103 (AD 1211); SII, vol. V, no. 477 (AD 1213); SII, vol. VIII B, no. 148 (AD 1213); SII, vol. VII, no. 448 (AD 1218); T.N. Subramanian, South Indian Temple Inscriptions, 3 vols., Madras, 1953-7 (hereafter SITI), no. 74

(AD 1226); SII, vol.VIII, no. 80 (AD 1233); SII, vol. I, no. 59 (AD 1238); SII, vol. I, nos. 61, 62 (AD 1239); SII, vol. VIII, no. 87 (AD 1240); SII, vol. VIII, no. 85 (AD 1246); SII, vol. VIII, no. 110 (AD 1250); SII, vol. VII, no. 448 (AD 1251); SII, vol. I, no. 78 (AD 1258).

49. SII, vol. XIII, no. 151; SII, vol. III, nos. 73, 61, 205, 319, 320; SII, vol. I, no. 64; EI, vol. X, p. 101.
50. ARE, 260 of 1940-1. இவ்வரி 'பஞ்சு பீலி' என அழைக்கப்பட்டது
51. மேலது., 208 of 1919.
52. SII, vol. I, no. 64.
53. மேலது., vol. II, no. 98.
54. ARE, 421 of 1904; SII, vol. XVII, no. 452, vol. IX, no. 414; IPS, no. 63.
55. SII, vol. II, no. 66.
56. ARE, 1916, முன்னுரையில் காண்க.
57. மேலது., 208 of 1919.
58. SII, vol. I, no. 64.
59. ARE, 260 of 1940-1.
60. மேலது., 208 of 1919.
61. மேலது., 471 of 1920.
62. மேலது., 204 of 1968.
63. மேலது., 204 of 1968.
64. EI, vol. X, p. 117.
65. SII, vol. I, no. 40.
66. ARE, 308 of 1913; SII, vol. XII, no. 154.
67. மேலது., 136 of 1912.
68. மேலது., 308 of 1913; SII, vol. XII, no. 154.
69. மேலது., 471 of 1920.
70. மேலது., 21 of 1921, 471 of 1920.
71. SII, vol. I, no. 64.
72. Jan Wisseman Christie, 'The Medieval Tamil-Language Inscriptions in South-East Asia and China' ,Journal of South East Asian Studies (hereafter JSEAS) , vol. 29, no. 2, September 1998, pp. 239-68; பார்க்க pp. 243-4, 258-9.
73. Hugh R. Clark, 'Muslims and Hindus in the Culture and Morphology of Quanzhou from the Tenth to the Thirteenth Century', Journal of World History (hereafter JWH), vol. 6, no. 1, Spring 1995, pp. 49-74; பார்க்க p. 63.
74. F. Hirth and WW Rockhill, Chau-Ju-Kua: His Work on the Chinese and Arab Trade in the Twelfth and Thirteenth Centuries, entitled Chu-Fan-Chi, St. Petersburg, 1911; Tan Sen, 'Maritime Relations between China and the Chola Kingdom, AD 850-1279', in Mariners, Merchants and Oceans, ed. K.S. Mathew, New Delhi, 1995, pp. 25-41.

75. A.C. Moule and P. Pelliot, eds., Marco Polo, The Description of the World, London, 1938. மார்கோபோலோ இண்டிகோ எனப்படும் இந்தியச் சாயத்தொழில் குறித்து இவ்வாறு கூறுகிறார்; ஒரு சில தாவர வகைகளின் வேர்பகுதிகள் நீக்கப்பட்டு பெரிய கலத்தில் இட்டு தண்ணீரில் அழுகிப்போகும் வரை ஊறவைக்கப்படுகிறது. இந்நீரை சூரிய ஒளியில் கொதிக்கவைத்து காயவைக்கப்படும்போது நாம் காணும் சாயம் கிடைக்கிறது'.

76. Hara Prasad Ray, 'Trade between South India and China, 1368-1644', in Commerce and Culture in the Bay of Bengal, 1500-1800, eds. Denys Lombard and Om Prakash, Delhi, 1999, p. 42. மேலும் பார்க்க, H.P. Ray, Trade and Diplomacy between India and China: A Study of Bengal during the Fifteenth Century, Delhi, 1993, p. 130.

77. ARE, 300 of 1909.

78. SII, vol. XXIV, no. 193 (AD 1193); SII, vol. XXIV, no. 223 (AD 1250); IPS, no. 366 (AD 1253); IPS, no. 393 (AD 1255); ARE, 28 of 1937-8 (AD 1258); SII, vol. XXIV, no. 226 (AD 1260); IPS, no. 395 (AD 1262); IPS, no. 402 (AD 1266); IPS, no. 403 (AD 1273); ARE, 77 of 1938-9 (AD 1278); ARE, 171 of 1938-9 (AD 1280); IPS, no. 409 (AD 1288); SII, vol. XXIV, no. 227 (AD 1291); IPS, no. 416 (AD 1293); IPS, no. 424 (AD 1300); SII, vol. XXIV, no. 278 (AD 1301); IPS, no. 472 (AD 1305); IPS, no. 453 (AD 1312); ARE, 281 of 1964-5 (AD 1317); IPS, no. 486 (AD 1319); IPS, no. 530 (AD 1322); IPS, no. 559 (AD 1331); IPS, no. 578 (AD 1350); IPS, no. 584 (AD 1351).

79. IPS, no. 632 (AD 1190); IPS, no. 632 (AD 1191).

80. ARE, 28 of 1937-8 (AD 1250); IPS, no. 364 (AD 1254); IPS, no. 366 (AD 1255); SII, vol. XXIV, no. 221 (AD 1258); IPS, no. 393 (AD 1262); SII, vol. XXIV, no. 226 (AD 1266); IPS, no. 421 (AD 1271); ARE, 171 of 1938-9 (AD 1274); IPS, no. 424 (AD 1278); IPS, no. 486 (AD 1280); SII, vol. XXIV, no. 227 (AD 1283); ARE 177 of 1938-9 (AD 1285); ARE, 183 of 1938-9 (AD 1289); IPS, no. 559 (AD 1290); IPS, no. 572 (AD 1293); IPS, no. 578 (AD 1296); SII, vol. XXIV, no. 228 (AD 1301); ARE, 192 of 1938-9 (AD 1304); ARE, 383 of 1939-40 (AD 1305); ARE, 222 of 1943-4 (AD 1312); IPS, no. 584 (AD 1317); IPS, no. 588 (AD 1320); ARE, 9 of 1913 (AD 1321); ARE, 31 of 1913 (AD 1322); ARE, 38 of 1913 (AD 1323); IPS, no. 589 (AD 1351).

81. ARE, 248 of 1941.

82. மேலது., 269 of 1913, 132 of 1919,248 of 1916, 217 of 1934-5,238 of 1925,544 of 1916, 633 of 1916, 635 of 1916; SII, vol. VII, no. 163.

83. மேலது., 204 of 1967-8,98 of 1915, 438 of 1913, 194 of 1910.

84. மேலது., 35 of 1933-4, 70 of 1934-5, 141 of 1941-2, 201 of 1932-3, 289 of 1939-40.

85. மேலது., 499 of 1926, 228 of 1902, 194 of 1923.

86. IPS, no. 372; SII, vol. VII, no. 477, vol. VII, no. 442; ARE, 507 of 1958-9; SII, vol. XXVI, p. 341; ARE, 312 of 1916,454 of 1916-17, 310 of 1916--17; SII, vol. III, pt. II, no. 73; Vijaya Ramaswamy, Textiles and Weavers in Medieval South India, Delhi, 1985, p. 12.

87. ARE, 58 of 1926.

88. மேலது., 499 of 1926.

நெசவாளர்களும் துணிவணிகர்களும் / 43

89. மேலது., 286 of 1910,59 of 1933-4, 298 of 1910,142 of 1921.
90. மேலது., 1914, para 21.
91. மேலது., 141 of 1941-2, 269 of 1913.
92. மேலது., 111 of 1939-40.
93. மேலது., 79 of 1943-4.
94. IPS, no. 486, no. 274.
95. ARE, 35 of 1933-4.
96. Local Records, no. 6, p. 324 ff. cited in K.R. Sarojini Devi, 'Profession Taxes in the Vijayanagar Empire, AD 1336-1565', Proceedings of the South Indian History Congress, vol. VII, Madurai, 1987, pp. 142-3.
97. ARE, 88 of 1915 (AD 1253).
98. Vilavatti plates, p. 303 cited in Chitra Madhavan, History and Culture of Tamilnadu, Delhi, 2005, p. 116.
99. Fernão Nuniz, 'Chronicle of Fernão Nuniz', in Vijayanagar Empire, ed.Vasundhara Filliozat, New Delhi, 1980.
100. SII, vol. XVI, nos. 208, 128 and 305.
101. EI, vol. VI, p. 232.
102. A. Appadurai, Economic Conditions in Southern India, Madras, 1936, p. 739.
103. Madras Epigraphical Report, 1923, Madras, no. 74.
104. மேலது., 1911, para 51.
105. மேலது., 1925, para 44.
106. Local Records, no. 41, pp. 22-3 cited in K.R. Sarojini Devi, Profession Taxes, முன்னர் சுட்டியது.
107. ARE, 57 of 1932-3.
108. மேலது., 237 of 1941-2.
109. மேலது., 346 of 1923-4.
110. மேலது., 308 of 1912-13.
111. மேலது., 173 of 1932-3.
112. மேலது., 170 of 1933-4.
113. மேலது., 173 of 1932-3.
114. Nagolu Krishna Reddy, Social History of Andhra Pradesh, Seventh to Thirteenth Century, Delhi, 1991, pp. 202-3.
115. S. Gururajachar, Some Aspects of Economic and Social Life in Karnataka, 1000-1300, Mysore, 1974, p. 69.
116. Moti Chandra, Costumes, Textiles, Cosmetics and Coiffure in Ancient and Medieval India, Delhi, 1973.
117. Ruth Barnes, Stephen Cohen, and Rose Mary Crill, Indian Textiles from the Tapi Collection, Mumbai, 2002; Robyn Maxwell, Textiles of South-East Asia: Tradition, Trade and Transformation, Sydney, 1990; Jane Purannada, Through the Thread of

Time: South-East Asia Textiles, Bangkok, 2004; Warming Wanda and Gaworski Michael, The World of Indonesian Textiles, London, 1981.

118. Mattiebelle Gittinger, Master Dyers to the World, Washington DC, 1982. ஆசிய நெசவுத்தொழிலில் இந்திய நெசவுத்தொழில் மரபுடனான தென்கிழக்காசியாவின் இரு மரபுகளை உள்ளடக்கிய மூன்று மரபு உறவுகளின் சிறப்பை அவர் ஆய்வு செய்துள்ளார். மேலும் பார்க்க, Mattiebelle Gittinger and Lefferts, eds., Textiles and the Thai Experience in South-East Asia, 1992; Splendid Symbols: Textiles and Traditions in Indonesia, Washington DC, 1979. Brigitta Hauser-Schaublin et al., Balinese Textiles, London, 1991; Michael Hitchcock, Indonesian Textiles, London, 1991; Gillian Green, Traditional Textiles of Cambodia: Cultural Threads and Material Heritage, Bangkok, 2003.

119. Rosemary Crill, Chintz: Indian Textile for the West, London, 2008; Rosemary Crill, Indian Ikat Textiles, New York, 1998; Fiona Kerlogue, Batik: Design, Style and History, London, 2004; John Guy, Woven Cargoes, Indian Textiles in the East, London, 1998; Susan Conway, Thai Textiles, London, 1992. விக்டோரியா ஆல்பர்ட் அருங்காட்சியகத்திலுள்ள சில துணிகளின் மாதிரியை இங்குக் கூறியாக வேண்டும். தாய்லாந்து சந்தைக்காக சோழமண்டலப் பகுதியில் உற்பத்திசெய்யப்பட்ட 'பணோம்' என்று தாய் மொழியில் வழங்கப்பட்ட பெண்டிராடையில் தங்கத்தால் அலங்கரிக்கப்பட்ட விண்ணவர்படம் உள்ளது. இத்துணியில் எரிசோடா சாயமேற்றி, தேய்வெதிர்ப்பு சாயமிடப்பட்டு, வண்ணமிடப்பட்டு, அச்சடிக்கப்பட்டுள்ளது. Victoria and Albert Museum, IS-53-1991. பூக்கள் கொடியில் படர்ந்தார் போன்ற வடிவம் தங்கமுலாம் கொண்டு அழகுபடுத்தப்பட்ட பா கியான் தோங் என்று தாய்லாந்து நாட்டில் வழங்கப்பட்ட பெண்டிராடை மேலும் ஒன்றுள்ளது. இப்பருத்தித் துணி எரிசோடா சாயமேற்றி, தேய்வெதிர்ப்பு சாயமிடப்பட்டு, தங்கமுலாம் பூசப்பட்டு, அச்சடிக்கப்பட்டுள்ளது. Victoria & Albert Museum, IS-37-1991. 'பா கியாலூ' என்றழைக்கபட்ட 'கிண்ணாரி' வடிவத்தில் அழகுபடுத்தப்பட்ட அலங்காரத் துணி ஒன்றில் விண்ணவர்படம் நீலச்சாயத்தின் பின்புலத்தில் காணப்படுகிறது. Victoria & Albert Museum, IS-31-2002. *19*ஆம் நூற்றாண்டைச் சார்ந்த தமிழகத்துணிகள் குறித்த ஓவியங்களில் காணமுடிகிறது. சேலை தமிழ்ப் பெண்களின் அன்றாட உடை. *1830*ஆம் ஆண்டு தஞ்சாவூரில் வரையப்பட்ட நீர்வண்ண ஓவியப் படத்தொகுதி ஒன்றில் ஒரு குயவரின் மனைவி அணிந்திருக்கும் 'கடரி' என்று தமிழில் வழங்கப்பட இக்கத் வகை சார்ந்த ஓரங்களில் குறுகிய அமைப்புடன் கூடிய சேலையைக் காணமுடிகிறது. Victoria & Albert Museum, Water Colour Album, IS-39-1987, fl. 18. மேலும் ஒரு நீர்வண்ணப்படத்தில் இருபெண்கள் அணிந்திருக்கும் மேலாடை கோடிட்ட 'மஸ்ரூ' என்ற பருத்தித்துணியில் பட்டுநூலினால் ஓரங்கள் நூற்பட்ட துணி காட்சியளிக்கிறது. இரு இசைக்கலைஞர்கள் கோடிட்ட 'மஸ்ரூ' துணியைக் கீழாடையாக உடுத்திருப்பதும் சாதாரண கோடிட்ட உடைகளை மேலும் ஏழுபேர் உடுத்திருப்பதும் காட்டப்பட்டுள்ளது. அவர்கள் சென்னை குட்டைத்துணிகளை தலைப்பாகையாகவும் தோள் துண்டும் அணிந்துள்ளனர். Victoria & Albert Museum, Album, IS-39-1987, fl. 24. இராமநாதபுரம் சேதுபதி அரசர்களின் அரண்மனையான இராமலிங்க விலாசத்திலுள்ள கி.பி. *1720*ஆம் ஆண்டைச் சார்ந்த ஓவியத்தில் காணப்பெறும் பெண்ணின் சேலையில் வண்ணத் தொகுதிகளுடன்கூடிய படிபடியான ஓரப்பகுதிகளைக் காணும்போது 'இக்கத்' வகை வடிவங்கள் பயன்படுத்தப்பட்டதை அறியமுடிகிறது. ஃபிரெஞ்சு இந்திய நிறுவனம் பாண்டிச்சேரியிலுள்ள ஒரு சுவரோவிய நிழற்படம்.

120. Tirthankar Roy, ed., Cloth and Commerce, Textiles in Colonial India, New Delhi, 1996; Giorgio Riello and Prasannan Parthasarathi, eds., The Spinning World: A Global History of Cotton Textiles, 1200-1850, Oxford, 2009.

121. Vijaya Ramaswamy, 'The Genesis and Historical Role of the Master Weavers in South Indian Textile Production', JESHO, vol. XXVIII, 1985, pp. 294-325.

122. Kankalatha Mukund, The Trading World of the Tamil Merchant: Evolution of Merchant Capitalism in the Coromandel, Hyderabad, 1999.

123. பார்க்க நூல்திறனாய்வு S. Jeyaseela Stephen, of The Trading World of the Tamil Merchant: Evolution of Merchant Capitalism in Coromandel, in Indian Historical Studies, vol. 3, no. 1, October 2006, p. 123.

124. S. Jeyaseela Stephen, The Coromandel Coast and its Hinterland: Economy, Society and Political System, 1500-1600, New Delhi, 1997.

125. Jerome Joseph Brennig, The Textile Trade of Northern Coromandel: A Study of a Pre-Modern Asian Export Industry, Unpublished Ph.D. dissertation, University of Wisconsin, 1975.

126. K.N. Chaudhuri, The Trading World of Asia and the English East India Company, 1600-1760, Cambridge, 1978; K.N. Chaudhuri, Asia Before Europe: Economy and Civilization of the Indian Ocean from the Rise of Islam to 1750, Cambridge, 1990; Tapan Raychaudhuri, Jan Company in Coromandel, The Hague, 1962; Philippe Haudrere, La Compagnie Française des Indes au XVIIIe Siècle, Paris, 1989; Catherine Manning, Fortunes a Faire, The French in Asian Trade, 1719-48, London, 1996; Wilbert Harold Dagleisch, The Company of the Indies in the Days of Dupleix, Easton, 1933; Henry Weber, La Compagnie Française des Indes, 1604--1875, Paris, 1904; Arvind Sinha, The Politics of Trade: Anglo-French Commerce on the Coromandel Coast, 1763-1793, Delhi, 2002.

127. Sanjay Subrahmanyam, The Political Economy of Commerce, Southern India, 1500-1650, London, 1990.

128. Prasannan Parthasarathi, The Transition to a Colonial Economy: Weavers, Merchants and Kings in South India, 1720-1800, Cambridge, 2001, p. 12.

2
கி.பி. 1502-1641 ஆண்டுகளில் தமிழகக் கடற்கரைப் பகுதியிலிருந்து மலேயக் குடா, இந்தோனேசியா தீவுக்கூட்டப் பகுதிகளுக்குப் போர்த்துக்கீசியர் நிகழ்த்திய துணி வணிகம்

16ஆம் நூற்றாண்டில் விஜயநகரக் காலத்தில் இந்தியாவில் தமிழகக் கடற்கரைப் பகுதிகளிலும் அதைச்சார்ந்த பின்னிலப் பகுதிகளிலும் துணி உற்பத்தி விரிவடைந்திருந்தது ஏற்கெனவே சொல்லப்பட்டுள்ளது.[1] இவ்விரிவாக்கம் குறிப்பாக தஞ்சாவூர், திருச்சிராப்பள்ளி பகுதிகளில் அறியப்படவில்லை. காவிரியின் கழிமுகப்பகுதி வேளாண்மைக்குச் சிறப்பிடம் அளிக்கப்பட்ட பகுதி என்பதால் நெசவுத்தொழிலுக்குச் சிறப்பிடம் அளிக்கப்படவில்லை எனக் காரணம் சொல்லப்படுகிறது.[2] இக்காரணத்தை ஏற்றுக் கொள்வதில் இடர்பாடு உள்ளது. ஏனென்றால் திருப்புல்லனம், தில்லைஸ்தானம், கோனேரிராஜபுரம், திருவிடைமருதூர், அச்சுதமங்கலம், திரிப்பத்த வேலூர், நத்தமாங்குடி, கண்டராதித்யம், காமரசவல்லி, கங்கை கொண்ட சோழபுரம், திருவைகாவூர், திருவலஞ்சுலி, திருவெண்காடு, திருநெய்தானம், திருக்கண்ணபுரம், தஞ்சாவூர், கபிஸ்தலம், வேதாரண்யம் போன்ற ஊர்களில் காணப்படும் கல்வெட்டுகள் வழி இப்பகுதிகளில் அக்காலத்தில் நெசவுத்தொழில் வளர்ச்சியடைந்திருந்ததை அறியமுடிகிறது.[3] சோழமண்டலக் கடற்கரையில் தமிழகப்பகுதியில் பேரளவில் துணிஉற்பத்தி செய்யப்பெற்றதைப் போன்று குஜராத், வங்காளப்பகுதியிலும் துணி உற்பத்தி சிறந்து விளங்கியுள்ளது.

நெசவு மையங்கள்

விஜயா ராமசாமி, நெசவுத்தொழில் வரலாறு குறித்த தமது ஆய்வில், 11-15ஆம் நூற்றாண்டுகளில் தமிழகப்பகுதிகளில் இருந்த 74 நெசவு மையங்களை அட்டவணைப் படுத்தியுள்ளார்.[4] இக்காலத்தைத் தொடர்ந்து 16ஆம் நூற்றாண்டிலும் திருவெண்ணெய்நல்லூர், ஸ்ரீமுஷ்ணம், காஞ்சிபுரம், அன்னியூர், திருச்செங்காட்டான்குடி, ஓமலூர்,

திருப்பனங்காடு, திருச்செங்கோடு, இறைவாச நல்லூர் போன்ற இடங்களில் நெசவு மையங்கள் வளர்ந்து, சிறந்து விளங்கின.[5]

தெற்கு, தென்கிழக்காசிய நாடுகளில் துணி வணிகம் புரிந்த போர்த்துக்கீசியர்கள் ஏற்றுமதி செய்யும் வகையில் கி.பி.1512ஆம் ஆண்டில் சோழமண்டலத்தில்[6] புதிய நெசவுமையத் தொகுதிகள் முளைத்தன. நாயக்க மன்னர்கள் வனப்பகுதிகளைச் சீர்படுத்தி கைகோளர்களைக் குடியமர்த்தி ஒன்று முதல் ஆறாண்டுகளுக்கு வரி விலக்கு அளித்து நெசவுத்தொழிலை ஊக்கப்படுத்தினர்.[7] 16ஆம் நூற்றாண்டளவில் கூனிமேடு துறைமுகத்தின் பின்னிலப்பகுதியான நடுவக்கரை, நென்மேலி ஆகிய இடங்களில் நெசவாளர்களின் புதிய குடியிருப்புகள் ஏற்படுத்தப்பட்டன.[8]

கோயில்களின் ஆதரவினால் கைகோளர்கள் கோவிலருகேயுள்ள நெசவுமையங்களில் குடியேறத் தலைப்பட்டனர். கோயில்களின் கட்டுப்பாட்டிலிருந்த நிலப்பகுதிகள் கைகோளர்களுக்கு அளிக்கப் பெற்று சில உரிமைகளும் அளிக்கப்பட்டதால் அப்பகுதியில் குடியேற கைகோளர்கள் ஈர்க்கப்பட்டனர்.[9] அச்சுதராயர் காலத்தில் (கி.பி.1532-1542) பெருமுக்கல் பகுதி நாயக்கரால், மாங்காட்டில் 'திருமடை விளாகம்' தோற்றுவிக்க நிலமளிக்கப்பட்டது.[10] 'திருமடைவிளாகம்' என்பது கோயில் சதுக்கம் என்ற பொருளளித்தாலும் விரிவான பார்வையில் நெசவாளர்கள் குடியிருக்கும் கோயிலைச் சுற்றியுள்ள கோயிலுக்குச் சொந்தமான இடமாகும். இதன் தெருக்கள் அகலமாகவும் தறிகள் நிறைந்தும் இருந்தமையால் இத்தெருக்கள் 'பெருந்தெரு' என அழைக்கப்பட்டன.[11] கோயிலைச் சுற்றியிருந்த நெசவாளர்களால் கோயில் வருமானம் பெருகியதுடன் கோயிலின் சுற்றுப்புறங்களைத் தலைமை மையத்துடன் இணைக்கும் பாலமாக நெசவுத்தொழில் விளங்கியது. பெண்ணாடம், நெற்குன்றம், தேவனூர், எடையனூர், புலிப்பரக்கோயில், திருவதிகை, திருவொட்டியூர், அன்னியூர், தெள்ளாறு, ஸ்ரீபெரும்புதூர், ஸ்ரீமுஷ்ணம், ஆத்தூர் ஆகிய ஊர்களில் காணப்படும் கல்வெட்டுகள் மடைவிளாகத்தில் நெசவாளர்கள் குடியிருந்ததைத் தெரிவிக்கின்றன.[12]

நெசவாளர்களுக்குக் கோயில்களின் வழி அளிக்கப்பட்ட உரிமைகள் இடத்திற்கிடம் வேறுபட்டிருந்தது.[13] சிலர் கோயில் நிலங்களைப் பராமரிக்க உரிமை பெற்றிருந்தனர்.[14] இதர சிலர் கோயிலுக்குத் துணி வழங்கவேண்டும் என்ற நிபந்தனையுடன் குடியிருப்புகளைக் கட்டிக்கொள்ள நிலமளிக்கப்பட்டது. மடை விளாகத்தில் குடியிருந்த நெசவாளர்கள் கோயிலுக்குக் கொடை

யளித்து உள்ளனர். மானம்பாடியைச் சார்ந்த நெசவாளர்கள், கோயிலுக்கு அளிக்கவேண்டிய 'படிந்த காணிக்கை' என்னும் கொடையை அளிக்குமாறு கோயில் மேற்பார்வையாளர் திருமலை குதும்ப தத்தாசாரி கேட்டுக்கொண்டதாகத் திருமலைநம்பியின் ஆணை குறிப்பிடுகிறது.[15] 1574ஆம் ஆண்டில் திருவண்ணாமலைக் கோயிலின் ஸ்தானத்தார் (கோயில் பூசைப் பொறுப்புடையவர்), ஒற்றைக் கைத்தறியில் கிடைக்கும் வருமானத்தின் ஒரு பகுதியை ஆனந்தப் பிள்ளையார் கோயிலுக்கும் இரட்டைக் கைத்தறியில் கிடைக்கும் வருமானத்தைக் கோயில் நந்தவனத்தைப் பராமரிக்கவும் அங்கிருந்த நெசவாளர்கள் அளிக்க வேண்டுமெனக் கேட்டுக்கொண்டுள்ளார்.[16] இக்கல்வெட்டுச் செய்திகளைக் கொண்டு கோயிலருகே நெசவாளர்கள் குடியிருப்பிருந்தமையால் கோயிலின் வருமானம் பெருகியது என்பது தெளிவாகிறது.

துணி வகைகள்

தமிழகத்தில் பல வகையான சாயல்வேலைத் துணிகள் உற்பத்தி செய்யப்பட்டன. உற்பத்தி செய்யுமிடத்தைப் பொறுத்து இத்துணி வகைகள் வேறுபட்டதோடு அவற்றின் பெயர்கள், உற்பத்தி செய்யப்படும் இடம் அல்லது நூற்கும் இடத்தைக் கொண்டதாக அமைந்தன. மிதமான வகை பருத்தித் துணிகளை போர்த்துக்கீசியர்கள் 'பணோ' என்றழைத்தனர். பணோ என்பது ஒரு பாவாடை அளவைக் கொண்டது என்னும் பொருளாகும். இவை நூல் எண்ணிக்கை, அச்சடிப்பு, கோடிடுதல், இயல்பான, புள்ளிகளுடன் கூடிய பல சாயல்வேலைகளில் வேறுபட்ட அளவுகளில் அமைந்திருந்தன.

போர்த்துக்கீசியர் வருகைக்கு முன்பே போர்த்துக்கீசிய மொழியில் 'பிண்டாடோஸ்' என்று அழைக்கப்பட்ட சாயல்வேலைகளுடன் கூடிய துணிகள் சோழமண்டலப் பகுதியில் வணிகச்சிறப்பு பெற்றிருந்தன.[17] இத்துணி உற்பத்திமுறை குறித்து இங்குக் காணலாம். சாயல்வேலைகளுடன் கூடிய இவ்வகை 'பிண்டாடோஸ்' துணிகளில் அச்சடிக்கவும் வண்ணம்பூசவும் முடியும். நெசவிற்குப் பின்னர் சாயமேற்றும்போது சாயல்வேலை செய்யப்பெற்றது.[18] இச்சாயல் வேலைகள் படக்கட்டைகளில் குழிவாவோ, துருத்திக் கொண்டிருக்குமாறோ செய்யப்பட்டிருக்கும். இப்படக்கட்டைகளில் துணி பொருத்தப்பட்டு விளிம்புகள் கூர்முனையால் அழுத்தப்பட்டு நிலக்கரி மாவுள்ள சிறிய பைகளால் மெத்தப்பட்டு சாயல்வேலைகள் செய்யப்படும். அதன் பின்னர் துணிகளில் வண்ணம் பூசப்படும். பிற வண்ணத்துணிகள் படக்கட்டை அச்சடித்தல் முறையில் உற்பத்தி செய்யப்பட்டிருக்கலாம்.

சோழமண்டலப்பகுதியில் உற்பத்தி செய்யப்பட்ட சாயல் வேலைகளுடன் கூடிய அச்சடிப்புச்சீலைகள் பெயர்பெற்று விளங்கின. இது ஆங்கிலத்தில் சின்ட்ஸ் என அழைக்கப்பட்டது. சிட்டா அல்லது புள்ளித் துணி என்னும் வட்டாரச்சொல்லே ஆங்கிலத்தில் சின்ட்ஸ் என வழங்கலாயிற்று. 16ஆம் நூற்றாண்டின் தொடக்கக் காலத்தில் தெலுங்குப்பகுதியில் உற்பத்திசெய்யப்பட்ட அச்சடிப்புச்சீலைகள் மசூலிப்பட்டினம், பெத்தபொலி ஆகிய ஊர்களிலிருந்து பழவேற்காடு, மைலாப்பூரின் சாந்தோம் ஆகிய தமிழகக் கடற்கரைத் துறைமுகங் களுக்குக் கொண்டுவரப்பட்டு, தென்கிழக்காசிய நாடுகளுக்கு ஏற்றுமதி செய்யப்பட்டன. மலாகா, அசெ, பாண்டென் பகுதிகளில் பழவேற் காட்டிலிருந்து ஏற்றுமதி செய்யப்பட்ட, அச்சடிப்புச்சீலைகளுக்கு மிகுந்த வரவேற்பிருந்தது.[19] இந்தோனேசியத் தீவுகள், மலேயக் குடாநாட்டுப் பகுதிகளில் மைலாப்பூரின் சாந்தோமிலிருந்து ஏற்றுமதி செய்யப்பட்ட சாயல்வேலைத் துணிகள் சிறப்புப் பெற்றிருந்தன.[20]

சோழமண்டலப் பகுதியில் உற்பத்திசெய்யப்பட்ட எளியவகைத் துணிகள் காலிக்கோ என்றழைக்கப்பட்டு பல வகைகளில் கிடைத்தன. அதிக நூல் எண்ணிக்கையிலான, மெல்லிய நீளத்துணிகளின் அளவையொத்த எளிய காலிக்கோ துணிகளும் வந்திருந்தன.[21] மொரின் என்று போர்த்துக்கீசிய மொழியில் அழைக்கப்பட்ட நீல காலிக்கோ துணிகளும் (தமிழில் நீலக்கச்சை) ஏற்றுமதி செய்யப்பட்டன.[22] கருநீலச் சாயம் பொதுவாக சாயமேற்றப் பயன்படுத்தப்பட்டது. காலிக்கோ வகைத் துணி உற்பத்தியில் சில வகைத் துணிகளுக்கு வண்ணமேற்றப் பட்டாலும் பொதுவாக துவைத்தல், வெளுத்தல் மட்டுமே மேற் கொள்ளப்பட்டது.[23] மெழுகெதிர்ப்பு வகைக் காலிக்கோ துணி களுக்குப் பழவேற்காடு தொழில் முனையமாகச் செயல்பட்டது.[24] பொதுவாக உற்பத்தி செய்யப்பட்ட 35 கஜம் நீளமுள்ள புடவை சொரசொரப்பான காலிக்கோ துணியிலானது.[25] 12 கஜம் நீளம் கொண்ட சொரசொரப்பான துணிவகை பெருமுடிச் சீலை என வழங்கப்பட்டது. தடிப்பான இத்துணிவகை படகு மற்றும் கப்பல்களுக்குப் பாய்களாகவும் கட்டுகள் கட்டவும் பயன்படுத்தப்பட்டது.[26]

போர்த்துக்கீசிய மொழியில் 'தபிஸ்' என்று வழங்கப்பட்ட மென்துகிலாலான தலைப்பாகை, 'பீத்தில்ஹா' என்று வழங்கப்பட்ட மூடாக்குத்துணி மற்றும் சிவப்பு மென்துகில் போன்ற துணி வகைகள் தமிழகக் கடற்கரைப்பகுதியில் பெயர்பெற்று விளங்கின.[27] பட்டு குறித்த சான்றுகள் கல்வெட்டுகளில் நிரம்பக்கிடைக்கின்றன. பட்டு என்னும் தமிழ்ச்சொல் பட்டுப்புழுவிலிருந்து பெறப்பட்ட நூல் என்பதைக் குறிக்கிறது.[28] 16ஆம் நூற்றாண்டைச் சார்ந்த இத்தாலியப்

பயணி சீசர் ஃபிரெதெரிஸ் பட்டுப்புழுக்கள் தமிழகத்தில் வளர்க்கப் பட்டதையும் பட்டுப்புழுக்கூடுகள் மரத்தில் தொங்கியதையும் தெரிவிக்கிறார்.[29] தேவையான வண்ணச்சாயங்கள் ஏற்றப்பட்டு பூக்களின் படங்கள் நூற்கப்பட்டு ஐந்து அடியிலிருந்து பதிமூன்று அடி அளவுள்ள பட்டுத்துணிகள் உற்பத்தி செய்யப்பட்டன.[30] லின்சோதென் 'சரஸ்' அல்லது 'சாரங்ஸ்' என்னும் துணியில் தங்க, வெள்ளி இழைகள் இடைப்பின்னல்களாகக் காணப்பட்டதைப் பதிவு செய்துள்ளார்.[31] காஞ்சிபுரம், தேவிகாபுரம், நெரும்பூர் ஆகிய ஊர்கள் பட்டுத்துணிகள் உற்பத்தி மையங்களாக விளங்கின. சென்னை அருங்காட்சியகத்திலுள்ள செப்புப் பட்டயம் காஞ்சிபுரம் நெசவுத் தொழிலின் பெருமையைப் பறைசாற்றுகிறது.[32] காஞ்சிபுரத்தில் 1532 முதல் 1586, வரை உற்பத்தி செய்யப்பட்ட 'பட்டுசேலை', 'மஞ்சட்டி சேலை', 'பொன்னெழுத்து சேலை', 'பட்டவலிப்பட்டு', 'சல்லப் பட்டு' போன்ற பட்டுச் சேலை[33] மற்றும் துணிகளைப் 'பட்டு வர்கம்' எனக் கல்வெட்டு குறிப்பிடுகிறது.[34] ஒருபுறம் வேலைப்பாடமைந்த உயரிய பட்டு சேலைவகைகளில் பின்புறம் வேலைப்பாடில்லாமல் இருந்தது.

நெசவுத் தொழில் நுட்பமும் துணிஉற்பத்தியில் அமைப்பு மாற்றங்களும்

பதினைந்தாம் நூற்றாண்டளவில் மக்களிடையே மதிப்புப்பெற்ற 'செங்குந்தர் கும்மி' என்னும் ஒத்திசைவு நாட்டுப்புறப்பாடல், கிடைமட்ட வடிவத்தறி நெசவில் 'புக்கது' என்னும் உருவங்கள் உருவாக்கப்பட்டதைப் பதிவு செய்துள்ளது.[35] கல்வெட்டுகளில் 'கொம்பு தறி',[36] 'சட்டித் தறி'[37] என்ற தறிகள் குறிக்கப்பட்டாலும் தொடர்ந்து அவை எந்த அமைப்புடன் இருந்தன என்பதை அறியமுடிய வில்லை. 16ஆம் நூற்றாண்டில் 'அமைப்புத்தறி' நுட்பத்திலிருந்து 'இழுவைத்தறி' நுட்பத்திற்கு நெசவுத் தொழில்நுட்பம் மாற்றம் பெற்றது.[38] 'சதிரசக்கூடம்', 'அச்சுக்கட்டு' என்னும் சொற்கள் நான்கு மூலைகள் கொண்ட சட்டங்களும் கொத்தான கயிறுகளும் ஒரு குறிப்பிட்ட தறியில் பயன்படுத்தப்பட்டவை என்று விளக்கம் தருவதால் இது இழுவைத்தறியைச் சுட்டுகிறது எனக் கொள்ளலாம்.[39] இவ்வகை இழுவைத்தறிகளில் 60லிருந்து 120 நூல்கள் பயன்படுத்தப் பட்டன என்பதுடன் இவை இசுலாமிய நெசவாளரின் தனியுரிமை பெற்றதாகவும் விளங்கின.[40] துணிகளுக்கான தேவை அதிகரித்ததினால் உற்பத்தியை அதிகரிக்க 16ஆம் நூற்றாண்டில் இசுலாமியச் சமுதாயத்தினர் இவ்வகைத்தறிகளை அறிமுகப்படுத்தியிருக்கலாம்.

வடஆற்காடு, செங்கல்பட்டுப் பகுதிகளில் தேவிகாபுரம், திருப்பனங்காடு, குளத்தூர், மணிமங்கலம் போன்ற இடங்களில் சாயத்தொழில் மையங்கள் இருந்தன.[41] கல்வெட்டில் பட்டடை என்று காணப்படும் சொல் பட்டறையைக் குறிக்கும்.[42] 'ஊர்பட்டடை', 'சில்லரைப் பட்டடை',[43] 'செக்குப் பட்டடை', 'சக்கிலிப் பட்டடை'[44] போன்ற பட்டடைகள் கல்வெட்டுகளில் காணப்படுகின்றன. பல வண்ணங்களை ஏற்ற, அளவில் பெரிய செங்கற்களாலான சாயத்தொட்டிகள் இருந்தன. மியான்மரிலுள்ள பெகு என்னும் பகுதியிலிருந்து வந்த அரக்கு சிவப்பு சாயமேற்றப் பயன்படுத்தப் பட்டதாக போர்த்துக்கீசிய சான்றுகள் தெரிவிக்கின்றன.[45] செவ்வண்ண உள்ளூறு சாயம் மேற்காசியாவிலிருந்து பழவேற்காட்டிற்கு இறக்குமதி செய்யப்பட்டது.[46] சாயச்செடியின் (Oldenlandia umbellata) வேரிலிருந்து தயாரிக்கப்படும் மென்சிவப்புச் சாயம் மிகவும் பயன்பாட்டிலிருந்தது. சாந்தோம், சந்திரகிரி பகுதிகளில் படங்கை மரமும் (Caesalpinia sappan) சாய உற்பத்திக்குப் பயன்படுத்தப்பட்டது.[47]

பதினாறாம் நூற்றாண்டில் முதலாளித்துவக் கூறுகள் தலையெடுக்கத் தொடங்கியதும் நெசவுத் தொழிலமைப்பில் மாற்றங்கள் ஏற்படலாயின.[48] கி.பி. 1525ஆம் ஆண்டில் தலைமை நெசவாளர் ஒருவருக்குப் பத்துத் தறிகளுக்கான பொறுப்பு வழங்கப்பட்டது. கல்வெட்டுகளில் கைகோளப்பிரிவைச் சார்ந்த சமூகத்தின் தலைவரை 'முதலி' என்னும் பின்னொட்டுடன் குறிப்பது, அவர்கள் தொழிலுக்கான (முதல்) மூலதனத்தைக் கொண்டிருந்தனர்[49] என்பதையும் அவர்கள் சமூகத்தில் முக்கிய இடம் வகித்தனர் என்பதையும் காட்டுகிறது. வணிகர்களாக மாறிய நெசவாளர்கள் 'செட்டி', 'நாயக்கர்' என்னும் பின்னொட்டை பெற்றிருந்ததைக் காஞ்சிபுரம், சிதம்பரம் கல்வெட்டுகள் குறிக்கின்றன.[50] கல்வெட்டில் காணப்படும் 'கசாய வர்கத்தார்' என்னும் சொல் கைகோளர்கள் வணிகர்களாகவும் செயல்பட்டனர் என்பதைக் குறிக்கிறது.[51] இச்செயல்பாடுகள் சோழமண்டல நெசவுத்தொழிலில் முதலாளித்துவக் கூறுகள் பதினாறாம் நூற்றாண்டில் வளர்ச்சியுறத் தொடங்கியதைக் காட்டுகின்றன.

சோழமண்டலத்தில் பல கைகோளர்கள் கூட்டாகச் சாயத் தொழில் மையங்களுக்கு உரிமையாளர்களாக இருந்துள்ளனர்.[52] செங்கல்பட்டுப் பகுதியிலுள்ள குளத்தூர் என்னுமிடத்திலுள்ள கல்வெட்டு கைகோள நெசவாளர்களை 'பல பட்டடையார்' என்று குறிப்பதைக் கொண்டு அவர்கள் பல பட்டறைகளுக்கும், சாயத்தொழில் மையங்களுக்கும் உரிமையாளர்களாக இருந்துள்ளனர் என்பதை அறியமுடிகிறது.[53] சாலியர்,[54] பறையர்,[55] சேனியர்[56] போன்ற

பல குழுக்கள் தறிகளுக்கு உரிமையாளர்களாக இருந்துள்ளனர். அதே போன்று வணிகர்களும் தறிகளுக்கு உரிமையாளர்களாக இருந்துள்ளனர்.[57] விஜயநகர காலத்தில் தமிழகப் பகுதியிலிருந்த கோயில்கள் தறிகளுக்கு உரிமைபெற்றிருந்தன என்று சண்முகம் கூறும் கருத்திற்கு நேரடியான கல்வெட்டுச் சான்றுகள் எதுவுமில்லை.[58] ஆனால், சோழமண்டலப் பகுதியில் நெசவுத்தொழில் சிறுதொழிலாகவும், பெருந்தொழிலாகவும் விளங்கியமைக்கான கல்வெட்டுச் சான்றுகளுள்ளன. திருப்பதிக் கல்வெட்டொன்று நெசவாளர்களுக்கு வேலை அளிப்பதன் மூலம் வணிக மூலதனத்திற்கான பெரிய அளவிலான வாய்ப்பிருப்பதாகத் தெரிவிக்கிறது.[59] கி.பி.1538ஆம் ஆண்டு கல்வெட்டொன்று நெசவாளருக்குத் துணி நெய்தமைக்காக கூலி அளித்தமையையும் முழுமையுற்ற துணிகளை விற்றதாகவும் முழுமையுறாத துணிகளை மேலும் முழுமை செய்ய அளித்ததாகவும் தெரிவிக்கிறது. திருப்பதி, காஞ்சிபுரத்திலிருந்த வணிகர்கள் ஒருசில குறிப்பிட்ட வகைத் துணிகளை உற்பத்தி செய்யவேண்டியிருந்தது.[60] இப்பணிக்கு மிகுந்த மூலதனம் தேவைப்பட்டதால் தனி ஒரு நெசவாளரால் இப்பணியை மேற்கொள்ள முடியவில்லை. சந்தை நிலவரம் குறித்த போதிய அறிவு நெசவாளர்களுக்கு இல்லாததால் ஏற்றுமதி நோக்கில் தனியாகத் துணி உற்பத்தி செய்ய முனையவில்லை எனக் கருத இடமுண்டு.[61] இந்நிலையை வணிகர்கள் தங்களுக்குச் சாதகமாகப் பயன்படுத்தி நெசவாளர்களுக்கு மூலப்பொருள்களை அளித்தும் முன்பணம் கொடுத்தும் தங்கள் ஆளுமையைச் செலுத்தத் தொடங்கினர். வணிகர்களின் குறுக்கீடும் உற்பத்தி மற்றும் நெசவாளர்களின் மீதான அவர்களின் ஆளுமையும் 16ஆம் நூற்றாண்டின் நெசவுத் தொழிலில் குறிப்பிடத்தக்க மாற்றமாக விளங்கியது எனலாம். அக்காலத்தில் துணிகளுக்கு மிகப் பெரிய அளவிலான தேவையிருந்ததால் அதை நிறைவு செய்ய வணிகர்கள் முகவர்களாகச் செயல்பட்டனர். இதற்கு வணிகர்கள் போர்த்துக்கீசியரிடம் முன்பணமும் பெற்றிருந்தார்கள்.

திருப்பதிக் கல்வெட்டொன்று தமிழகப்பகுதியிலிருந்த நெசவாளர்கள் மீதான வணிகர்களின் ஆளுமை மிகவும் கடுமையாக இருந்ததைத் தெரிவிக்கிறது. அக்கல்வெட்டு திருப்பதி, காஞ்சிபுரம் பகுதியிலிருந்த அனைத்து ஊர்களிலுமிருந்து நெசவாளர்களில் முற்றுரிமையாக எவரேனும் தறி வைத்திருந்தால் அவர்கள் 12 பொன்வராகன் தண்டத்தொகையாகச் செலுத்தவேண்டும் என்று கட்டளையிடப்பட்டதைத் தெரிவிக்கிறது.[62] துணி உற்பத்தி அமைப்பு குறித்த சான்றுகள் மிகவும் குறைவென்பதால் 16ஆம் நூற்றாண்டளவில் சோழமண்டலப் பகுதியில் முழுமையாக உற்பத்திக்கொணரமைப்பு

ஏற்படவில்லை என்ற தபன் ராய்சவுத்திரியின் கருத்து நோக்குதற்குரிய தாகும்.[63] நெசவாளருக்கு அறிவிக்கப்பட்ட தண்டத்தொகையை கணக்கில் கொண்டால் துணி உற்பத்தியில் வணிக முதலாளித்துவம் ஆளுமை செலுத்தியது என்பதைத் தெளிவாக உணரலாம். இதற்கு ஒரு போர்த்துக்கீசியச் சான்று உறுதுணையாக அமைகிறது. கி.பி. 1547ஆம் ஆண்டு சோழமண்டலத்திலிருந்து மலாக்கா கொண்டு செல்வதற்கான துணியை உற்பத்தி செய்ய பழவேற்காட்டை சார்ந்த 12 நெசவுக்குடும்பங்களுடன் ஒப்பந்தம் செய்யப்பட்டது. இவ்வொப்பந்தத்தின்படி இக்குடும்பங்கள் உற்பத்தி செய்யும் துணிகளின் மீதான உரிமையை போர்த்துக்கீசிய வணிகர் லூயிஸ் மெண்டஸ் து வாஸ்கோன்செல்லாஸுக்கு அப்போதையை வைசிராய் அளித்ததை அச்சான்று தெரிவிக்கிறது.[64] இத்துணி உற்பத்தியின் மீதான வணிக மூலதனத்தின் ஆளுமை வணிகச் சுரண்டல் என்னும் காரல் மார்க்ஸ் கருத்தை ஒத்துள்ளது.[65] துணி உற்பத்தியின்மீது ஆளுமை செலுத்த சோழமண்டல வணிகர்களுக்கு உற்பத்திக் கொணரமைப்பு முறை சரியான வகையில் அமைந்தது. உற்பத்தி முறையைக் கையாளுவதற்கும் துணி வணிகத்தை உள்நாடு, வெளிநாடுகளில் மேற்கொள்வதற்கும் மட்டுமன்றி தமது மூலதனத்தைப் பெருக்குவது மாகவும் வணிகர்களுடைய பணி இருந்தது. உள்ளூர் வணிகர்களின் மூலதனம் ஓரளவிற்குப் பன்னாட்டளவில் சமூக, பொருளாதார மாற்றத்தை ஏற்படுத்தியது.[66]

வரிவிதிப்புகள்

செயல்பாட்டிலிருந்த தறிகளுக்கு மட்டும் வரி விதிக்கப்பட்டு செயல்பாட்டிலில்லாத தறிகளுக்கு வரி விலக்கு அளிக்கப்பட்டது.[67] எப்பொழுதெல்லாம் ஆட்சியாளர்கள் தறிகளுக்கான வரியை உயர்த்த முயன்றார்களோ அப்பொழுதெல்லாம் பெருமளவில் நெசவாளர்கள் குடியிருப்பை காலி செய்ததால் வருமானத்தைப் பெருக்கும் ஆட்சியாளர்களின் முயற்சிக்குப் பின்னடைவு ஏற்பட்டது.[68] 15ஆம் நூற்றாண்டில் திருப்பனங்காடு, காஞ்சிபுரம் பகுதியிலிருந்த கோயில் நிர்வாகிகள் தறிகளுக்கு வரியை வசூலித்தனர்.[69] ஆனால் 16ஆம் நூற்றாண்டுக் கல்வெட்டுகள் இவ்வரியை நாயக்கர்கள் மட்டும் வசூலித்ததாகத் தெரிவிக்கின்றன. நாயக்கர்கள் தமது ஆளுமையினால் நெசவுத் தொழில் பெறப்படும் வரிகளை வசூலிக்கும் உரிமையை கோயில்களிடமிருந்து தங்களுக்கு மாற்றிக் கொண்டதை இது உணர்த்துகிறது. 16ஆம் நூற்றாண்டைச் சார்ந்த திருச்செங்காட்டான்குடி கல்வெட்டு தஞ்சாவூருக்கு அருகேயுள்ள நன்னிலம் பகுதியில் தறிகளுக்கு நாயக்கர் வரிவிதித்ததைத் தெரிவிக்கிறது.[70] மாணாம்

பதியில் நெசவாளர்களுக்கான வரியை உள்ளூர் மக்களின் ஆலோசனைப்படி நாயக்கர்களால் நியமனம் செய்யப்பட்ட வரிவசூல் முகவர்கள் நிர்ணயம் செய்தனர்.[71] தஞ்சாவூர் பகுதியிலிருந்த வலங்கைமானின் குறுநிலத்தலைவர் வினைதீர்த்தார் பிள்ளை என்பவர் அங்கிருந்த தறிகளுக்கான வரியை நிர்ணயம் செய்தார்.[72] இறைவாச நல்லூரின் கீழ்ப்பாளையத்தில் வசூலிக்கப்பட்ட தறி வரியை முத்துராஜா ஈசுவப்பையன் உள்ளூர் கோயில்களுக்குக் கொடையாக அளித்தார்.[73] 1535ஆம் ஆண்டு சூரப்ப நாயக்கர் தன் முதன்மையரான (பிரதானி) வெங்கப்பையன் கங்கராயன் என்னும் கைகோள முதலியை அவ்வூரின் பிடாரமாக (கோயில் காரியங்களைச் சோதனையிடும் அலுவலர்) நியமித்து அவருக்கு இறைவாசநல்லூரில் வரியின்றித் தறிகளை வைத்துக்கொள்ள அனுமதியளித்தார்.[74] தென்ஆற்காடு பகுதியில் 1574ஆம் ஆண்டு நாயக்கர்கள் இவ்வரிவிலக்குகளைத் திரும்பப்பெற்றுக்கொண்டனர்.[75] 16ஆம் நூற்றாண்டில் கோயில்களுக்கு அளிக்கவேண்டிய தறிகளுக்கான வரியை நாயக்கர்கள் தமது சொந்தக் கருவூலத்திற்கு மாற்றிக்கொண்டனர். இதனால் கோயில்களின் செயல்பாடுகளுக்கு மடைவிளாகத்தில் குடியிருந்த நெசவாளர்களிடம் வெகுமதிகளையும் பூசைப்பொருள்களையும் கேட்டுப்பெற வேண்டியிருந்தது.[76]

தமிழகத்தில் நாயக்கர் காலத்தில் குறைந்தபட்ச வரியாக கால் பணமும் அதிகபட்ச வரியாக ஆறு பணமும் வசூலிக்கப்பட்டது. சராசரியாக ஆண்டுக்கு மூன்று பணம் தறி வரியாகப் பெறப்பட்டது. பேரளவிலான துணி உற்பத்தி மையங்களாகச் செய்யப்பட்ட விரிஞ்சிபுரம், காஞ்சிபுரம் ஆகிய நகரப்பகுதிகளில் ஆறு பணமும், ஐந்தரை பணமும் முறையே வரியாக வசூலிக்கப்பட்டது. 15ஆம் நூற்றாண்டில் தறிக்கான வரியானது கால்[77] பணத்திலிருந்து ஒன்றரைப்[78] பணம் வரை இருந்தது. 15ஆம் நூற்றாண்டில் திருக்கச்சியூர், திருவக்கரை போன்ற இடங்களில் மாதத்திற்கொருமுறை வசூலிக்கப் பட்ட 'தறிவரி' பின்னர் ஆண்டுக்கொருமுறை வசூலிக்கப்பட்டது.[79] நாயக்கர்கள் விஜயநகர ஆட்சியாளர்களுக்கு ஆண்டுக்கொருமுறை வரி செலுத்தியமையால் இம்மாற்றம் ஏற்பட்டிருக்கவேண்டும்.[80]

'பட்டடை நூலாயம்' என்னும் நூல்களுக்கான வரி பட்டடையில் வசூலிக்கப்பட்டது. சாயத்தொழிலுக்கான வரியானது சாயத் தொழிலகங்களை வைத்திருந்த 'வியாபாரி' மற்றும் 'செட்டி' வணிகர்களிடம் வசூலிக்கப்பட்டது.[81] சோழமண்டலப்பகுதியில் 'பட்டடை நூலாயம்' என்னும் வரி சாயத்தொழிலகங்களில் நாயக்கர்களின் ஆணைப்படி வசூலிக்கப்பட்டது.[82] நூலாயம் என்னும் வரியானது குறிப்பாக நூல்களுக்கு மட்டும் விதிக்கப்பட்டது. இவ்வரிகள் நெசவுத்தொழில் நாயக்கர்கள் கட்டுப்பாட்டில்

இருந்தமையைக் காட்டுவதாக அமைகின்றன. 'படிந்த காணிக்கை' என்பது நெசவாளர்கள் விருப்பத்துடன் கோயில்களுக்கு அளித்த கொடை, இது பொதுவாக மடைவிளாகத் தறிகளுக்கான வரியைக் குறிக்கிறது. எனவே, 'தறி கடமை' என்னும் நெசவுத் தொழில் வரி தவிர பிற வரிகளும் நெசவாளர்களுக்கு விதிக்கப்பட்டன.

தமிழக நெசவாளர்களின் சமுதாய நிலை

கைகோளர், தேவாங்கர், சாலியர், பட்டுநூல்காரர் போன்றோர் நெசவுச் சமுதாயத்தைச் சார்ந்தவர்களாவார்கள். இதில் கோயில்களுடன் தொடர்பு கொண்டிருந்த கைகோளர்கள் சமுதாயத்தின் உயர்நிலையிலிருந்தனர். 'கைகோள முதலி' என்போர் உயர்பதவிகளை வகித்ததோடு பல கோயில்களின் நிர்வாகிகளாகவும் இருந்துள்ளனர்.[83] அவர்கள் கோயில் நிலங்களைப் பராமரித்ததோடு[84] சில வேளைகளில் அப்பணிக்காக ஊதியமும் பெற்றனர்.[85] மண்டபங்களை அலங்கரிக்கவும், சாமரம் வீசவும், சங்கு, கொம்பூதவும், கோயில் அட்டிலிலிருந்து பெறப்பட்ட எண்ணெயைக் கொண்டு விளக்கேற்றவும், பிரசாதங்கள் கட்ட கோயில் நந்தவனத்திலிருந்து கிடைக்கும் வாழையிலையைப் பயன்படுத்தவும், நீராடலுக்குப் பின்னர் வெளியே வலம் வரும் இறைவனின் நகைப் பெட்டிகளைத் தூக்கிச் செல்லவும் உரிமை பெற்றிருந்தனர்.[86]

நடுவக்கரை, நென்மலையைச் சார்ந்த நெசவாளர்கள் தங்களின் அனைத்துச் சடங்குகளிலும் பிற முக்கிய சமூக நிகழ்வுகளிலும் பல்லக்கில் செல்லவும் சங்கூதிக்கொள்ளவும் உள்ளூர்த் தலைவர் உரிமையளித்திருந்தார். பெண்ணாறு பகுதிகளிலிருந்த நெசவாளர்களுக்கு அளிக்கப்பட்டிருந்த உரிமைக்கு ஈடான உரிமையாக இது அளிக்கப்பட்டிருந்தது.[87] திருவெண்ணெய்நல்லூர், திருத்தலூர், திருக்கோயிலூர் ஆகிய ஊர்களிலிருந்த நெசவாளர்களுக்கும் இவ்வுரிமைகள் அளிக்கப்பட்டிருந்தன. இவ்வுரிமைகளில் உள்ள வட்டார வேறுபாடுகள் தென்னாற்காடு பகுதியிலிருந்த நெசவாளர்கள் சிலரிடமிருந்த செல்வ வளம் மற்றும் ஆதிக்கப்போக்கினால் ஏற்பட்டதாகும்.[88]

செழிப்பான நெசவுமையங்களைக் கொண்டிருந்த காஞ்சிபுரம், விரிஞ்சிபுரம் பகுதி நெசவாளர்கள் தங்கள் தொழில்நுட்ப அறிவின் காரணமாகச் சிறப்புரிமைகளைப் பெற்றிருந்ததோடு உயர்வாகவும் மதிக்கப்பட்டனர். இதுபோன்ற சிறப்புரிமைகள் வழுதிலம்பட்டு[89] ஊரிலிருந்த நெசவாளருக்கும் அளிக்கப்படவேண்டுமென்ற பல நெசவாளர்களின் கோரிக்கை நெசவாளர்களிடமிருந்த ஒற்றுமையைக்

காட்டுகிறது.[90] இதேபோன்று காஞ்சிபுரம் கைகோளர்களுக்கு அளிக்கப்பட்ட உரிமைகள் பிரம்மதேச கைகோளர்களுக்கு அளிக்கப் பட்டதோடு, இருமாடிகொண்ட வீடுகளைக் கட்டிக்கொள்ளவும், இரட்டைக் கதவு வைத்துக்கொள்ளவும், வீட்டின் வெளிப்புறப் பகுதியை அல்லி மலர்களால் அலங்கரித்துக்கொள்ளவும் உரிமை யளிக்கப்பட்டது.[91] நெசவாளர்களுக்கு அரசு அளித்த உரிமைச் சாசனங்கள் அரச முத்திரை கொண்டிருந்தன.[92] நெசவாளர்களுக்கான இவ்வுரிமைகளை எதிர்ப்பவர்களுக்குத் தண்டனை வழங்கப்பட்டது.[93]

சில பகுதிகளில் நெசவாளர்களுக்கு அளிக்கப்பட்டது போன்ற உரிமைகள் பிற பகுதியிலிருக்கும் நெசவாளர்களுக்கும் அளிக்கப்பட வேண்டும் என்ற நெசவாளர்களின் கோரிக்கை நெசவாளர்களின் ஒற்றுமையைக் குறிப்பதாக அமைந்தது.[94] இதனால் குறுநிலத் தலைவர்களான கொங்குராயர், கரையர், கச்சிராயர் போன்றோர் கூடி நெசவாளர்களுக்கு அளிக்கவேண்டிய உரிமைகள் குறித்து ஆலோசனை நடத்தவேண்டியிருந்தது.[95] இறுதியில் காஞ்சிபுரம் பகுதியிலிருந்த நெசவாளர்களுக்கு அளிக்கப்பட்ட உரிமைகள் போன்றே அனைத்து நெசவாளர்களுக்கும் அளிக்கப்பட்டன.[96] நெசவாளர்களின் இச்செயல் பாடுகள் 16ஆம் நூற்றாண்டில் சமூக மாற்றத்தின் ஒரு குறிப்பிடத்தக்க அம்சமாக விளங்கின.

பழவேற்காடும் போர்த்துக்கீசியரின் துணி வணிகமும்

பல நெசவுமையங்களைத் தமது பின்னிலப்பகுதியில் கொண்டிருந்த பழவேற்காடு உள்ளூர் வணிகர்களுக்கான துணிவணிகத்திற்கு மிகவும் ஏற்ற இடமாக விளங்கியது. கொச்சியிலிருந்து முதன் முறையாக தமிழகக் கடற்கரைப் பகுதிக்கு 1502ஆம் ஆண்டு வருகை புரிந்த போர்த்துக்கீசியர்கள் தமிழகப் பகுதியை மையமாகக் கொண்டு பிற இடங்களுக்கு கடல் வணிகம் மேற்கொள்ள விரும்பினர். இந்தியாவின் முதல் போர்த்துக்கீசிய வைசிராய் பிரான்ஸிஸ்கோ து அல்மெய்டாவால் 1507ஆம் ஆண்டு மைலாப்பூரின் சாந்தோமிற்கு அனுப்பப்பட்ட போர்த்துக்கீசிய கண்டுபிடிப்பாளர்களால் ஏற்கெனவே, 'செட்டி' வணிகர்கள் துணி வணிகத்தில் மிகச்சிறந்திருந்ததை அறிய முடியவில்லை. 1511ஆம் ஆண்டு போர்த்துக்கீசியர்கள் மலாக்காவில் குடியேறிய பின்புதான் செட்டியார்கள் மலாக்காவில் மிளகு மற்றும் நறுமணப் பொருள்களுக்குப் பண்டமாற்றாகத் துணிகளைப் பயன்படுத்தியது தெரியவந்தது. பழவேற்காட்டு துறைமுகத்தின் மீது நாட்டம் கொண்டிருந்த போர்த்துக்கீசியர்கள் மலாக்காவில் செட்டி வணிகர்கள் நிகழ்த்திய வணிகத்தைத் தொடர்ந்து மேற்கொள்ள

ஆதரவும் ஊக்கமும் அளித்தனர். மலாக்காவிலிருந்த போர்த்துக்கீசிய மாலுமியின் அறிக்கையில் பழவேற்காட்டிலிருந்து கப்பலில் உயர்வகைப் பொருட்கள் வந்திருந்ததாகவும் அது மலாக்காவிலிருந்த போர்த்துக்கீசிய தொழிலகத்திற்கு மிகுந்த வருமானத்தை ஈட்டித் தந்ததாகவும் குறிப்பிட்டுள்ளதை அறியலாம். *1551*ஆம் ஆண்டு முதல் *1528*ஆம் ஆண்டு வரை *12* கப்பல்கள் பழவேற்காட்டிலிருந்து மலாக்காவிற்குச் சென்றும் *10* கப்பல்கள் மலாக்காவிலிருந்து பழவேற்காட்டிற்குத் திரும்பியும் வந்தன.[97]

அட்டவணை 2.1: பழவேற்காட்டிலிருந்து மலாக்காவிற்கு 1511 முதல் 1522 வரை போர்த்துக்கீசியர்கள் ஏற்றுமதி செய்த துணிகளின் விலை மதிப்பு

ஆண்டு	மதிப்பு (குருசடோஸ்)
1511	*9000*
1512	*15, 000*
1515	*12, 000*
1522	*90, 000*

சான்று: Instituto Arquivo Nacionais/Torre do Tombo, Lisboã CC, 1-77-18. fl.2v; CC Ia 11-50: 11-53-93. fl.319v; 11-46-98; 1-16-106; I-60-17, fl.8v; 1-68-86

பழவேற்காட்டிலிருந்து மலாக்காவிற்கு அனுப்பப்பட்ட துணிகள் மிகுந்த அளவில் இருந்ததால் அங்கு வரும் தமிழ்வணிகர்களின் நலனைப் பாதுகாக்க சபந்தர் எனப்படும் துறைமுக அலுவலரை மலாக்காவில் பணி நியமனம் செய்யும் தேவையேற்பட்டது.[98] பழவேற்காடு மலாக்காவுடனான துணி வணிகம் மிகுந்த வருவாய் ஈட்டித்தந்ததால் *1511*இல் போர்த்துக்கீசியரிடம் தன்னுடைய அரசை இழந்த பின்பும் மலாக்காவின் சுல்தான் பழவேற்காட்டுடனான துணிவணிகத்தைத் தொடர்ந்து மேற்கொண்டார். போர்த்துக்கீசிய மன்னருக்கு இந்தியப் பெருங்கடல் பகுதி கப்பற்படைத் தலைவர் அல்புகுயெர்க் அவர்களின் *1512* ஏப்ரல் *1*ஆம் நாளிட்டக் கடிதம் பழவேற்காட்டை நெருங்கிய மலாக்கா சுல்தானின் கப்பல் ஒன்று போர்த்துக்கீசியரிடம் பிடிபட்டதாகத் தெரிவிக்கிறது.[99]

பழவேற்காட்டில் சிறப்புப்பெற்றிருந்த துணி வணிகத்தில் செட்டி வணிகர்கள் ஆளுமை செலுத்தினர். ஆனால் குஜராத் பகுதி வணிகர்கள் காம்பே, சவுல் பகுதியிலிருந்து கொணர்ந்த துணிகளுடன்

கடுமையாகப் போட்டியிட வேண்டியிருந்தது.[100] இக்குஜராத் பகுதி வணிகர்களின் போட்டியைச் சமாளிக்க மலாக்காவின் சுல்தானை வெற்றி கொள்ள அப்பகுதிக்கு வந்த கப்பல்கள் குறித்த செய்திகளை அளித்து அவர்களின் உதவியை நாடவேண்டியிருந்தது. நயினார் செட்டி என்பவர் போர்த்துக்கீசிய அரசுக்கு இதுபோன்ற உதவி செய்ததால் அவர் மலாக்காவின் துறைமுக அலுவலராக நியமிக்கப் பட்டு சமூகம், குற்றவியல் சார்ந்த செயல்களைக் கண்காணிக்கும் 'பெந்தகாரா' என்னும் அலுவலர் பொறுப்பாகவும் நியமிக்கப்பட்டார்.[101]

கோவாவின் நாணயச்சாலையில் 'குருசடோஸ்' என்னும் வெள்ளிக்காசும், 'ரெய்' என்னும் செப்புக்காசும் போர்த்துக்கீசியர் களால் அச்சடிக்கப்பட்டன. ஏற்றுமதி செய்யப்பட்ட துணிகள் போர்த்துக்கீசியரின் வெள்ளிப் பணமான 'குருசடோஸ்' நாணயத்தில் மதிப்பிடப்பட்டன. பத்து பணம் ஒரு 'ரெய்' எனவும், 400 ரெய்கள் ஒரு குருசடோஸ் எனவும் கணக்கிடப்பட்டது. மலாக்காவில் கேப்டன் எனப்படும் போர்த்துக்கீசிய அலுவலருக்கு செட்டி வணிகர்கள் சலுகையில் 6% சுங்கவரியும் பிறர் 10% சுங்கவரியும் செலுத்தினர்.[102] அதோடு, சோழமண்டலக் கடற்கரைப்பகுதியிலிருந்து மலாக்காவில் குடியேறும் செட்டி வணிகர்களுக்கு மேலும் பல சலுகைகள் தரப்படும் என மலாக்காவின் போர்த்துக்கீசிய மேலாளராக விளங்கிய ஜோர்ஜ் து அல்புகுயெர்க் அறிவித்தார்.[103] பழவேற்காடு மலாக்காவினுடனான வணிகத்தை மேம்படுத்தும் பொருட்டு சோழமண்டலக் கடற்கரைத் தலைவராக விளங்கிய இம்மானுவல் து ஃபிரியாஸ் பழவேற் காட்டிலேயே தங்கியிருந்து துணிகளைச் சேகரித்து மலாக்காவிற்கு ஏற்றுமதி செய்துகொண்டிருந்தார். இக்குறிப்புகளிலிருந்து 16ஆம் நூற்றாண்டின் தொடக்கக் காலங்களில் செட்டி வணிகர்கள் மலாக் காவுடனான வணிகத்தில் ஆளுமை செலுத்தியதை அறியமுடிகிறது.

சோழமண்டலப் பகுதியில் 1531, 1532, 1535, 1540 ஆகிய நான்காண்டுகள் ஏற்பட்ட பஞ்சமும் வறட்சியும் துணி உற்பத்தியை பெரிதும் பாதித்தன.[104] இதனால் மலாக்காவுடனான துணிவணிகம் 4000 குருசடோஸ் அளவே இருந்தது. இதனால் சோழமண்டலப் பகுதி வணிகர்களின் துணிவணிகம் பின்னடைவைச் சந்தித்தது. 1540ஆம் ஆண்டின் கடிதம் ஒன்று கருப்புத் துணிகள் மட்டும் மலாக்காவிற்கு ஏற்றுமதி செய்யப்பட்டதாகத் தெரிவிப்பதை இதற்குச் சான்றாகக் குறிப்பிடலாம்.[105] 1540ஆம் ஆண்டு பழவேற்காட்டிலிருந்து ஒரே ஒரு கப்பல் மட்டும் மலாக்காவிற்குச் சென்றது.[106]

சோழமண்டலக் கடற்கரைப் பகுதியில் துணி உற்பத்தி குறைந்தமையால் மலாக்காவினுடனான துணி வணிகம் இறக்கம் கண்டிருந்ததை அக்டோபர், நவம்பர் மாதங்களில் 1545ஆம் ஆண்டில்

எழுதப்பட்ட இரு கடிதங்கள் குறிப்பிடுகின்றன.[107] கொச்சியிலிருந்த வருவாய் கட்டுப்பாட்டு அலுவலர் கடந்த காலங்களில் இருந்ததைவிட மலாக்காவிற்குப் பாதி எண்ணிக்கையிலான கப்பல்களே சென்று வந்ததாகக் குறிப்பிடுவதை இங்கு நோக்கலாம்.[108]

1548ஆம் ஆண்டு அறிமுகப்படுத்தப்பட்ட வணிகர்களுக்கான சலுகைகள் போர்த்துக்கீசியர்களின் பழவேற்காடு, மலாக்காவுடனான வணிக மீட்சிக்குக் காரணமாக அமைந்தன. பழவேற்காட்டிலிருந்து மலாக்காவிற்கு போர்த்துக்கீசியக் கப்பல்கள் ஆகஸ்ட் மாத இறுதி அல்லது செப்டம்பர் மாதத் தொடக்கத்தில் புறப்பட்டன. கப்பல்கள் மலாக்கா வந்து சேர ஒருமாதம் பிடித்தது. ஜனவரி மாதம் மலாக்காவிலிருந்து அவை பழவேற்காட்டிற்குத் திரும்பி வந்தன.[109]

சரக்குக் கப்பல்களின் தலைமை மாலுமி ஒருவருக்கு அவர் அரசுக்குச் செய்த உதவிக்காக ஃபிடால்கோ எனப்படும் உயர்குடி மகனுக்குரிய உரிமைகள் வழங்கப்பட்டன. கப்பலின் தலைமை மாலுமிகளுக்கு பிற வணிகர்களுக்கு முன்பே தன்னுடைய சரக்குகளைக் கப்பலில் ஏற்ற முன்னுரிமை வழங்கப்பட்டது. அவருக்கு 150 கட்டுத் துணிகளைச் சுங்கவரியின்றி கொண்டு செல்லவும் அல்லது இதற்கு நிகராகப் பிற வணிகர்களின் சரக்குகளுக்கான சுங்கவரி, சரக்கு வாடகையைத் தானே பெற்றுக்கொண்டு கப்பலில் ஏற்றிக்கொள்ளவும் உரிமை வழங்கப்பட்டது. இதனால் அவர்களுக்கு 3000 குருசடோஸ் அளவிற்கான வருமானம் சீராகக் கிடைத்தது. மேலும் அவருக்கான ஓராண்டு ஊதியம் முன்னரே வழங்கப்பட்டதோடு நான்கு வணிகர்களின் சரக்கை மலாக்காவிற்கு ஏற்றிச்செல்லும் கப்பல் வாடகையை அவரே பெற்றுக்கொள்ளவும் உரிமை வழங்கப் பட்டது.[110] இதனால் முறையான போர்த்துக்கீசிய அலுவல் வணிகம் தொடர்ந்தது.

19 செப்டம்பர் 1547ஆம் ஆண்டு அன்று விஜயநகர அரசுக்கும் போர்த்துக்கீசிய வைசிராய்க்கும் ஏற்பட்ட வணிக உடன்படிக்கை போர்த்துக்கீசியர்கள் தமது துணி வணிகத்தை நன்கு சீரமைத்துக் கொள்ள உதவியது.[111] இவ்வுடன்படிக்கையில் விஜயநகர அரசுப் பகுதியில் குறிப்பாக பல குறுநிலத் தலைவர்களின் ஆட்சிக்குட் பட்டிருந்த சோழமண்டலப் பகுதியில் உற்பத்தி செய்யப்பட்ட துணிகள் யாவும் போர்த்துக்கீசியர்களுக்கு மட்டுமே விற்கப்பட வேண்டும் என்ற ஆணை இருந்தது. இவ்வுடன்படிக்கையின்படி போர்த்துக்கீசியர்கள் வாங்கிய துணிகள் மைலாப்பூரின் சாந்தோமிலிருந்து கப்பல்களில் மலாக்காவிற்கு ஏற்றுமதி செய்யப்பட்டன. மேலும் ஆண்டுதோறும்

பழவேற்காட்டிலிருந்து போர்த்துக்கீசிய அரசருக்குச் சொந்தமான கப்பலும் மலாக்கா சென்றது.[112] எனவே, 1560 வரை மலாக்காவுடனான துணிவணிகத்தில் தொடர்ந்து சோழமண்டலப் பகுதியான பழவேற்காடு முக்கியப் பங்காற்றியது என அறியமுடிகிறது.

மைலாப்பூரிலிருந்து கப்பல் பயணங்களும் மலாய் குடாப் பகுதியுடனான போர்த்துக்கீசியரின் துணி வணிகமும்

கப்பல் பயணங்கள் மேற்கொள்ள உயர்குடிமகன்களுக்கு 1526ஆம் ஆண்டு அளிக்கப்பட்ட சலுகைகள் சாந்தோம் துறைமுகத்திற்கும் மலாக்காவுக்குமான வணிகத்தொடர்பை செழிப்புறச் செய்தன.[113] சாந்தோம் மலாக்காவுடன் நிகழ்ந்த இத்தொடர் வணிகத்தை வாய்ப்பாகப் பயன்படுத்தி மலாக்காவிலிருந்த போர்த்துக்கீசியக் கப்பல் தலைவர் சோழமண்டல வணிகர்களின் சில பொருள்களைத் தேர்ந்தெடுத்து கைப்பற்றிக் கொண்டார்.[114] இதனால் அவர் வருமானம் பெருகியதோடு துணி வணிகர்கள் இலாபமின்றித் தவித்தனர்.

மைலாப்பூர் துறைமுகத்தின் பின்னிலப்பகுதியில் அமைந்திருந்த நெசவு மையங்களான திருவொட்டியூர், மணலி, குன்றத்தூர், பூந்தமல்லி, வேளச்சேரி, ஆதம்பாக்கம், கோட்டூர், எழும்பூர், கோயம்பேடு ஆகிய பகுதிகளில் உற்பத்தி செய்யப்பட்ட துணிகள் ஏற்றுமதிக்காக மைலாப்பூர் கொண்டுவரப்பட்டன.[115] போர்த்துக்கீசியர்களின் வணிகத் தேவை காரணமாகத் தொலைவிலிருந்த காஞ்சிபுரம், மணிமங்கலம், திருக்கச்சியூர், உத்திரமேரூர், அச்சரப்பாக்கம், திருக்கழுக்குன்றம் பகுதிகளில் நூற்கப்பட்ட துணிகளும் ஏற்றுமதிக்காக மைலாப்பூர் கொண்டுவரப்பட்டன.[116] மாம்பலத்தில் உற்பத்தி செய்யப்பட்ட வண்ணம்பூசப்பட்ட துணிகளும் மைலாப்பூர் கொண்டுவரப்பட்டன.[117] பலவகைகளிலான துணிகள் மைலாப்பூரின் சாந்தோமிலிருந்து மலாக்காவிற்குக் கொண்டு செல்லப்பட்டதால் போர்த்துக்கீசியர்களின் வணிகம் செழிப்படைந்தது.

சோழமண்டலக் கடற்கரையில் உற்பத்தி செய்யப்பட்ட லார்வதோ என்னும் உருவம் வரைந்த துணிகள், தெஸ்பெதிசியோஸ் என்னும் கழிவுத் துணிகள், எஸ்தாம்பதோ என்னும் அச்சடிக்கப்பட்ட துணிகள், டெசிதோ என்னும் நீர்காப்புத்துணிகள் போன்ற துணிவகைகள் குறித்தும் அவை உற்பத்தி செய்யப்படும் இடம் குறித்தும் போர்த்துக்கீசிய ஆவணங்கள் சுட்டுகின்றன. மைலாப்பூரின் சாந்தோம், கூனிமேடு, நாகப்பட்டினம் பகுதிகளில் மொரின் வகைத்துணிகள் உற்பத்தி செய்யப்பட்டன. மசூலிப்பட்டினத்தில் உற்பத்தி செய்யப்பட்ட வெள்ளைத் துணிகள் ஏற்றுமதிக்காக

சோழமண்டலத் துறைமுகங்களுக்குக் கொண்டுவரப்பட்டன. கிருஷ்ணபட்டினம், துர்கராஜபட்டினம் ஆகிய ஊர்களில் உற்பத்தி செய்யப்பட்ட வண்ணமேற்றப்பட்ட துணிகளும் மைலாப்பூர் வந்தடைந்தன.[118] சோழமண்டலத் துணிகள் எப்பொழுதும் 120 எண்ணிக்கையிலான துணிக் கட்டுகளாகக் கட்டப்பட்டன என்று போர்த்துக்கீசிய ஆவணங்கள் குறிப்பிடுகின்றன. மலாக்காவில் விற்பனை விலை 'பர்தௌ' என்னும் இந்தோ-போர்த்துக்கீசிய தங்க நாணயமதிப்பில் குறிப்பிடப்பட்டுள்ளது. ஒரு 'பர்தௌ' என்பது 360 ரெய் அல்லது 3600 பணமாகும். தமிழகத்துறைமுகங்களில் நீலத்துணி வகைகள் கி.பி. 1550களில் வாங்கிய விலையையும் மலாக்காவில் விற்ற விலையையும் அட்டவணை 2.2 இல் காணலாம்.

கூனிமேடு, தேவனாம்பட்டினம் பகுதிகளில் இண்டிகோ என வழங்கப்படும் கருநீலச் சாயச்செடி நன்கு விளைந்ததாலும் சாயத்தொழில் செய்வோர் நுட்பம் நிறைந்தவர்களாக விளங்கியதாலும் அப்பகுதிகளில் உற்பத்தி செய்யப்பட்ட துணிகளுக்கு மலாக்காவில் மிகுந்த வரவேற்பிருந்தது. சாந்தோமில் உற்பத்தி செய்யப்பட்ட மொரின் வகைத்துணிகள் இரண்டாம் தரமாகவும் நாகபட்டினத்தில் உற்பத்தி செய்யப்பட்ட துணிவகைகள் மூன்றாம் தரமாகவும் கருதப்பட்டதால் நாகபட்டினம் துணிகள் மிகக் குறைந்த விலைக்கே மலாக்காவில் விற்கப்பட்டன.

அட்டவணை 2.2:

துறைமுகம்	தமிழகக் கடற்கரைப் பகுதியில் வாங்கிய விலை (1 எண்ணம்)	மலாக்காவில் விற்ற விலை (பர்தௌகளில்)	இலாபம் விழுக்காடுகளில் (%)
மைலாப்பூரின் சாந்தோம்	*1.18*	*12*	*102*
நாகபட்டினம்	*1.20*	*8*	*67*
கூனிமேடு	*1.50*	*15*	*100*

சான்று: Municipal Library of Elvas, Codex, 5/381, fl.3v.

1565ஆம் ஆண்டு விஜயநகர ஆட்சியின் வீழ்ச்சிக்குப் பின்னர் கோல்கொண்டாவைத் தலைநகரமாகக் கொண்டு ஆட்சிபுரிந்த குதாப் சாகி என்னும் மன்னர் மசூலிப்பட்டினம் துறைமுகத்தின் வளர்ச்சியில் அக்கறை கொண்டார். மலாக்காவிலிருந்த போர்த்துக்கீசியத் தலைவருக்குத் தூதர்களை அனுப்பி மலாக்காவுடனான வணிகத்தை

மசூலிப்பட்டினத்திற்குத் திருப்புமாறு கேட்டுக்கொண்டார். மலாக்காவின் தலைவர் சோழமண்டலத்தின் சாந்தோமிற்குச் செல்ல இருந்த 'நௌ' என்னும் கப்பலை உடனடியாக நிறுத்தியதுடன் இசுலாம் வணிகரின் சரக்குக் கப்பலை மசூலிப்பட்டினத்திற்கு உடனடியாகச் செல்லுமாறு கட்டளையிட்டார். 'நௌ' கப்பலில் ஏற்றப்பட்டிருந்த சரக்குகள் இசுலாம் வணிகரின் கப்பலுக்கு மாற்றப்பட்டன. 1567ஆம் ஆண்டு சாந்தோமை தலைமையிடமாகக் கொண்டு வணிகம் மேற்கொண்டிருந்த 29 வணிகர்களை மலாக்காவி லிருந்த சாந்தோமிற்குத் திரும்பச்செல்லவிடாமல் மசூலிப்பட்டினம் செல்லுமாறு மலாக்காவிலிருந்த போர்த்துக்கீசியத் தலைவர் கட்டளையிட்டார்.[119] மேலும் போர்த்துக்கீசியத் தலைவர் பண்டமில்லாதிருந்த 'நௌ' கப்பலில் மற்ற வணிகர்களின் சரக்கை ஏற்றி சரக்குப் போக்குவரத்திற்கான கூலியைப் பெற்றுக்கொண்டு சாந்தோமிற்குச் செல்லுமாறு கட்டளையிட்டார். எனவே, அவ்வணிகர்கள் சோழமண்டலக் கடற்கரைக்கு திரும்பி வர மிகுந்த செலவினத்தை மேற்கொள்ள வேண்டியிருந்தது.[120] லூரென்சோ பயஸ் என்னும் பாதிரியாருக்கு லியோ ஹென்ரிக்ஸ் 1568 திசம்பர் 3ஆம் நாள் எழுதிய கடிதத்தில் மலாக்காவிலிருந்த போர்த்துக்கீசியத் தலைவரின் இந்நடவடிக்கை சாந்தோமிலிருந்து மேற்கொள்ளப்பட்ட வணிக வளர்ச்சியை வெகுவாகப் பாதித்தது எனக் குறிப்பிட்டுள்ளார்.

1570ஆம் ஆண்டிலிருந்து தனியுரிமை பெற்ற வணிகர்கள் சாந்தோமிலிருந்து அதிகபட்சமாக இரண்டு கப்பல்களில் செல்ல ஊக்குவிக்கப்பட்டதுடன் முதல் வணிகப் பயணத்தில் ஏதேனும் பண இழப்பு ஏற்பட்டால் இரண்டாம் பயணத்தில் நேர்செய்யும் வகையில் அனுமதி தரப்பட்டது.[121] இச்சலுகை தனிப்பட்ட வணிகப் பயணத்திற்கு மட்டும் வழங்கப்பட்டது. இப்பயணத்திற்கு உள்ளூர் வணிகர்கள் உள்ளிட்ட எவருக்கும் சலுகை தரப்படவில்லை.[122] இப்புதிய ஏற்பாட்டினால் கப்பல் உரிமையாளர்கள் வணிகம் மேற்கொள்ள இயலவில்லை. இதனைக் கருத்தில்கொண்டு தமிழ் வணிகர்கள் போர்த்துக்கீசியர்களுக்கு எதிராகப் போராட்டம் மேற்கொண்டதால் பிணக்குகள் தோன்றின.[123] இதனால் சாந்தோமி லிருந்து மலாக்காவிற்கான உள்ளூர் கப்பல் போக்குவரத்து மற்றும் வணிகம் 1567லிருந்து 1572ஆம் ஆண்டுவரை சரிவைச் சந்தித்தது.[124] ஆகையால் 1567ஆம் ஆண்டு முதல் 1572 ஆம் ஆண்டு வரையிலான காலகட்டங்களில் படிப்படியாகத் தமிழ், தெலுங்கு வணிகர்களின் மலாக்கா வணிகம் பின்னடைவைச் சந்தித்தது.[125]

போர்த்துக்கீசிய அரசர் ஒரு நிச்சயிக்கப்பட்ட வருமானத்தை ஒவ்வொரு கடல் பயணத்திற்கும் பெற முயற்சி மேற்கொண்டதாக சஞ்சைய் சுப்பிரமணியம், ஓம்பிரகாஷ் போன்றவர்கள் குறிப்பிடுகிறார்கள். சோழமண்டலம், மலாக்காவுடனான ஒரு வழி வணிகத்தில் இறுதிச் சராசரி இலாபமாக 6,000 குருசடோஸ் அளவிற்குக் கிடைத்ததாகக் கணக்கிட்டுள்ளனர்.[126] சில வேளைகளில் குறைந்த அளவாக 4,000 குருசடோஸ் அளவிற்கு ஏலம் போனதாகத் தெரிகிறது.[127] இந்த ஏல அளவு ஆண்டுக்கு ஆண்டும் நபருக்கு நபரும் வேறுபட்டதால் துல்லியமான இலாபக்கணக்கை அறிய முடியவில்லை. 1550 முதல் 1560 வரையிலான காலத்தில் ஏலத்தொகை குறைந்த காரணத்தைக் கொண்டு சோழமண்டலக் கடற்கரை, மலாக்காவுடனான நெடுந்தொலைவு வணிகம் சரிவைக் கண்டது எனக் கொள்ளலாம். மேலும் நுழைவு வரி 6%லிருந்து 8%க்கு உயர்த்தப்பட்டிருந்தது. இவ்வரி உயர்வு பொருள்கள் மீதான கூடுதல் வரி மட்டுமன்றி மலாக்காவில் கோட்டை கட்டுவதற்காகப் பெறப்பட்ட வரியையும் உள்ளடக்கிய தாகும்.

நறுமணப்பொருட்கள் அல்லாத பிற பொருள்களின் மீதான வரி 8% ஆக உயர்த்தப்பட்டதால் 1574க்குப் பிறகு ஜாவா வணிகர்களும் மலாக்காவில் விற்கப்பட்ட சோழமண்டலப் பகுதித் துணிகளை வாங்கி வணிகம் செய்வதை நிறுத்திக்கொள்ள வேண்டியதானது.[128] இதன் காரணமாகக் காலப்போக்கில் மலாக்காவிலிருந்த போர்த்துக்கீசிய சுங்கச்சாலையின் வருமானம் குறைந்து போனது.[129] வரி கடுமையாக இருந்த காரணத்தினால் சோழமண்டலப்பகுதி வணிகர்கள் துணியை விற்க முடியாமலும் ஜாவா வணிகர்கள் துணியை வாங்க முடியாமலும் போனது.[130]

சாந்தோம், மலாக்காவுடனான வணிகம் 1591 வரை சரிவைக் கண்டது. இவ்வணிகச் சரிவைக் கண்ட மலாக்கா குடிமக்கள் வணிகம் மீண்டும் செழிப்புறும் வகையில் திடுமென உயர்த்தப்பட்ட இவ்வரியைக் குறைக்குமாறு போர்த்துக்கீசிய அரசரிடம் வேண்டுகோள் விடுத்தனர். முதலாம் தோம் ஃபிலிப் (1580-93) இந்தியாவிலிருந்த போர்த்துக்கீசிய வைசிராயிடம் இதுபோன்ற சுங்கச்சலுகைகள் அளித்தால் மலாக்கா அரசு கருவூலம் மற்றும் அரசின் வருமானம் பாதிக்கப்படுமா என வினவினார்.[131] இதைத்தொடர்ந்து 1591ஆம் ஆண்டு கோவாவிலிருந்த போர்த்துக்கீசிய வைசிராய் சாந்தோமி லிருந்து ஏற்றுமதி செய்யப்படும் பொருள்களுக்கு சுங்கவரியைச் சாந்தோமில் செலுத்தினால் போதுமானது என்றும், மலாக்காவில் செலுத்தத் தேவையில்லை என்றும் ஆணை பிறப்பித்தார்.[132] மேலும்

போர்த்துக்கீசிய அரசர் சோழமண்டலம் மலாக்காவுடனான வணிகம் செழிப்புற 1596ஆம் ஆண்டு சுங்கவரியை 6% ஆகக்குறைத்தார்.[133] அரசு ஆணையின்படி மலாக்காவிலும் சுங்கவரி 8% லிருந்து 6% ஆகக் குறைக்கப்பட்டது.[134] எனினும் இந்நடவடிக்கையால் எதிர்நோக்கிய அளவிற்கு வணிகம் வளர்ச்சியுறவில்லை.

போர்த்துக்கீசியரின் மலாக்கா தொழில்கூட எழுத்தர் 1598ஆம் ஆண்டு எழுதிய கடிதம் இனிவருங்காலங்களில் மலாக்காவிற்குச் சாந்தோமிலிருந்து வரும் கப்பல்கள் மலாக்கா சுங்கத்துறையிடம் முன்அனுமதி பெற்றே வணிகம் மேற்கொள்ளவேண்டும் எனக் குறிப்பிடுவதால் இது சோழமண்டல, மலாக்கா வணிகத்திற்குப் பேரிடியாக அமைந்தது எனலாம்.[135] எனினும் மலாக்கா துறைமுகச் சுங்க அதிகாரியின் முன்னனுமதி ஆணையின்றி சோழமண்டலம் மலாக்காவுடன் வணிகம் மேற்கொள்ளலாம் என ஏப்ரல் 1598ஆம் ஆண்டு வைசிராய் ஆணை பிறப்பித்தார்.[136]

மலாக்கா, சோழமண்டல வணிகம் 16ஆம் நூற்றாண்டின் இறுதிக் கட்டத்தில் மிகவும் குறைந்துபோனது. போர்த்துக்கீசிய அரசர் இரண்டாம் ஃபிலிப் (1598-1621) 1601ஆம் ஆண்டு ஜனவரி 15ஆம் நாள் இந்தியாவிலிருந்த போர்த்துக்கீசிய வைசிராய்க்கு அனுப்பிய ஆணையில் மலாக்கா, சோழமண்டல வணிகத்தை மேம்படுத்தும் நடவடிக்கையை மேற்கொள்ளுமாறு கூறினார்.[137] மலாக்காவிலிருந்த போர்த்துக்கீசியத் தலைவர் 1601ஆம் ஆண்டில் தமிழ் வணிகர்களின் உதவியை நாடி; அவர்களிடம் கடன் பெற்றதோடு சிலவேளைகளில் நிலையாளர்களாகவும் பயன்படுத்தினார்.[138] எனினும் வணிகச் சூழ்நிலையை மேம்படுத்தி போர்த்துக்கீசிய வைசிராய் 1608ஆம் ஆண்டு எடுத்த முயற்சிகளால் அவர்களின் துணி வணிகம் சிறிது கூட மேம்படவில்லை.[139]

இந்தோனேசியத் தீவுகளுக்குக் கூனிமேடு, நாகூர், நாகபட்டினத்திலிருந்து மேற்கொள்ளப்பட்ட துணி வணிகம்

போர்த்துக்கீசியர்களால் மேற்கொள்ளப்பட்ட துணி வணிகம் மட்டுமின்றி இந்தியாவிலிருந்த இசுலாம் வணிகர்களும் கூனிமேடு, நாகூர் போன்ற சோழமண்டலத் துறைமுகங்களிலிருந்து வணிகம் மேற்கொண்டனர். தென்கிழக்காசிய சந்தைகளுக்குத் துணிகள் ஏற்றுமதி செய்யப்பட்டன. குஜராத் வணிகர்களின் உதவியுடன் தமிழகத்தின் மரக்காயர் வணிகர்கள் சுமத்திராவிலுள்ள அச்சே பகுதிகளில் துணி வணிகம் செய்தனர். 1527ஆம் ஆண்டு பிடிக்கப்பட்ட மரக்காயர் ஒருவரின் கப்பலைக் கொண்டு மரக்காயர்களும்

வணிகத்தில் ஈடுபட்டிருந்ததை போர்த்துக்கீசியர்கள் அறிந்து கொண்டனர். போர்த்துக்கீசியர்களிடம் தேவையான உரிமம்பெற்று மேலைக்கடற்கரையில் தென்கோடியில் அமைந்துள்ள கொல்லம் துறைமுகத்தில் துணியை வாங்கிய குஜராத் வணிகர்கள் அவற்றைச் சோழமண்டலக் கடற்கரைக்குக் கொண்டு சென்று மரக்காயர்களின் கப்பல்கள் மூலமாக அச்சே துறைமுகத்துக்கு ஏற்றுமதி செய்தனர் என போர்த்துக்கீசியர்களிடம் பிடிபட்ட கப்பல் உரிமையாளர் தெரிவித்தார்.[140] மேலும் சோழமண்டலக் கடற்கரைப் பகுதியில் அமைந்திருந்த நாகூர் துறைமுகமானது அச்சே துறைமுகத்துடன் இசுலாமியர் மேற்கொண்ட வணிக நடவடிக்கையை இணைக்கும் துறைமுகமாக விளங்கியதாகவும் அக்கப்பல் உரிமையாளர் குறிப்பிட்டுள்ளார்.[141] இக்காலகட்டத்தில் ஆண்டுதோறும் நாகூர் துறைமுகத்திலிருந்து மூன்று கப்பல்கள் அச்சேவிற்குச் சென்றன. பலவகையான துணிகளைச் சோழமண்டலப் பின்னிலப்பகுதி களிலிருந்து விலைக்கு வாங்கி மரக்காயர்கள் வணிகம் மேற்கொண்டனர். மரக்காயர்களின் இந்நடவடிக்கை மலாக்கா பகுதி வணிகத்திற்கு இடையூறு ஏற்படுத்தியதாலும் நாகூர் அருகே போர்த்துக்கீசியர்கள் புதியதாக உருவாக்கிவரும் நாகபட்டினம் துறைமுக வளர்ச்சிக்குக் குந்தகம் விளைவிக்கும் என்பதாலும் 1572ஆம் ஆண்டு போர்த்துக்கீசிய வைசிராய் மரக்காயர் கப்பல்களைத் தாக்கிப் பிடிக்குமாறு போர்த்துக்கீசிய கப்பல் தலைவர் லோபோ வாஸ் து சம்பயோவிற்குக் கட்டளையிட்டார்.[142]

சோழமண்டலப் பகுதியில் துணிஉற்பத்தி குறித்து ஏற்கெனவே அறிந்திருந்த சுமத்திராவிலுள்ள பசாய் என்னும் துறைமுகத்தின் தலைவர் சோழமண்டலப்பகுதிக்குத் தமது சொந்தக் கப்பல்களை அனுப்பி நேரடியாகத் துணிகளை விலைக்கு வாங்கினார்.[143] மரக்காயர்களும் கூனிமேட்டைச் சுற்றியிருந்த நெசவு மையங்களுக்கு சென்று துணிகளை விலைக்கு வாங்கி பாசாய் துறைமுகத்துக்குத் தங்கள் சொந்தக் கப்பல்களில் கொண்டு சென்றனர். எனவே, கூனிமேடு துறைமுகம் பாசாய் துறைமுகத்துடன் 1573 வரை வணிக உறவு கொண்டிருந்தது.[144] பாசாய் பகுதி அச்சே பகுதியின் ஆளுகைக்கு வந்தபோது மரக்காயர்கள் அச்சே துறைமுகத்துடனான தங்களது வணிகத்திற்கு முன்னுரிமை அளித்தனர்.

நாகபட்டினம் துறைமுகத்திலிருந்து 1537 முதல் 1583ஆம் ஆண்டுவரை போர்த்துக்கீசியர்கள் மேற்கொண்ட ஏற்றுமதி குறித்து சான்றுகள் எதுவும் பெருமளவில் இல்லை.[145] நாகபட்டினத்திலிருந்த போர்த்துக்கீசிய கப்பல் தலைவர் ஆர்தர் கல்லேஜோ து கேஸ்டெலோ

பிராங்கோ 1584இல் நாகபட்டினம் பின்னிலப்பகுதியில் உற்பத்தி செய்யப்பட்ட துணிகளை மிகுந்த முனைப்புடன் விலைக்கு வாங்கி நாகபட்டினம்-அச்சே வணிகத்தை மேம்படுத்த முயன்றார்.[146] நெசவு வினியோகத்தர்களிடம் உறவுகொள்ள முயன்று வெற்றியும் பெற்றார். நாகபட்டினம் பின்னிலப்பகுதியிலிருந்து மொரின் எனப்படும் நீலத்துணிகளையும், பின்டாடோஸ் என்ற வண்ணத்துணிகளையும் பச்சவெலோஸ் என்ற தங்கநூலிலைகளாலான துணிகளையும் அவரால் விலைக்கு வாங்க முடிந்தது.[147]

1585 முதல் 1641 ஆம் ஆண்டு வரை தென்கிழக்காசியாவில் போர்த்துக்கீசிய அரசின் தமிழகத் துணி வணிகம்

போர்த்துக்கீசியர்கள் தமிழகக் கடற்கரைப் பகுதியிலிருந்து தென்கிழக்காசியப் பகுதிகளுக்குத் துணிவணிகத்தைத் தொடர்ந்து மேற்கொண்டனரே தவிர அவர்கள் சோழமண்டலப் பகுதியிலிருந்து போர்த்துக்கல் நாட்டிற்குத் துணிவணிகம் மேற்கொள்ள விரும்பிய தாகத் தெரியவில்லை. தங்கள் நாட்டிற்குத் தேவையான மிளகு, நறுமணப்பொருள்களுக்குப் பண்டமாற்றுப் பொருளாகத் துணியை பயன்படுத்தியமையை சான்றுகள் மிகத்தெளிவாகக் குறிக்கின்றன. தமிழகக் கடற்கரைப்பகுதியிலிருந்து தென்கிழக்காசிய சந்தைகளுக்கு 28 வகையான துணிகள் ஏற்றுமதி செய்யப்பட்டன.[148] போர்த்துக் கீசியர்களின் கிழக்குப் பகுதி வணிக விரிவாக்கக் காலத்தில் தற்போதைய வியட்னாம், மியான்மர், தாய்லாந்து, கம்போடியா, லாவோஸ், வடக்கு மலேசியப் பகுதிகளுக்குத் தென்கிழக்காசியப் பகுதிகளான இந்தோனேசியா, தெற்கு மற்றும் கிழக்கு மலேசியாவிலிருந்துதான் துணிகள் பெறப்பட்டன. வணிகம் மேற்கொள்ளப்பட்ட துணிவகைகளுள் சொரசொரப்பான வண்ணம்/ சாயமேற்றப்பட்ட கைன்தூரியாஸ் என்னும் துணிகள் மூன்றிலிருந்து நான்கு பாகங்கள் (1 பாகம் 1.8 மீட்டர்) நீளம் கொண்டதாயும் நான்கு கை அகலம் கொண்டதாகவும் இருந்தன. சிலவேளைகளில் அவை சிகப்பு அல்லது பச்சைச் சாயங்களால் கோடிடப்பட்டும், ரோஜா வடிவமும், வட்ட தாத்தெர் வடிவமும் வரையப்பட்டிருந்தன.

தூரியாஸ் மீரா என்று வழங்கப்பட்ட சிகப்பு நிறத்துணிகளுக்கு மலாயாவில் சிறப்பான வரவேற்பிருந்தது. தூரியாஸ் இன்சு எனப்பட்ட 20 எண்ணிக்கையிலான பச்சை வண்ணத்துணிகள் மூன்று அல்லது நான்கு ரெய் நாணயங்களுக்கு விலைக்கு வாங்கப்பட்டு, பாந்தம் என்னும் ஊரில் 150லிருந்து 200 கட்டி (600 கிராம்) சாதிக்காய்க்கு விற்கப்பட்டது. பஃப்டா என்னும் துணி ஒன்று முக்காலிலிருந்து,

ஒன்னேகால் ரெய்க்கு வாங்கப்பட்டு 40லிருந்து 80 கட்டி சாதிக்காய்களுக்கு விற்கப்பட்டது. காரிகம் என்னும் சிகப்பு மற்றும் நீலத் துணிகளுக்கும் மிகுந்த கிராக்கி இருந்தது. 20 துணிகள் கொண்ட சிவப்புத்துணி 8லிருந்து 10 ரெய்களுக்கும் நீலத்துணிகள் 7லிருந்து 8 ரெய்களுக்கும் விற்கப்பட்டன. பாந்தமில் இவை 10லிருந்து 20 கட்டி சாதிக்காய்களுக்கு விற்கப்பட்டன. ஒஸ்மானி என்னும் சொரசொரப்பான துணிவகைகள், மூன்று அல்லது நான்கு ரெய்களுக்கு வாங்கப்பட்டன. சமிக்கின் என்னும் 7 அல்லது 8 பாகங்கள் நீளமுள்ள வெள்ளைப் பருத்தித் துணி ஒன்றேகால், ஒன்னரை ரெய்க்கு வாங்கப்பட்டு பாந்தமில் 30லிருந்து 35 கட்டி சாதிக்காய்க்கு விற்கப்பட்டது. மெகானிஸ் துணிகள் கணிக்கிம்ஸ் துணியைவிட மெல்லியதாக இருந்ததால் சற்றே கூடுதல் விலைக்கு விற்கப்பட்டது. ஜஒஜானிஸ் (சாவந்த்) என்னும் பருத்தியாலான வெள்ளைநிறத்துணி 5 பாகம் நீளம் 2 கை அகலம் கொண்ட 20 எண்ணிக்கைத் துணி 4லிருந்து 6 ரெய்க்கு வாங்கப்பட்டு பாந்தமில் 25லிருந்து 40 கட்டி சாதிக்காய்களுக்கு விற்கப்பட்டது. சின்டெஸ் சின்டிஸ் (திரைச்சீலை) என்னும் பலவண்ணம் கொண்ட பட்டுத்துணி பாந்தமில் 40லிருந்து 50 கட்டி சாதிக்காய்களுக்கு விற்கப்பட்டது.[149]

போர்த்துக்கீசியரின் கட்டுப்பாட்டிலிருந்த மைலாப்பூரின் சாந்தோமிற்கு கிருஷ்ணபட்டினம் என்னும் கொல்லித்துறையிலிருந்தும் துர்கராஜ பட்டினத்திலிருந்தும் துணிகள் கொண்டு வரப்பட்டன. இத்துணி வணிக நிர்வாகம் பழவேற்காட்டிலிருந்து மேற்கொள்ளப் பட்டது. சிகப்பு-வெள்ளை, சிகப்பு-பச்சை, சிகப்பு-ஊதா என்னும் இரட்டை நிறம் கொண்ட திரகோன் துணிகள் ஏற்றுமதிப் பட்டியலில் இடம்பெற்றுள்ளது. 160 எண்ணிக்கை கொண்ட பஸ்தா என்னும் ஒரு துணிக்கட்டு 130லிருந்து 150 ரெய்க்கு விற்கப்பட்டது. பட்டாஸ் எனவும் செர்மால்கியாஸ் எனவும் வழங்கப்பட்ட சிகப்பு அல்லது பச்சை நிறத்தில் சிகப்பு அல்லது ஊதா நிறக்கோடிடப்பட்டு நெய்யப்பட்ட ஒரு கோர்ஜ் (20 துணிகள் கொண்ட கட்டு) துணிகள் 13லிருந்து 16 ரெய்க்கு வாங்கப்பட்டு பாந்தமில் 30லிருந்து 45 கட்டி சாதிக்காய்க்கு விற்கப்பட்டது. தபிசராஸ்ஸி என்னும் இலைத் தொகுதிகள், பறவைகளின் படங்கள் வரையப்பட்ட ஒரு கோர்ஜ் துணிகள் 10லிருந்து 13 ரெய்களுக்கு பெறப்பட்டு பாந்தமில் 25லிருந்து 30 கட்டி சாதிக்காய்களுக்கு விற்கப்பட்டன. சராஸ்ஸெஸ் செக்ராமலைஸ் எனப்பட்ட மென்மையான ஒரு கோர்ஜ் உயர்வகைத் துணிகள் 60லிருந்து 70 ரெய்களுக்கு வாங்கப்பட்டன. தரம்குறைந்த துணிகள் 40லிருந்து 50 ரெய்களுக்கு வாங்கப்பட்டு பாந்தமில்

50லிருந்து 90 கட்டி சாதிக்காய்களுக்கு விற்கப்பட்டன. இதேபோல் சராஸ்ஸா கொபெர் என்னும் ஒரு கோர்ஜ் துணிகள் 70லிருந்து 80 ரெய்க்கு வாங்கப்பட்டன. செல்சைஸ் (சேலாஸ் அல்லது சேலா) என்னும் வெள்ளைக் கட்டமிடப்பட்ட பருத்தித் துணியில் கருப்புநிறக்கோடுகள் இடப்பட்டிருந்தன.[150]

பாந்தம், அம்போனியா, சீராம் மற்றும் பிற பகுதிகளில் விற்பனை செய்ய நாகபட்டினத்தில் துணிகள் வாங்கப்பட்டன. சலாலூஸ் கருப்பு, கருநீலம் கொண்ட ஒரு கோர்ஜ் துணிகள் 6லிருந்து 8 ரெய்களுக்கு வாங்கப்பட்டன. பலாட்செர் என்னும் வெள்ளை, கருப்பு, நீல நிறம் கொண்ட ஒரு கோர்ஜ் துணிகள் 15லிருந்து 17 ரெய்களுக்குப் பெறப்பட்டு துணியின் தரத்திற்கு தகுந்தாற்போல் சாதிக்காய்கள் மாற்றாகப் பெறப்பட்டன. போலெங் என்று வழங்கப்பட்ட இரண்டிலிருந்து மூன்று பாகம் நீளமும் ஐந்து கையகலமும் உள்ள ஒரு கோர்ஜ் துணிகள் 12லிருந்து 15 ரெய்களுக்கு வாங்கப்பட்டன. தூலூபூகன் எனப்பட்ட ஒண்ணரை பாகம் நீளமும் நான்கரை கை அகலமும் கொண்ட ஒரு கோர்ஜ் அளவிலான துணிகள் 6லிருந்து 7 ரெய்களுக்கு வாங்கப்பட்டு பத்து, பதினொன்று, பன்னிரண்டு எண்ணிக்கையிலான துணிகள் பாந்தமில் ஒரு பாஹர் (800 கிராம்) சாதிக்காய்களுக்கு விற்கப்பட்டன. பொர்னியோ லயா எனப்பட்ட இதே அளவான ஒண்ணரை பாகம் நீளமும் நான்கரை கையகலமும் கொண்ட ஒரு கோர்ஜ் துணிகள் 5 லிருந்து 6 ரெய்களுக்கு வாங்கப்பட்டு பாந்தமில் பன்னிரண்டு, பதிமூன்று எண்ணிக்கையிலான துணிகள் ஒரு பாஹர் சாதிக்காய்களுக்கு விற்கப்பட்டன.[151] ஆக, தமிழகக் கடற்கரைப்பகுதியில் வாங்கப்பட்ட துணிகளை நறுமணப்பொருள்கள் வாங்குவதற்குத் தென்கிழக்காசியப் பகுதியில் போர்த்துக்கீசியர்கள் பண்டமாற்றுப் பொருளாகப் பயன்படுத்தியதால் அவர்களுக்கு வணிக மூலதனம் தேவையற்றதானது. நாகபட்டினத்திலிருந்து கொண்டு செல்லப்படவேண்டிய துணிகளுக்கு அலுவல் அனுமதிபெறுவதற்கு ரெண்ட தா சப்பா என்னும் முத்திரை வரி 1585ஆம் ஆண்டிலிருந்து வசூலிக்கப்பட்டதால் போர்த்துக்கீசிய தொழிலகத்திற்குக் கூடுதலாக வருமானம் கிடைத்தது.[152]

சாந்தோமிலிருந்து செயல்படுத்தப்பட்ட துணி வணிகத்திற்கு அலுவலராக இருந்த ஃபிரான்சிஸ்கோ கொரியா து பிரிட்தோ துணிகளைப் பெற்று பாந்தம் மற்றும் மொலுக்கா பகுதிகளுக்கு அனுப்பும் பணியை மேற்கொண்டார்.[153] ஆவணங்களின்படி பழவேற்காடு, சாந்தோம் துறைமுகங்களிலிருந்து போர்த்துக்கீசியர்கள் டஃபெசேரியாஸ், ப்ரட்டுடாஸ், பச்செரியாஸ் இன்டேர்னோ,

பச்செரியாஸ், பீட்டில்ஹாஸ், டியோதோஸ், கூநிவாஸ், தியாபொகின்ஸ், பனோஸ் தா மோக்காஸ் போன்ற பலவகையான துணிகளை விலைக்கு வாங்கினர் என அறியமுடிகிறது.[154] சரகாஸ் எ பைஸ், போர்டேஸ் து சிலா, ஜிங்காம்ஸ் பர்தோஸ் வகைத் துணிகள் மைலாப்பூரில் பெறப்பட்ட துணிகளுள் அடங்கும்.[155] காலி கெஸ்ஸோ (கண்ணாடித் துண்டுகள் பொறுத்தப்பட்டது) துணிகளோடு கம்பளி மயிரினால் நெய்யப்பட்ட படுக்கைத் துணிகளும் சாந்தோமில் உற்பத்தி செய்யப்பட்டன எனச் சமகால ஆவணங்கள் தெரிவிக்கின்றன.[156] சோழமண்டலப் பகுதிகளில் 1618, 1620, 1622, 1623, 1624, 1630 ஆகிய ஆண்டுகளில் ஏற்பட்ட பஞ்சங்களில் பல நெசவாளர்கள் இறந்தமையால் சாந்தோம், பழவேற்காடு பகுதிகளில் துணி உற்பத்தி பாதிக்கப்பட்டது.[157]

மலேயக் குடா பகுதிகளில் தமது வணிகத்தை விரிவாக்கம் செய்ய முயன்ற டச்சுக்காரர்கள் மலாக்கா நீரோட்டம் வரை கப்பலில் சென்றனர். ஆப்ரஹாம் வான் தென் ப்ரோஎக் என்பவர் பாஹாங் துறைமுகத்தில் தங்கிப்பணிபுரிய 1607 நவம்பர் 7ஆம் நாள் ஆணை வழங்கப்பட்டது. குவாலா பஹாங் துறைமுகப்பகுதியில் அட்மைரல் மேலீயெஃப் தலைமையில் ஒரு போர்க்கப்பல் நங்கூரமிட்டு நிறுத்தப்பட்டிருந்தது. சில நாள்களுக்குப் பிறகு 18 துப்பாக்கி படை வீரர்கள், 14 ஊதுகொம்பு வாசிப்பவர்களின் அணிவரிசையில் அந்த நாட்டுச் சுல்தானைக் காணச் சென்றபோது அவரும் வரவேற்று வணிகம் மேற்கொள்ள அனுமதியளித்தார். மலாக்காவில் போர்த்துக்கீசியர்கள் வலிமைபெற்று இருந்ததால் டச்சுக்காரர்கள் மிகவும் கவனமாக தமது வணிகச் செயல்பாடுகளை மேற்கொள்ள வேண்டியிருந்தது. தமிழகப் பகுதியிலிருந்து போர்த்துக்கீசியர்கள் மேற்கொண்ட வணிகத்தில் டச்சுக்காரர்கள் குறுக்கிடத் தொடங்கினர். 1663ஆம் ஆண்டு பிலிப் லூகாஸ் தமது அறிக்கையில் மலாக்காவில் போர்த்துக்கீசியர் மேற்கொண்ட துணி வணிகம் மூலமாக கேதா, திராங், தென்னசரிம், பெகு, சியாம், கம்போடியா, ஜாவா, மக்கசார். கிழக்கு ஜாவா பகுதிகளான பாலி, சோலோர், திமோர் போன்ற இடங்களுக்குத் துணிகள் ஏற்றுமதி செய்யப்பட்டமையால் டச்சுக் கிழக்கிந்தியக் குழுமத்தின் துணி வணிகம் பாதிக்கப்பட்டதாகத் தெரிவித்ததுடன் மலாக்காவை வெற்றிகொண்டால் மட்டுமே டச்சுக்காரர்களுக்குத் துணிவணிகம் பயனுள்ளதாக அமையும் என்றும் கருத்துத் தெரிவித்தார்.[158] தமிழகக் கடற்கரையிலிருந்த மைலாப்பூரின் சாந்தோம், தேவனாம்பட்டினம், நாகபட்டினம் போன்ற துறைமுகங்களிலிருந்து போர்த்துக்கீசியர்களின் துணி வணிகம்

நடைபெற்றதால் இத்துறைமுகப்பகுதிகளில் டச்சுக்காரர்களின் ஆயுதம் தாங்கிய போர்ப்படகுகளுடன் கடலில் ரோந்து மேற்கொள்ள முடிவு செய்யப்பட்டது.[159]

மைலாப்பூரின் சாந்தோமிலிருந்து மலாக்காவிற்குத் துணிவணிகம் மீண்டும் போர்த்துக்கீசியர்களால் 1634ஆம் ஆண்டு தொடங்கப்பட்டது. அப்போது துணி கொள்முதலுக்கான சொந்த மையத்தைப் போர்த்துக்கீசியர்கள் தொடங்காததால் துணிகளைப் பெற உள்ளூர் நெசவாளர்களிடமிருந்து துணியைப் பெற்றுத்தரும் செட்டி வணிகர்களின் உதவியை நாடினர்.[160] டச்சுக்காரர் உண்டாக்கிய குழப்பத்தால் தென்னிந்தியாவில் சிறந்து விளங்கிய சாந்தோம் துறைமுகம் சில நெசவாளர்களை மட்டும் கொண்ட குடியிருப்பாக மாறிவிட்டதாக 1635ஆம் ஆண்டில் சாந்தோமின் பிஷப் லூசோ குறித்துள்ளார். மைலாப்பூரில் இருந்த தலைவருக்கு நெசவுத்தொழில் மேற்கொள்ள மூலதனமின்றிப் போனது.[161]

தென்கிழக்காசிய நாடுகளுடனான வணிகத்தில் போர்த்துக்கீசியரிடம் போட்டியிட முடியாமல் போனதால் மலாக்காவைப் பிடிக்க தகுந்த தருணத்தை டச்சுக்காரர்கள் எதிர்பார்த்திருந்தனர். அவர்கள் 1635 ஜூன் மாதம் மலாக்காவிலிருந்த போர்த்துக்கீசியர் குடியிருப்பை முற்றுகையிட்டு ஜனவரி 1641 அன்று கைப்பற்றினர். இந்நடவடிக்கை டச்சுக் கிழக்கிந்திய குழுமத்திற்கு ஏற்றதாக அமைந்ததுடன் மலாக்கா நீரோட்டப் பகுதியில் ஆளுமை நிறைந்தவர்களாக அவர்கள் விளங்கத் துணைசெய்தது. போர்த்துக்கீசிய வணிகர்கள் வணிகம் மேற்கொள்ள டச்சுக்காரர்களுக்குச் சுங்கவரி செலுத்த வேண்டியதானது. ஸ்பெயின் நாட்டவர் நுழைவதற்கு அனுமதி மறுக்கப்பட்டது. ஐரோப்பியக் கொடிகளைக் கொண்ட கப்பல்கள் யாவும் மலாக்காவிற்கு வரவேண்டும் என அறிவிக்கப்பட்டது. கப்பலின் தலைவர் இதற்கு மறுப்பு தெரிவித்தால் வந்த நிலையிலேயே கப்பல் திரும்பச்செல்ல அனுமதிக்கப்பட்டது. ஆசியக் கப்பல்களும் டச்சு உரிமம் பெற்று மலாக்காவிற்கு வரவேண்டும் எனக் கட்டளையிடப்பட்டது. ஆனால் ஆசிய வணிகர்களுக்கு மலாக்காவுடன் வணிகம் மேற்கொள்ள விருப்பமில்லையென்றால் மலாக்கா நீரோட்டம் வழியாகச் சுங்கவரியின்றி செல்ல அனுமதிக்கப்பட்டனர்.[162] ஆக, டச்சுக்காரர்கள் மலாக்காவை தமது கட்டுப்பாட்டுக்குள் கொண்டுவந்தமையால் போர்த்துக்கீசியர்களின் வணிகம் முடிவுக்கு வந்தது.

நெசவுத்தொழிலில் இந்து, இசுலாமிய வணிகர்கள் தமிழகப் பகுதியில் ஆளுமை நிறைந்தவர்களாக விளங்கினர். ஆனால்

இவ்வணிகத்தைக் கிழக்குக் கடற்கரைப் பகுதியில் தங்களின் ஆளுமைக்குள் கொண்டுவர அவர்கள் முயலவில்லை. அப்போது வந்த போர்த்துக்கீசியர்கள் தென்கிழக்காசியா, தெற்காசியப் பகுதிகளுக்கான வணிக வழிகளைத் தமது நன்மைக்கு ஏற்ப அவர்கள் விருப்பப்படி மாற்றியமைத்துக் கொண்டனர். இதற்காக மிளகு, நறுமணப்பொருள்கள் கிடைக்கும் துறைமுகப்பகுதிகளைக் கைப்பற்றினர். தமிழகம் நறுமணப்பொருள்களுக்குப் பண்டமாற்றாகத் துணிகளை வழங்கும் இடமாகத் திகழ்ந்தது. இதனால் போர்த்துக் கீசியர்கள் துணிவணிகத்தில் ஈடுபடத் தேவையானது. இக்கால கட்டத்தில் முதலில் ஜாவாவிலிருந்து மலாக்கா வரும் மிளகு, கிராம்பு போன்ற பொருள்களைப் பெறவே தமிழகத்துணிகள் கொண்டு செல்லப்பட்டன. ஆனால், பின்னர் ஜாவாவிலுள்ளவர்கள் பண்டமாற்றுக்குப் பதிலாக ரெய் நாணயங்களை அளித்து துணிகளைப் பெற்றனர். தமிழகக் கடற்கரைப் பகுதியிலிருந்த போர்த்துக்கீசியர்கள் தங்க, வெள்ளிக் கட்டிகளின் முக்கியத்துவத்தைப் புரிந்து அவைகளின் இறக்குமதியை மேற்கொண்டனர். அவர்கள் தமிழகக் கடற்கரைத் துறைமுகப்பகுதியில் பேரளவிலான மூலதனத்தில் துணிவணிகம் மேற்கொண்டனர். அதிக வருமானம் பெற நெசவு மையங்களின் அருகிலேயே தமது குடியிருப்புகளை அமைத்துக்கொண்டு ஆசியப் பகுதியில் தாமாகவே துணி வணிகத்தை மேற்கொண்டனர்.

சான்றெண் விளக்கம்

1. A.I. Chicerov, India: Economic Development in the 16th-18th Centuries: An Outline History of Crafts and Trade, Moscow, 1971.
2. N. Karashima, Y Subbarayalu and P. Shanmugam, Vijayanagara Rule in Tamil Country as Revealed through a Statistical Study of Revenue Terms in Inscriptions, Tokyo, 1988, pp. 8-20.
3. Annual Report on South Indian Epigraphy, Madras, 1887-1955 (இனி ARE), 144 of 1977-8, 278 of 1911, 627 of 1909, 253 of 1907, 275 of 1978 (1404), 311 of 1968-9, 152 of 1928-9, 203 of 1928-9, 88 of 1914-15, 59 of 1914-15 (1429), 283 of 1911 and 508 of 1922-3; South Indian Inscriptions, 23 vols., Madras, 1890-1997 (இனி SII), vol. IV, no. 524, vol. III, no. 22, vol. V, no. 176, vol. II, no. 66 and vol. XVII, no. 452; V. Rangachari, A Topographical List of Inscriptions of the Madras Presidency (collected till 1915, with notes and references), 3 vols., Madras, 1919 (இனி IMP), vol. II, no. 996 A (1542).
4. Vijaya Ramaswamy, Textiles and Weavers in Medieval South India, Delhi, 1985, p.7.
5. SII, vol. I, no. 446 and vol. VI, no. 21; ARE, 430 of 1921-2, 247 of 1916, 622 of 1915, 81 of 1913, 346 of 1959-60, 240 of 1906, 140 of 1915-16 and 490 of 1937-8.
6. ARE, 697 of 1921 (1534), 60 of 1711 (1538), 424 of 1928-9 (1565) and 282 of 1932-3 (1574); Epigraphia Indica, Calcutta/Delhi, 1892 (இனி EI), vol. VI, pp. 232-37; K.A. Nilakanta Sastri and N. Venkataramanayya, Further Sources of Vijayanagar History, Madras, 1929, vol. III, p. 87.

7. ARE, 403 of 1914 and 1916, p. 142.
8. Ibid., 368 of 1917.
9. Ibid., 454 of 1916 (1513), 357 of 1939-40 (1563), 107 of 1941 (1552), 133 of 1941-2, 452 of 1913 (1532), 356 of 1912 (1533), 346 of 1923 (1563) and 218 of 1931 (1601); SII, vol. IX, pt.II, no. 531, no. 516 (1525).
10. ARE, 258 of 1967-8.
11. Ibid., 1 of 1921-2. T.N. Subramanian, South Indian Temple Inscriptions, 3 vols., Madras, 1953-7 (இனி SITI); பார்க்க, vol. II, glossary.
12. ARE, 263 of 1928-9 (1439), 34 of 1919, 207 of 1935, 220 of 1935, 300 of 1928-9, 104 of 1935-6, 356 of 1912, 294 of 1910 (1418), 41 of 1922 (1546), 208 of 1912, 622 of 1915, 62 of 1935 (1507), 207 of 1922 (1430), 252 of 1917 (1463), 248 of 1911 and 623 of 1934-5.
13. Ibid., 356 of 1912 (1533) and 372 of 1912 (1510).
14. Ibid., 307 of 1913.
15. Ibid., 376 of 1923.
16. Ibid., 423 of 1919.
17. Joseph J. Brennig, 'Textile Producers and Production in Late Seventeenth Century Coromandel', Indian Economic and Social History Review (இனி IESHR), vol. XXIII, no. 4, October-December 1986, p. 342.
18. Ibid., p. 334.
19. Vijaya Ramaswamy, Textiles and Weavers, முன்னர் சுட்டிய நூல், pp. 70-1; Duarte Barbosa, The Book of Duarte Barbosa: An Account of the Countries Bordering of the Indian Ocean and their Inhabitants, ed. L.M. Dames, London, 1918-1921, repr., 2 vols., Delhi, 1989, vol. 11, p. 132.
20. Ibid., pp. 71-2.
21. P.M. Joshi, 'Textile Industry and Trade of the Kingdom of Golconda', in Essays in Medieval Indian Economic History, ed. Satish Chandra, New Delhi, 1987, p. 132.
22. u.v. Swaminatha Iyer, ed., Purananuru (Anthology), Ancient Commentary (Anonymous, 5th edn.), Madras, 1956, verse 274.
23. George Watt, A Dictionary of Economic Products of India, London, 1890, vol. IV, p. 10.
24. Duarte Barbosa, முன்னர் சுட்டிய நூல், vol. II, pp. 152, 170.
25. ARE, 193 of 1940. விவரங்களுக்கு பார்க்க W Crooke, Hobson-Jobson, ed. H. Yule and A.C. Burnell, New Delhi, 1968, p. 518.
26. SII, vol. IV, 524(a); மேலும் பார்க்க J.J. Brennig, 'Textile Producers' முன்னர் சுட்டியது, p. 334.
27. P.M. Joshi, 'Textile Industry', முன்னர் சுட்டியது, pp. 131-2.
28. F. Hirth and W.W. Rockhill, Chau-Ju-Kua: His Work on the Chinese and Arab Trade in the Twelfth and Thirteenth Centuries, entitled Chu-Fan-Chi, St. Petersburg, 1911, p. 96.
29. Samuel Purchas, His Pilgrims, vol. X, Glasgow, 1905, pp. 625, 711.
30. K.A.Nilakanta Sastri, Foreign Notices of South India from: Megasthenes to Mahuan, Madras, 1972, p. 306.

31. John van Linschoten, The Voyages of John van Linschoten to the East Indies, ed. A.C. Burnell and P.A. Tiele, vol. I, London, 1885, p. 91.
32. ARE, 272 of 1912 (1436); SII, vol. m. no. 128.
33. SII, vol. I, no. 446 (1586); ARE, 50 of 1900 (1532).
34. ARE, 193 of 1940.
35. Vijaya Ramaswamy, 'Weaver Folk Traditions as a Source of History', IESHR, vol. XIX, no. 1, p. 55.
36. ARE, 216 of 1917.
37. Ibid., 246 of 1916.
38. Sadhu Subrahmanya Sastry, Tirumalai- Tirupati Devasthanam Epigraphical Series, 6 vols., Madras, 1931-8 (இனி TTDES) , vol. IV, p. 112.
39. Ibid.
40. Ibid.
41. ARE, 240 of 1906 (1510), 294 of 1897 (1524), மணிமங்கலம் கல்வெட்டில் மூன்றாவது வரியில் 'பல பட்டடை குடிமக்கள்' என்றுள்ளது.
42. ஆறாம் நூற்றாண்டுக் கல்வெட்டுகள் 'பட்டடை' எனக் குறிக்கின்றன. P.R. Srinivasan and Marie Louise Reniche, Tiruvannamalai: A Saiva Sacred Complex of South India, Inscriptions, vols. 1.1, 1.2, Pondicherry, 1990 (இனி TVMTI), no. 415 (1551); பட்டடை என்னும் சொல்லுக்குப் பார்க்க TVMTI, no. 418 (1551). தி.ந.சுப்பிரமணியன் மற்றும் விஜயா ராமசாமி போன்ற சில ஆய்வாளர்களால் பட்டடை என்னும் சொல் 'பட்டு' 'அடை' எனத் தவறாகப் படிக்கப்பட்டுள்ளது. பார்க்க SITI, vol.III, pt. 2, glossary, p. li; Vijaya Ramaswamy, Textile and Weavers, முன்னர் சுட்டிய நூல், pp. 86, 88, 104. மேலும் விவரங்களுக்குப் பார்க்க, P. Shanmugam, 'Pattadai and Industries in the Tarnil Country under the Vijayanagara Rule', in Journal of Asian and African Studies, no. 37, 1989, pp. 33-4.
43. ARE, 112 of 1924; SII, vol. IV, no. 524.
44. ARE, 367 of 1923.
45. Duarte Barbosa, முன்னர் சுட்டிய நூல், vol. II, p. 153.
46. Ibid., pp. 77-8, 132, 162.
47. R.H. Major, India in the Fifteenth Century, London, 1857. பார்க்க Travels of Nicolo Conti, p. 78.
48. SII, vol. IX, pt. II, no. 516, p. 53. தலைமை நெசவாளர்கள் உற்பத்தி முறையை மாற்றியமைக்கவில்லை என சிலர் கருதுகிறார்கள். Vijaya Ramaswamy, 'The Genesis and Historical Role of the Master Weavers in South Indian Textile Production', Journal of the Economic and Social History of the Orient (இனி JESHO), vol. XXVIII, 1985, p. 300.
49. ARE, 365 of 1912; SII, vol. XVII, no. 758.
50. Ibid., 308 of 1913 and 96 of 1919.
51. Ibid., 16 of 1935.
52. SII, vol. XXII, no. 24; ARE, 240 of 1906 (1510), 'திருப்பனங்காடு கைகோளர் பல பட்டடையில் உண்டான பட்டடை நூல் ஆயமும் உண்டானது' என கல்வெட்டின் ஐந்தாம் வரியில் குறிக்கப்பட்டுள்ளது.
53. ARE, 16 of 1935.

54. Ibid., 59 of 1914, *சாளிகர் நிலைத் தறி*
55. Ibid., 91 of 1918, *பறைத் தறி*
56. Ibid., 59 of 1914, *சேனியத் தறி*
57. Ibid., 247 of 1916, 486 of 1938, 622 of 1915, 88 of 1921 and 314 of 1912.
58. P. Shanmugam, 'Pattadai and', *முன்னர் சுட்டியது*, p. *38*.
59. TTDES, vol. IV; no. 112.
60. Ibid.
61. Irfan Habib, 'Potentialities of Capitalistic Developments in the Economy of Mughal India', Journal of Economic History, vol. XXIX, March 1969, p. 68.
62. TTDES, vol. IV; no. 112.
63. Tapan Raychaudhuri, Jan Company in Coromandel, 1605-1690: A Study in the Interrelations of European Commerce and Traditional Economies, The Hague, 1962, p. 11.
64. Anronio Baiao, Historia quinhista in edito do segundo cerco de Dio, ilustrada com a correspondencia original tambem in edita de D. João de Castro, D. João de Mascarenhas e outro, Coimbra, 1925, p. 308.
65. Karl Marx, Capital, Moscow, 1906, vol. III, p. 596. வணிகர்களின் மூலதனத்தால் உண்டான கடுவட்டி முறையால் நெசவாளர்கள் மிகுந்த துன்பத்திற்கு ஆட்பட்டார்கள் என்னும் மேலமைந்த முடிவிற்கு மேலும் கல்வெட்டுகளை ஆய்வு செய்ய வேண்டியுள்ளது. கடுவட்டிமுறை உற்பத்திமுறையை மாற்றவில்லை என்னும் மார்க்ஸின் கூற்றை நிரூபிக்க மேலும் சான்றுகள் தேவைப்படுகின்றன.
66. Frank Perlin, 'Proto industrialization and pre-colonial South Asia', Past and Present, vol. 98, 1983, p. 33.
67. ARE, 104 of 1935-6 and 52 of 1888. 'நெய்கிற தறிக்கு மாதம் அரைப் பணமும்' என்று விரிஞ்சிபுரம் கல்வெட்டு குறிப்பிடுகிறது; SII, vol. V; p. 516; ARE, 31 of 1905 and 300 of 1928-9.
68. ARE, 409 of 1913-14 (1513) Athur Taluk, 247 of 1916 (1504).
69. *பார்க்க* Tiruppangadu Inscription of AD 1383 in SII, vol. XXII, p. 191 மேலும் ஒரு கல்வெட்டு AD 1510 in SII, vol. XXII, p. 190; ARE, 88 of 1921 and 294 of 1910 (puliparakoyil, Marhurantakarn Taluk). கோயில்கள் தறி வரி பெற்றிருப்பினும் ஒரு பகுதியைக் கோயிலுக்கு வைத்துக்கொண்டு எஞ்சிய வரி விஜயநகர அரசின் வரி கட்டுப்பாட்டாளாருக்கு அளித்தனர். *பார்க்க* ARE, 207 of 1922 (1430) and 693 of 1919.
70. ARE, 81 of 1913.
71. Ibid., 376 of 1923.
72. Ibid., 622 of 1962-3.
73. Ibid., 507 of 1938.
74. Ibid., 486 of 1938 (1535).
75. Ibid., 293 of 1928-9 (1574).

76. Ibid., 207 of 1922 (1430) and 693 of 1919.
77. SII, vol. XXVI, pp. 216-17 (1498), திருகச்சூர்.
78. ARE, 1937-8 (1437), p. 102, இறைவாசநல்லூர்.
79. Ibid., 318 of 1910 (1489); SII, vol. XVII, no. 221 (1486-91).
80. Ibid., 207 of 1922, ஸ்ரீபெரும்புதூர்.
81. Ibid., 160 of 1935.
82. Ibid., 364 of 1912 (1532-3) and 240 of 1916 (1510); SII, vol. XXII, no. 24.
83. Ibid., 482 of 1919-20 (1573).
84. Ibid., 356 of 1912 (1533).
85. Ibid., 482 of 1919-20 (1573).
86. TTDES, vol. V, no. 2; vol. 11, nos. 35, 135 and 140; vol. IV, nos. 3 and 39.
87. ARE, 368 of 1917; 1918, pt. 11, para 70.
88. Ibid., 422 of 1925-6, 221 of 1928-9 and 162 of 1918-19.
89. Ibid., 291 of 1928-9.
90. Ibid., 368 of 1917.
91. Ibid., 136 of 1905, 151 of 1905 and 454 of 1916.
92. Ibid., 422 of 1925 and 473 of 1921.
93. Ibid., 368 of 1917.
94. Ibid., 162 of 1918.
95. Ibid., 291 of 1928-9.
96. Ibid., 41 of 1922.
97. S. Jeyaseela Stephen, 'Pulicat Based Shipping and Trade, 1500-1530', Purabilekha-Puratatva, vol. IX, pt. 2, 1991, pp. 1-15.
98. போர்த்துக்கீசிய மன்னருக்கு ரூய் து பிரிட்டோ படாலிம் எழுதிய கடிதம் *6 ஜனவரி* 1514, in Instituto Arquivo Nacionais/Torre do Tombo, Lisboã (இனி IANTT), CC, 1-14-49; Affonso de Albuquerque, Cartas de Affonso de Aibuquerque, ed. Raymundo Antonio e Bulhao Pato, 7 vols., Lisboã, 1884-1935 (இனி CAA), vol. III, p. 94. Tome Pires, The Suma Oriental of Tome Pires and the Book of Rodrigues, 2 vols., Delhi, 1990, vol., 11, pp. 273-4.
99. போர்த்துக்கீசிய மன்னருக்கு அல்புகுயெர்க் எழுதிய கடிதம் *1 ஏப்பிரல்1512* in IANTT, CC, 1-22-80. பார்க்க C.C. Brown, 'Sejarah Melayu or Malay Annals', Journal of the Malaysian Branch of the Royal Asiatic Society (இனி JMBRAS), vol. XXV, pts. 2 and 3, 1952, p. 6-276. மலேசியாவின் 'ஆண்டு நிகழ்ச்சித் தொகுப்பு' மலேசியர்களும் துணிவணிகத்தில் ஈடுபட்டிருந்தனர் என்பதைத் தெளிவாக விளக்குகிறது. இத்தொகுப்பு துணியை வாங்க தென்னிந்தியாவிற்குப் பயணம் மேற்கொள்ள சுல்தான் முகமது ஆணையிட்டதைத் தெரிவிக்கிறது.

100. Gaspar Correia, Lendas da India, 4 vols., repr. Porto, 1975, Capitulo XXI, Tomo II, pts. I, p. 162; Capitulo XXVI, pt. I, p. 216.

101. Artur Basilio de Sa, Documentação para a Historia das Missoes do Padroado Portugues do Oriente: Insul India, 5 vols., Lisboã , 1954-8, vol. I, pp. 66-74. L.F.F.R.Thomaz, 'Nina Chatu e o Commercio Portugues em Malaca' in Memorias do Centro de Estudos de Marinharia, vol. V, Lisboã, 1976, pp. 3-27; *அரசுக் கடிதத்தின் செய்தியைப் பார்க்கவும்.*

102. Elaine Sanceau, Cartas de D. João de Castro, Lisboã, 1954, p. 213; Biblioteca Municipal de Elvas (இனி BME), MSS. no. 5/381.

103. Simão Botelho, 'Tombo do Estado da India' in Subsidios para a Historia da India Portuguesa, Lisboã, 1848, pp. 104-8; Diogo do Couto, Decadas da Asia, Lisboã , 1777-8, Decada V, pt. II, p. 138. *போர்ச்சுக்கல் மன்னருக்கு மெலாக்கா சூழல் குறித்து கார்சியா கைன்ஹோ 31 ஆகஸ்டு 1521 அன்று எழுதிய கடிதம்* IANTT, CC, III-7-115.

104. S. Jeyaseela Stephen, The Coromandel Coast, and its Hinterland: Economy, Society and Political System, 1500-1600, New Delhi, 1997, pp. 143, 158, 195. *மேலும் பார்க்க* S. Jeyaseela Stephen, Portuguese in the Tamil Coast: Historical Explorations in Commerce and Culture, 1507-1749, Pondicherry, 1998, pp. 156-7.

105. Correia, *முன்னர் சுட்டிய நூல்*, IV, pp. 131-2. IANTT, CC, 1-68-86.

106. IANTT, CC, 1-68-88.

107. Elaine Sanceau, Coleção São Lourenço, 3 vols., Lisboã , 1973-83 (இனி CSL), vol. III, p. 250.

108. IANTT, CC, 1-76-102, fl.3v; CC, 1-77-18, fl.2.

109. Arquivo da Casa Cadaval, Codice Cadaval MS 972, fl.T-2, fl. 26v-28v; *மேலும் பார்க்க* Texeira da Mora, Un Manuscripts Nautico Seis Cartista Re Encontrado Centro do Estudos de Cartografia Antiga, Lisboã , 1975, p. 11.

110. Elaine Sanceau, *முன்னர் சுட்டிய நூல்*, p. 235.

111. Rodrigo de Lima Felner, Subsidios para a Historia da India Portugueza, Lisboã, 1868, p. 225. *பார்க்க, கருப்புத் துணிகள்* CC, 1-68-86 (1540); *பட்டுத் துணிகள்* CC, 1-60-17. fl.8 (1537).

112. Elaine Sanceau, Colecao, *முன்னர் சுட்டிய நூல்*, vol.II, p. 493. *மேலும் பார்க்க* Armando Cortesao and Luis de Albuquerque, Obras Completas de D. João de Castro, Coimbra, 1976, p. 394.

113. J.H. de Cunha Rivara, Archivo Portuguez-Oriental, 6 fasciculos in 9 vols., Goa, 1857-76 (இனி APO-CR) fasc. 5. no. 370, p. 472; no. 625, p. 657; and no. 542, p. 592; Luciano Ribeiro, Registo da Casa da India, 2 vols., Lisboã , 1954-55 (இனி RCI), vol. 1, p. 133; IANTT, Chancelaria de D. Sebastião, Liv.15, f1.29, Liv.15, fl.11; Liv.19, fl. 226v.

114. Sanjay Subrahmanyam, Improvising Empire: Portuguese Trade and Settlements in the Bay of Bengal, Delhi, 1990, p. 40.

115. ARE, 1 of 1933; 221 of 1929-30; 197 of 1912.

116. SII, vol. II. pt. n. no. 73; SII, vol. VIII, no. 4; ARE, 300 of 1909; 195 of 1922-3; SII, vol. VII, no. 448; ARE, 170 of 1933.

117. H.D. Love, Vestiges of old Madras, Madras, 1913, vol. I, p. 77.

118. Biblioteca Nacional de Lisboã (இனி BNL), Codice 2702, fls.648-648v; Municipal Library of Elvas, Portugal, Codice no. 5/381, fls. 3.

119. 3 திசம்பர் *1568* அன்று லியோ ஹென்ரிக்கிற்கு பங்குதந்தை லூரென்சோ பயஸ் எழுதிய கடிதம் மேலும் பார்க்க, *15* நவம்பர் *1567* நாளிட்ட கடிதம் in Jose Wicki, Documenta Indica, 18 vols., Roma, 1948-88 (இனி DI), vol. VII, Document no. 87, p. 355.

120. Sanjay Subrahmanyam, Improvising, முன்னர் சுட்டிய நூல், pp. 341-4.

121. E.P. Mendes da Luz, 'Livro da Cidades e Fortalezas que o Coroa de Portugal tem nas Partes da India, e das Capitanias e mais Cargos que nelas ha, e da Importancia deles', Studia, no. 6, July 1960, fls.78, 84 & 84v; L.F.F.R. Thomaz, 'Les Portugais dans les mers de l ' Archipel au XVIe siecle', Archipel, 18, 1979, pp. 105-205.

122. IANTT, Chancelaria de D. Sebastião: Doações, Liv.40, fl.228; APO-CR, fasc. V, Doc. 452; RCI, vol. I, p. 141, p. 287; vol. 1, no. 1156, p. 272.

123. IANTT, CC, 1-77-26; L.F.F.R.Thomaz, Os Portuguese: em Malacca 1511-1580, Baccalaureate Thesis, University of Lisbon, 1964, vol. II, pp. 267-70.

124. Arquivo Historico Ultrawarino, Lisboã (இனி AHU), India, Caixa, 1, Document no. 22 (June 1598).

125. APO-CR, fasc. III, pt. 2a, Doc. 2004, pp. 568-83.

126. Sanjay Subrahmanyam, Improvising, முன்னர் சுட்டிய நூல், pp. 39, 74. பார்க்க Om Prakash, 'Long Distance Maritime Trade in Asia: Decline and Revival', Studies in Maritime History, ed. K. S. Mathew, Pondicherry, 1991, pp. 29-37.

127. BNL, Codice 1540, fls. 89-91v; 1598-9ஆம் ஆண்டில் சிமாவோ தேய்செய்ராவிற்கு *12010* குருசேடோஸ் விலைக்கு மலாக்காவிற்கு மூன்று பயணம் மேற்கொள்ள அனுமதிக்கப்பட்டடது.

128. Artur Teodoro de Matos, O Estado da India Nos anos de 1581-88 Estructura, Admïnistrative, e Economia, Alguns Elementos, para o seu Estudo, Ponta Delagada, 1982, p. 37. *1574*ஆம் ஆண்டு முதல் அதற்கு முன்னர் ஏற்றுமதி வரிவிலக்குப் பெற்ற அனைவரும் வரி தர கட்டாயப்படுத்தப்பட்டார்கள்.

129. AHU, India, Caixa, XI, Doc. 15 (1592); APO-CR, fase. III, pt. la, Doc. 94, pp. 328-9.

130. APO-CR, fasc. V, pr. 3a, Doc. 1002, pp. 1364-7.

131. *25* ஜனவரி *1598* அன்று போர்ச்சுக்கல் மன்னர் எழுதிய அரசு கடிதம், APO-CR, fasc. I, Doc. *75*, p. *122* போர்ச்சுக்கல் மன்னர் எழுதிய மேலும் ஒரு அரசு கடிதம் நாள் *10* பிப்ரவரி 1598, APO-CR, fasc. Ill, Doc. 313, p. 828.

132. லிஸ்பனிலிருந்து மன்னர் முதலாம் பிலிப் *1* மார்ச் *1594* அன்று மத்தியாஸ் து அல்புகுயெர்கிக்கு எழுதிய கடிதம் Boletim da Filmoteca Ultramarina Portuguesa (இனி BFUP), vol. 2, Document 75, p. 207.

133. AHU, Codice 281, fl.346v; வைசிராய் தோம் ஃபிரான்சிஸ்கோ தா காமாவிற்கு மன்னர் எழுதிய கடிதம் நாள் *2* ஜனவரி *1596*, BFUP, vol. III, Doc. 25, pp. 431-5.

134. கோவாவிலிருந்த வைசிராயின் ஆணை நாள் *14* ஏப்பிரல் 1595 P. Pissurlencar, Regimentos das Fortalezas da India, Bastora, Goa, 1951, pp. 245-6. மலாக்காவில் நகரத்திற்கு *3%* அரசுத்துறைக்கு *6%* வரி என வசூலிக்கப்பட்டது. ஏற்றுமதி வரி மொத்தமான 4½% இல் *3%* அரசுக்கும் 1½% நகர மதிலுக்கும் பெறப்பட்டது. பார்க்க, Documentos Remetidos da India (இனி DRI), Apontamentos sobre a alfandega e Malacca 1610 in vol. I, p. 321; Nationaal Archief (இனி NA), The Hague, Verenigde Oost-Indische Compagnie (இனி VOC), Overgekomen Brieven en Papieren (இனி OBP), 1642, fl.436. மேலும் பார்க்க, CR. Boxer, Portuguese Conquest and Commerce in Southern Asia, 1500-1750, London, 1990.

135. APO-CR, fasc. III, pt. 2a, Doc. 325, pp. 801-4.

136. APO-CR, fasc. III, pt. 2a, Doc. 351, p. 900.

137. AHU, Assentos do Conselho da Fazenda (இனி ACF), Codice no. 282, fl.22v.

138. BFUP, vol. III, p. 527. பார்க்க அரசு கடிதங்கள் நாள் *2* ஜனவரி மற்றும் *24* ஜனவரி *1601*, ibid., p. 529.

139. DI, vol. I, Doc. no. XIX, p. 168, (2 January 1608) pp. 318-19. மேலும் பார்க்க அரசு கடிதங்கள் நாள் *13* மார்ச்சு 1587 in BFUP, vol. II, p. 268.

140. IANTT, CC, 1-22-80 (5 September 1527).

141. Ibid.

142. Ibid.

143. IANTT, Nucleo Antigo, 808, fls. 3-3v.

144. IANTT, CC, 1-59-58; Artur Basilio de Sa, முன்னர் சுட்டிய நூல், vol. II, p. 250 (1537). மேலும் பார்க்க also Anthony Reid, 'Sixteenth Century Turkish Influence in Western Indonesia', Journal of South East Asian History (இனி JSEAH), vol. X, no. 3, 1969, pp. 400-1.

145. British Museum (hereafter BM), London, Additional Manuscripts, no 9853, fls. 52v-53v. போர்த்துக்கீசியத் தனிக்குடிகள் மரக்காயர் கப்பல்களிலிருந்து பல துணிமூட்டைகளைத் திருடி நாகபட்டினக் கட்றகரையில் வைத்திருந்ததாக சான்றுள்ளது. அவர்கள் குற்றம்புரிந்தவர் என்பது நிரூபிக்கப்பட்டால் துணியைத் திருப்பி அளிக்க வேண்டும் எனக் கூறப்பட்டது

146. IANTT, Chancelaria de D. Filippe II, Liv. 7, fls. 304"-305.

147. Biblioteca Municipal de Elvas (இனி BME), MS 5/381, fl. 3-3v.

148. NA, The Hague, MS. "Memorie van November 1603 over den toenmaligen handel, voor name Sykmet lijnwaden, in Voor Indie, uitgezonderd Cambay en Chaul (Tjasel), op het Maleische Schiereiland, en in den Maleischen Archipel', under 'Kamer van Zeeland 4 G'. செம்மறியாட்டின் தோலில் இவ்வாறு எழுதப்பட்டுள்ளது, 'Artikelen ende instructien op de Schepen', தன்விவரக்குறிப்பின் முழுப்பகுதியும் மீட்டுருவாக்கம் செய்யப்பெற்றுள்ளது. G.P. Rouffaer and H.H.Juynboll, De batikkunst in Nederlandsch-Indie en haar gexchiedsnis, Utrecht, 1914, மற்றும் பகுதி வெளியீடாக De Opkomst llan het Nederlandsch Gezag in Oost Indie, 1595-1610, ed. J.K.J. de Jonge, The Hague/ Amsterdam, 1875, vol. III, p. 149. Pieter van Dam, Beschryvinge van de Oostindische Compagnie, 7 vols.,களிலுள்ள நெசவுச்சொற்களைக் கண்டறிய

எஃப்.டபில்யூ. ஸ்டேபல் இத் தன்விவரக் குறிப்பைப் பயன்படுத்தியுள்ளார். ed. F.W Stapel, 'S-Gravenhage, 1927-54. மேலும் பார்க்க Ishrat Alam, 'A Dutch Memoir of 1603 on Indian Textiles' in Irfan Habib, Akbar and His India, Delhi, 1997, pp. 294-7.

149. Memorie, ibid.

150. Ibid.

151. Ibid.

152. P.E. Pieris, The Kingdom of Jaffnapatnam, Colombo, 1944, p. 7.

153. BM, Additional Manuscripts, no. 28432, fl. 10.

154. BNL, Codice 2702, fls. 648-648v (13 ஆகஸ்டு 1607).

155. Ibid.

156. Williarn Foster, ed., Letters Received by the Company from its Servants in the East (1602-1617) (இனி Letters Received), 6 vols., London, 1896-1902; பார்க்க, vol. 1, 1602-13, p. 70.

157. William Foster, English Factories in India: A Calendar of Documents in the India office, British Museum and Public Relations Office, 1618-1619 (இனி EFI), vols. 1-13, Oxford, 1906-67, vol. III, 1630-3, p. 256.

158. NA, OBP, VOC 1743, fl. 924v.

159. NA, OBP, VOC 1743, fl. 930.

160. NA, OBP, VOC 1635, fl. 63 (15 ஆகஸ்டு 1634).

161. IANTT, DRI, vol. 32, fl. 57; Historical Archives of Goa (இனி HAG), MSS. Monções do Reino (இனி MDR), Livro. 45, fl. 269 (30 November 1638).

162. Barbara Watson Andaya, 'The Indian Saudagar Raja (The Kings' Merchant) in Traditional Malay Courts',]MBRAS, vol. LI, pt. Ill, 1978, pp. 244-50.

3

செட்டியார், முதலியார், பிள்ளை, மரக்காயர் வணிகர்கள் 16-18ஆம் நூற்றாண்டுகளில் ஆசியாவில் மேற்கொண்ட துணி வணிகம் மற்றும் பொருள்நிலவியல்

தமிழகக் கடற்கரைப்பகுதிகளில் போர்த்துக்கீசியர்கள் துணி வணிகத்தை மேற்கொள்ள முயன்றபோது தனி மனித வணிகம், குடும்ப வணிகம் என இரு வகையான அமைப்புகள் இருந்ததைக் கண்டனர். தமிழ் பேசும் செட்டியார்கள் மரபுவழியாகக் கூட்டமைப்பு வணிகத்தை மேற்கொண்டிருந்தனர். கூட்டமைப்பு வணிகத்தின் முறைகள் குடும்ப இணைப்பின் அடிப்படையிலும் சில நேரங்களில் பிற செட்டியார்களின் உதவியுடனும் நடைபெற்றது. 16ஆம் நூற்றாண்டில் நாயக்கர் ஆட்சிக் காலத்தில் பல தெலுங்கு மொழி பேசும் வணிகர்கள் குறிப்பாகக் கோமுட்டி செட்டிகள், பேரி செட்டிகள் தமிழகத்தின் துறைமுகப் பகுதிகளுக்கு இடம்பெயர்ந்து தங்கி வணிகம் செய்தனர். ஆகையால் இவ்வாய்வில் தமிழ்பேசும் செட்டிகளும், தெலுங்கு பேசும் செட்டிகளும் தனித்தனியாக நோக்கப்பெறுகின்றனர்.

தமிழ்ச் சமூகமும் துணி வணிகமும்

தமிழ் பேசும் செட்டியார் வணிகரைப் பற்றி சங்கம் மருவிய காப்பியமான மணிமேகலை குறிப்பு தருகிறது.[1] அக்காலத்தில் துணி வணிகர் அறுவை வணிகர் என அழைக்கப்பட்டனர். தமிழிலக்கண நூலான தொல்காப்பியம் வணிகர் பற்றி குறிப்பிடுகிறது. சமூகத்தில் இவர்கள் தனி இனக்குழுக்களாக இருந்ததோடல்லாமல் பிற குழுவினருடன் திருமண உறவு வைத்துக்கொள்வதை முற்றிலும் தவிர்த்தனர். இடைக்காலத் தமிழகத்தில் சமூகத்தில் மாற்றம் ஏற்படத் துவங்கியது. தமிழ்ச் சமூகம் தனி இனக்குழுக்களையும் கூட்டினக் குழுக்களையும் உள்ளடக்கிய ‘இடங்கை’, ‘வலங்கை’ என்னும் தனித்துவம் வாய்ந்த இரு பிரிவுகள் உருவாயின. கல்வெட்டுகளில் 98 சாதியினர் வலங்கைப் பிரிவைச் சார்ந்தவர் எனக் குறிப்பிடப்படுகிறது. ஆனால், இடங்கைப் பிரிவைக் குறித்த செய்திகள் தெளிவாகக்

குறிப்பிடப்படவில்லை. இடைக்கால சான்றுகள் 98 தொழில்முறை சாதிகள் இருந்ததாகக் குறிப்பிடுவதைக் கொண்டு டி.வி.மகாலிங்கம் 18 தொழில் பிரிவினரின் உட்பிரிவுகளே 98 தொழில் முறை சாதிப் பிரிவுகள் என்று கருத்துரைத்துள்ளார். ஆனால் அவர் கருத்தைப் பல ஆய்வாளர்கள் கேள்விக்குள்ளாக்குகின்றனர்.[2]

11ஆம் நூற்றாண்டைச் சார்ந்த தமிழ்க் கல்வெட்டுகள் இடைக்கால வணிகக் குழுக்களான செட்டிகள், செட்டிபுத்திரர்கள், கவரைகள் (சோள வணிகர்கள்) போன்ற பிரிவுகளை வலங்கைப் பிரிவைச் சார்ந்ததாகத் தெளிவாகக் குறிக்கின்றன.[3] நகரத்தார்கள் இடங்கைப் பிரிவாகக் குறிப்பிடப்படுகின்றனர்.[4] இடங்கைப் பிரிவைச் சார்ந்த துணி வணிகர்களான கைகோளர்களையும் கல்வெட்டுகள் குறிப்பிடு கின்றன. எண்ணெய் வணிகரைச் செக்கு வணிகரெனவும் அவர்கள் இடங்கைப் பிரிவைச் சார்ந்தவர் எனவும் ஒரு 15ஆம் நூற்றாண்டுக் கல்வெட்டு குறிப்பிடுகிறது.[5] வெற்றிலை வணிகரை (இலை வணிகர்) வலங்கைப் பிரிவைச் சார்ந்தோராக 16ஆம் நூற்றாண்டுக் கல்வெட்டு குறிப்பிடுகிறது.[6] இடைக்காலத்தில் புதிதாக உருவான இடங்கைப் பிரிவு சமூகநிலையில் புதிய உரிமைகளைக் கோரியதால் இடங்கைப் பிரிவினருக்கும் வலங்கைப் பிரிவு வணிகருக்கும் பூசல்கள் நிகழ்ந்ததைக் காணமுடிகிறது. விழுப்புரத்திற்கு அருகிலுள்ள திருவாமாத்தூரில் இடங்கைப் பிரிவைச் சார்ந்த கைகோளருக்கும் வலங்கைப் பிரிவைச் சார்ந்த இலை வணிகருக்கும் 1576ஆம் ஆண்டு பெரும் பூசல் நிகழ்ந்தது. இதன் விளைவாகக் கைகோளர் அமைத்த கல்வெட்டை இலை வணிகர் உடைத்தனர். அப்பகுதியை ஆட்சி செய்த சூரப்ப நாயக்கர் இலை வணிகருக்குத் தண்டத்தொகை விதித்ததோடு அவர்களின் சில உரிமைகளையும் பறித்தார்.[7]

இடைக்காலத்தில் கோயில் வழிபாடுகளுக்குத் துணி வழங்கிய கைகோள முதலியார் என்னும் பிரிவினர் மிகவும் முக்கியத்துவம் பெற்றவர்களாக விளங்கினர். அவர்கள் கோயில் நிருவாக உறுப்பினராக இருந்தனர் என்பதைத் தேவிகாபுரம் கல்வெட்டு கூறுகிறது.[8] சில செட்டியார்கள் உழவுத்தொழிலை மேற்கொண்ட தோடு கோயில் நிருவாகப் பணியிலும் இருந்தனர். வாலாஜா பேட்டை அருகிலுள்ள வலவயாத்தூர் ஊரைச் சார்ந்த கோயிலுக்கு இரண்டு ஊர்களைத் தானமாகத் தரவேண்டி பாப்புச் செட்டி என்பவர் அப்பகுதியின் ஆட்சியாளர் வையப்ப நாயக்கர் வழியாக விஜயநகர அரசர் அச்சுததேவராயருக்கு விண்ணப்பித்தார் என 1540ஆம் ஆண்டுக் கல்வெட்டு குறிப்பிடுகிறது. அவருடைய விண்ணப்பம் ஏற்கப்பட்டு இரண்டு ஊர்களின் காணி உரிமை அவருக்கு வழங்கப்பட்டது. அவர்

அந்நிலங்களில் வேளாண்மை மேற்கொள்ளவும் அவருக்கு உகந்தவர்களை நியமித்துக் கொள்ளவும் விரும்பிய பயிரை விளைவித்துக் கொள்ளவும் உரிமை வழங்கப்பட்டது.[9] வெள்ளாளர்கள் பொதுவாக வேளாண்மைத் தொழில் புரிந்தவர்கள். வலங்கைப் பிரிவைச் சார்ந்த அவர்கள் முதலியார் எனவும் வழங்கப்பெற்றனர். முதலியார்கள் 56 தேசங்களைச் சார்ந்தவர் என 1597ஆம் ஆண்டுக் கல்வெட்டு கூறுகிறது.[10]

தமிழகக் கடற்கரைப் பகுதியில் கிறித்தவச் சமயத்தைப் பரப்பிவந்த போர்த்துக்கீசியர்கள் தமிழ்ச் சமூகத்தைப் பற்றிய கருத்துகளைக் குறித்துள்ளனர். ஈரோடு பகுதியில் வசித்த நெசவாளர்களின் தொழில் நுட்பத்தையும் திறனையும் பல்தசார் த கோஸ்தா என்பார் வியந்து குறிப்பிடுகிறார்.[11] சாதிகள் மீது அரசன் ஆளுமை செலுத்த இயலவில்லை என இம்மானுவல் மார்தென் குறிப்பிடுகிறார்.[12] அவர் கோயமுத்தூர் பகுதியிலிருந்த நெசவாளர்கள் மெல்லிய துணி வகைகளை உற்பத்தி செய்ததாகக் குறிப்பிடுகிறார்.[13] நெசவாளர்கள் உற்பத்தி செய்யும் துணிகளைத் தெலுங்கு பேசும் கோமுட்டி செட்டிகளும் வலங்கைப் பிரிவைச் சார்ந்த தமிழ் பேசும் கவரைச் செட்டிகளும் முதலிகளும் விலைக்குப் பெற்று விற்றனர். தெலுங்கு பேசும் தேவாங்க (செட்டிகள் எனவும் வழங்கப்பெறுவர்) நெசவாளர்களும் பேரி செட்டி என வழங்கப்படும் பேரிக்கவர் சாதியினரும் துணி வணிகத்தில் புதிதாக இறங்கியவர்கள். இவர்கள் தமிழகக் கடற்கரைப் பகுதியில் கிழக்கிந்திய வணிகக் குழுமங்களுக்குத் துணிகளை விற்றனர். 1707ஆம் ஆண்டு சென்னை ஆங்கிலேய ஆளுநர் இடங்கை, வலங்கைப் பிரிவு எனப் பாராது வணிகர்களைத் திறந்த சந்தையில் துணிகளை மலிவான விலைக்கு வாங்கித்தர ஊக்குவித்தார். இவ்வணிகத்தில் தனி ஆதிக்கம் செலுத்தி வந்த கோமுட்டி மற்றும் பிற வலங்கைப் பிரிவைச் சார்ந்த வணிகர்களுக்கு இடங்கைப் பிரிவைச் சார்ந்த பேரி செட்டிகள் மற்றும் பிற வணிகர்கள் திறந்த சந்தையில் பங்கேற்றமை அச்சத்தைத் தருவதாக அமைந்தது. வலங்கைப் பிரிவினரின் தனிஆதிக்க முயற்சி சென்னையிலிருந்த ஆங்கிலேயக் கிழக்கிந்தியக் கம்பெனியின் வணிக நடவடிக்கைக்கு இடையூறு விளைவித்ததாய் எட்மண்ட் ஹாரிசன் என்பார் தாமஸ் பிட் அவர்களுக்கு மிக நீண்ட அறிக்கை ஒன்றை அளித்தார்.[14]

தமிழகத்தைச் சார்ந்த வெள்ளாளச் செட்டிகள், வாணியச் செட்டிகள் வலங்கைப் பிரிவைச் சார்ந்தவர்களாயிருந்தனர். இடைக்காலத்தில் கடன் அளிப்பதும், பணப்பரிமாற்றம் செய்வதுமாக இருந்த தமிழ்ச் செட்டியார்கள் பின்னர் துணி வணிகத்திலும் தங்களது

செயல்பாடுகளைத் துவக்கினர். வெள்ளாளச் செட்டிகள் வேளாண்மைத் துறையில் வேளாண்மை செய்வதும் நிலங்களைக் குத்தகைக்கு விடுவதில் காப்புறுதி அளிப்பவர்களாகவும் திகழ்ந்தனர். நல்லத்தம்பி செட்டி, கந்தப்ப செட்டி, பெருமாள் செட்டி, குச்சி செட்டி போன்ற வெள்ளாளச் செட்டி வகுப்பைச் சார்ந்த வணிகர்கள் புதுச்சேரிப் பகுதியில் வணிகப் பொருளாதார நடவடிக்கைகளில் ஈடுபடத் துவங்கினாலும் நிலங்களைக் குத்தகைக்கு விடுவதிலும் பங்கேற்றனர். இவர்கள் புதுச்சேரி நகரப் பகுதியில் புகையிலை, பாக்கு நிலங்களுக்கு உரிமையாளர்களாக இருந்தனர் என்று பிரெஞ்சு ஆவணங்கள் கூறுகின்றன. மேலும் புறநகர்ப் பகுதியான அரியாங்குப்பத்தில் இருந்த அவர்கள் ஆண்டொன்றுக்கு நிலவருவாயாக 5,800 பகோடாக்களைத் தவணை முறையில் அளித்தனர் என்றும் கூறுகின்றன.[15] 1724ஆம் ஆண்டளவில் நாகப்பட்டினத்தில் டச்சுத் தொழிலக உதவியாளராகப் பணியாற்றிப் பின்னர் தலைமை வணிகராகவும் 1738ஆம் டச்சு ஆளுநராகவும் பணியாற்றிய ஜகோப் மோசல் வெள்ளாளச் செட்டிகளின் மரபு விதிகளை ஆய்வுக்கட்டுரையாக வெளியிட்டார். 16ஆம் நூற்றாண்டிலிருந்து தொடர்ச்சியாக வணிக ஆளுமை செலுத்தியதை அவர் கண்டதைக் குறித்துள்ளார்.[16] தமிழ் மொழி பேசும் வாணியர் என்னும் செட்டியார்கள் முதலில் எண்ணெய் வணிகத்தில் ஈடுபட்டுப் பின்னர் பிற முக்கிய பொருள்களின் வணிகத்திலும் ஈடுபட்டு இறுதியாகக் கோமுட்டி செட்டிகளுடன் இணைந்து துணி வணிகத்திலும் ஈடுபட்டனர் என்பதை ஆனந்தரங்கப்பிள்ளை நாட்குறிப்பிலிருந்து அறியமுடிகிறது.[17]

டச்சுக் கிழக்கிந்திய வணிகக் குழுமத்தினுடனான துணி வணிகம்

துணி வணிகத்தை மேற்கொண்ட ஐரோப்பிய வணிகக் குழுமங்கள் முதலில் மரபு சார்ந்த வணிகத்தை மேற்கொண்டன, அதாவது தேவையான துணி வகைகளுக்கு முன்பணம் அளித்துத் துணியை உற்பத்தி செய்ய நெசவாளர்களைக் கேட்டுக்கொள்வது. 1622ஆம் ஆண்டு ஆவணத்தை நோக்கும்போது டச்சுக்காரர்கள் பரங்கிப்பேட்டையைச் சார்ந்த நெசவாளர்களிடம் கடுமையாக நடந்து கொண்டனர் எனத்தெரிகிறது. இதன்பின் இந்நெசவாளர்கள் தாமாக முன்வந்து ஆங்கிலேயரிடம் தமது துணிகளை அளித்தனர் எனவும் 1623ஆம் ஆண்டு டச்சுக்காரர்கள் நிர்ணயித்த பழைய விலையில் 'தபி', 'சரஸ்ஸா' போன்ற பெரிய வகைத் துணிகளை உற்பத்திசெய்ய இசையவில்லை எனவும் தெரிகிறது.[18] மேலும் இப்பகுதி இக்கால கட்டத்தின் அரசியல் ஒரு விதக் குழப்பத்துடன் காணப்பட்டது.

அப்பகுதியை ஆண்ட ஆட்சியாளரான எத்திராஜா எதிரிகளிடமிருந்து காப்பாற்ற மக்களிடமும் டச்சுக்காரர்களிடமும் பணம் தருமாறு கேட்டார். அப்போது மக்கள் 2,000 பகோடாக்கள் பணத்தையும் டச்சுக்காரர்கள் 60-70 பகோடாக்கள் பணமும் இரண்டு பீரங்கிகளையும், ஓரளவு வெடிமருந்தையும் தந்தனர்.[19] அக்காலகட்டத்திலிருந்த பயன்பாட்டிற்கு உகந்ததாக இல்லாத வணிக வழிகள் மூலம் மிகுந்த இன்னல்களுக்கிடையே வணிகர்கள் தமது பொருள்களைத் துறைமுகங்களுக்குக் கொண்டு செல்ல வேண்டியிருந்தது. இக்காலக் கட்டத்தில் வணிகர்கள் டச்சு கிழக்கிந்தியக் குழுமத்திற்கு வழங்க வேண்டிய தொகை மிகுந்தது. இது நாளடைவில் 7,317 ஃபுளோரின் அளவிற்கு உயர்ந்தது. ஒரு தனி வணிகரின் கடன் மீளப்பெற இயலாத அளவிற்கு 64 ஃப்ளோரினிலிருந்து 3,373 ஃபுளோரின் வரை உயர்ந்தது.

மொலுக்காஸ், அம்போனியா, பாந்தம், ஜாவா, ஜாம்பி முதலிய தென்கிழக்காசியப் பகுதிகளில் சோழமண்டலக் கடற்கரைப் பகுதியில் உற்பத்தி செய்யப்பட்ட துணிகள் மிகுந்த அளவில் விற்கமுடியும் என்று ஜகர்த்தாவில் 27 சூன் 1626ஆம் நாளிட்ட டச்சு ஆவணம் குறிப்பிடுகிறது.[20] பழவேற்காட்டிலிருந்த நெசவாளர்களை ஒப்பந்த அடிப்படையிலும் முன்பணம் அளித்தும் துணி உற்பத்தி செய்யக் கேட்டுக்கொள்ள வேண்டியிருந்தது. முன்பணம் அளித்துத் துணி உற்பத்தியை மேற்கொள்ளாததால் பணத்தைக் கொண்டு ஒரு துணிக்கட்டுக்கூட பெற இயலவில்லை என்று குறிக்கப்பட்டுள்ளது.[21] இதனால் தெலுங்கு வணிகர்களுக்குப் பணம் அளித்து துணிகளைப் பெற டச்சுக்காரர்கள் முனைந்தனர்.

1626ஆம் ஆண்டு பழவேற்காட்டிலிருந்த நெசவாளர்களை டச்சுக்காரர்கள் கேட்ட துணியை உற்பத்தி செய்து அளிக்கா விட்டாலோ, போர்த்துக்கீசியர்களிடம் ஏதேனும் உறவு வைத்துக் கொண்டாலோ அவர்கள் தண்டனைக்குள்ளாவார்கள் என மிரட்டினர்.[22] பழவேற்காட்டிற்கருகே இருந்த ஒரு முக்கிய நெசவு மையமான பொன்னேரியில் டச்சுக்காரர்கள் நெசவாளர்களுக்கு முன் பணம் அளித்ததால் அதற்கு இசைந்த நெசவாளர்கள் சாயல்வேலைத் துணிகளை அளித்தனர். 1642ஆண்டளவில் ஆட்சியாளர்களுக்கு வரி செலுத்த இயலாமல் பொன்னேரியிலிருந்த வணிகர்கள் இடம் பெயர்ந்தனர்.[23] ஒப்பந்தத்தை மீறிய இந்நெசவாளர்கள் மற்றும் ஓவியக் கலைஞர்களை டச்சுக்காரர்கள் பிடித்துத் தண்டனை அளித்தனர்.[24]

பழவேற்காட்டில் டச்சுக்காரர்கள் தனி வணிகர்களை ஊக்குவிக்காமல் வணிகக் கூட்டினை ஊக்குவித்தனர். அவர்கள் கூட்டாகச் செயல்பட்ட வணிகக் குழுக்களுக்கு ஆதரவளித்தனர். இதனால் இவ்வணிகர்களும் இடைத்தரகர்களும் நெசவு மையங்களான சைதாப்பேட்டை,

மைலாப்பூர், சாலிவாக்கம், பூந்தமல்லி, படப்பை, மணிமங்கலம், காஞ்சிபுரம், உத்திரமேரூர், ஆரணி போன்ற நெசவு மையங்களுக்குச் சென்று துணிகளைப் பெற்று டச்சுக்காரர்களுக்கு அளித்தனர். இதற்கு டச்சுக்காரர்கள் ஒரு தலைமை வணிகரை நியமித்தனர். பிற வணிகர்கள் இத்தலைமை வணிகருக்குத் துணிகளைப் பெற்றுத் தர உதவினர். இவ்வணிகர்கள் இடைத்தரகர்களுக்கு 10% தரகுக் கூலியாக அளித்துத் துணிகளைப் பெற்றனர். 1642ஆம் ஆண்டு டச்சு ஆவணம் ஒன்று இம்முறையில் உள்ளூர் வணிகர்கள் மிகுந்த அளவிலான துணிகளைப் பெற்றுத் தந்ததாகக் குறிப்பிடுகிறது.[25] டச்சு கிழக்கிந்தியக் குழுமம் இவ்வணிகர் தவிர நெசவாளரிடம் நேரடியாகத் துணியைப் பெறும் முயற்சியை மேற்கொள்ளவில்லை. இவ்வணிக, இடைத்தரகு, நெசவுத்தொழில் கட்டமைப்பில் இடையிட டச்சுக்காரர்களால் இயலவில்லை.

பழவேற்காட்டில் தமிழ் வணிகர்களின் கூட்டு சரக்கக வணிகக் குழுமம்: 1658 முதல் 1663 வரை

பழவேற்காடு பல்வகைத் துணிகளுக்குப் பெயர்பெற்ற இடமாக விளங்கியது. இப்பகுதியில் டச்சுக்காரர் உள்ளூர் வணிகர்களுக்கு முன்பணம் அளித்து ஒப்பந்தத்தின் அடிப்படையில் திரைச்சீலைத் துணி வகைகளைப் பெற்றனர். டேனியல் ஹவார்த் என்பார் பழவேற்காட்டி லிருந்த சாயத் தொழிலகங்களைக் குறித்துள்ளார். கோமுட்டி செட்டிப் பிரிவைச் சார்ந்த சின்னண்ண செட்டி டச்சுக் கிழக்கிந்திய குழுமத்திற்குத் துணிகளை வாங்கி வழங்கும் தலைமை வணிகராகவும் மொழிபெயர்ப் பாளராகவும் இருந்தார். 1658ஆம் ஆண்டு நாகபட்டினத் துறைமுகத்தின் வருவாய் அலுவலராய் நியமிக்கப்பட்டதால் பழவேற்காட்டிலிருந்து நாகபட்டினத்திற்கு இடம் பெயர்ந்தார். இதனால் பழவேற்காட்டில் டச்சுக்காரர்களின் துணி வணிகம் மிகவும் பாதிக்கப்பட்டது.

ஏற்றுமதி செய்யப் பல வகையான அளவிலும் வண்ணங்களிலும் வடிவமைப்புகளிலும் மிகுந்த அளவிலான துணிகள் டச்சுக்காரர் களுக்குத் தேவைப்பட்டது. தனி வணிகர்களிடம் ஒப்பந்தம் செய்து இத்துணிகளைப் பெறுவதில் மிகுந்த சிரமம் இருந்தது. இதற்காகத் தமிழகக் கடற்கரைப் பகுதிகளில் தலைமை வணிகர்களை அவர்கள் நியமித்தாலும் அவ்வணிகர்கள் தனி ஆளுமையுடன் விளங்கத் தலைப்பட்டார்கள். எனவே, இக்குறையைப் போக்கத் தெலுங்குத் தலைமை வணிகரின் ஆளுமையை உடைக்க முயன்றனர். டச்சு கிழக்கிந்தியக் குழுமம் தமிழ் வணிகர்களை அழைத்துக் கூட்டு சரக்ககங்களை உருவாக்கும் முயற்சியில் ஈடுபட்டனர். டச்சுக்காரர் களின் இம்முயற்சி தமிழரின் மூலதனத்தைப் பெருக்கிக் கடல்கடந்த

பெரும் வணிகத்தை உருவாக்குவதற்கு அல்ல. துணி வணிகத்தில் எளிய கூட்டு சரக்ககங்களின் முதலீட்டைவிட வணிகக் குடும்பத்தினரின் மூலதனம் அளவில் மிகுந்ததாக இருந்தது. ஆனால் ஆபத்து நிறைந்த கடல்கடந்த வணிகத்தில் உண்டாகும் நன்மை, தீமைகளைப் பகிர்ந்து கொள்வது எளிதாயிருந்தமையால் கூட்டுச் சரக்கக வணிகத்திற்குத் தமிழ் வணிகர்கள் உடன்பட்டார்கள்.

சோழமண்டலக் கடற்கரையின் டச்சு ஆளுநரான லொரென் பிட் *(1652-53)* தமிழ் வணிகர்களைக் கூட்டி அவர்களது மூலதனத்தைக் கூட்டு சரக்கக வணிகக் குழுமத்திற்குப் பங்காக அளிக்க உதவிபுரிந்தார். இவர்கள் தெலுங்கு வணிகர்களான கோமுட்டி செட்டிகளிடம் போட்டியிடத் தேவையின்றிப் போனது. தமிழ் வணிகர்களுக்குத் தலைமை வணிகர் ஒருவர் நியமிக்கப்பட்டுத் துணி வணிக ஒப்பந்தங்களை மேற்கொண்டார். இளைய, சிறு வணிகர்கள் நெசவு மையங்களுக்குச் சென்று முன்பணங்களை அளிக்கும் பணியை மேற்கொண்டனர்.

உள்ளூர் வணிகர்களின் வணிகத்தையும் டச்சுக்காரர்களின் வணிகத்தையும் மேம்படுத்தும் நோக்கில் பழவேற்காட்டில் கூட்டு வணிகச் சரக்ககம் தொடங்கப்பட்டது. முதன் முதலாக 1658ஆம் ஆண்டு துவங்கப்பட்ட இச்சரக்ககம் டச்சுக்காரர் ஏற்றுமதி செய்யும் பேர்னேட் எனப்படும் மெல்லிய பருத்தித் துணியை வழங்க இயன்ற வணிகர்களை மட்டுமே உறுப்பினர்களாகக் கொண்டது. உள்ளூர் வணிகர்களிடமிருந்து *70,000*இலிருந்து *80,000* ஃபுளோரின் வரையிலான மூலதனமாக வசூலிக்க இயன்றது.[26] எட்டு வணிகர்கள் மட்டும் *32,560* பகோடா (ஏறத்தாழ *1,40,000* ஃபுளோரின்) பணத்தை மூலதனமாகச் செலுத்திக் கூட்டு சரக்ககத்தைத் தொடங்கினர்.

அட்டவணை 3.1.

1658இல் தொடங்கப்பட்ட கூட்டுச் சரக்ககத்தில் முதலீடு செய்த வணிகர்களும் தொகையும்

வணிகர் பெயர்	தொகை பகோடாக்களில்
சூரப்ப செட்டி	*23,565*
பத்மநாப ஐயன்	*2,060*
பொம்மை செட்டி	*2,060*
நல்ல பொம்மை செட்டி	*1,450*
ஆண்டி செட்டி	*1,020*
சிவச் செட்டி	*1,000*
முத்து	*995*
நல்லதம்பி சாரப்பன்	*410*

சான்று: NA OBP, VOC 1242, fls. 791-818 பார்க்க Memoire van Overgave: Governor Laurens Pith to Cornelius Speelman, 25 June 1663

டச்சுக்காரர்கள் ஏற்றுமதி செய்து மிகுந்த லாபம் பெறமுயன்ற டெர்னேட் வகைத் துணிகளைத் தடுத்து நிறுத்த தனி வணிகர்கள் போட்டியிட்டதாலேயே இக்கூட்டு சரக்ககம் தொடங்கப்பட்டது.

லொரென் பிட் என்பவர் அடுத்த ஆண்டு (1659) பழவேற்காட்டி லிருந்த பிற வணிகர்களைக் கூட்டி மேலும் ஒரு கூட்டுச் சரக்ககத்தைத் தொடங்க ஊக்குவித்து அச்சரக்ககம் பீத்தில்ஹாஸ் வகைத் துணிகளை வாங்கி வழங்கக் கூறினார்.²⁷ தொடர்ச்சியாக அடுத்த ஆண்டு (1660) மேலும் பன்னிரண்டு வணிகர்கள் கொண்ட ஒரு கூட்டு சரக்ககத்தைத் தொடங்கி மொரேஸ் எனப்படும் மிக உயர்ந்த தரம் கொண்ட மெல்லிய ரகப் பருத்தித்துணிகளைப் பெற்றுத்தருமாறு கேட்டுக்கொள்ளப் பட்டது.²⁸ இதில் பங்கு கொண்ட வணிகர்கள் செல்வந்தர்களாக இருந்தாலும் இக்கூட்டு சரக்ககத்தில் அவர்கள் முதலீடு மிகக் குறைவாகவே இருந்தது.²⁹ லொரென் பிட் தனது முயற்சியால் மேலும் இரண்டு கூட்டு சரக்ககங்களை 1661ஆம் ஆண்டும் 1662ஆம் ஆண்டும் துவங்கினார். இதில் ஒரு சரக்ககம் லாயின் துணியையும் அடுத்த சரக்ககம் மஸ்லின் வகைத் துணிகளான பீத்தில்ஹாஸ் மற்றும் மொரின் வகை துணிகளை வாங்கி அளித்தது.

இந்தோனேசியாவுடனான டச்சு வணிகம் பல தனி வணிகர்களின் ஈடுபாட்டால் தளர்ச்சியுற்றது. லெவரென்சியர் என டச்சு மொழியில் வழங்கப்படும் இடைத்தரகர்கள் அளித்த போட்டியிலிருந்து விடுபட லொரென் பிட் பழவேற்காட்டில் ஏற்படுத்தப்பட்ட கூட்டு சரக்ககங்கள் போலத் தமிழகத்தில் பிற பகுதிகளிலும் ஏற்படுத்தவேண்டும் என்று தனது அறிக்கையில் குறித்துள்ளார். இது போன்ற கூட்டு சரக்ககங்களை நாகபட்டினம், தேவனாம்பட்டினம், சதுரங்கப்பட்டினம் ஆகிய இடங்களில் ஏற்படுத்தத் தீவிர முயற்சிகளை மேற்கொண்டார். ஆனால், அங்கிருந்த வணிகர்களுக்கு இதில் விருப்பமில்லாமல் இருந்தது.³⁰

லொரென் பிட்டுக்குப் பின்னர் சோழமண்டலப் பகுதியில் டச்சு ஆளுநராக நியமிக்கப்பட்ட கோர்னெலிஸ் ஜான்ஸ்சூன் ஸ்பில்மேன் திரைச்சீலைகளை வாங்கி வழங்கும் மேலும் ஒரு கூட்டு சரக்ககத்தை 1664ஆம் ஆண்டு பழவேற்காட்டில் தொடங்கினார்.³¹ வண்ணமடிக்கப் பட்ட துணிகளின் அனைத்து வணிகமும் இக்கூட்டு சரக்ககத்தின் கட்டுப்பாட்டில் வந்தது. 1665ஆம் ஆண்டு தங்க இழையுடன் கூடிய

துணிகளை வாங்கி வழங்கும் மேலும் ஒரு கூட்டு சரக்ககத்தை ஸ்பில்மேன் தொடங்கினார்.[32]

பழவேற்காட்டில் இக்கூட்டு சரக்ககத்தின் வெற்றிக்குப் பல காரணங்கள் இருந்தன. உள்ளூர் ஆட்சியாளர்கள் துணி வணிகர்களிடம் அளவுக்கும் மீறிய வரிவிதித்ததால் வணிகர்கள் தேவையான மூலதனமிட்டு வணிகம் மேற்கொள்ள இயலவில்லை. இதிலிருந்து தப்பிக்க இவ்வணிகர்கள் டச்சுக் குழுமத்தின் உதவியை நாடினர். ஆட்சிப் பொறுப்புக்காக நடந்த தொடர் உள்ளூர் கலவரங்களும் இதற்குக் காரணமாகும். பழவேற்காட்டின் பயனிலப் பகுதியில் பல வீடுகளும் பயிர்களும் கொளுத்தப்பட்டன. அப்போது நிகழ்ந்த பஞ்சமும் துயரத்தை மேலும் கூட்டியது. பலர் பஞ்சத்தால் இறந்தனர்.[33] இந்தோ-டச்சு வாழ்விடங்களுக்குப் பயனிலப் பகுதியிலிருந்து பலர் இடம் பெயர்ந்தனர். அக்காலத்தில் வருகை தந்த டேனியல் ஹவர், டச்சுக்காரர்களின் ஜெல்திரியாக் கோட்டையில் மிகுந்த எண்ணிக்கை யிலான நெசவாளர்கள், துணி வண்ணம் பூசுவோர், சாய தொழிலாளர்கள் ஈடுபடுத்தப்பட்டிருந்ததாகக் குறித்துள்ளார்.[34]

1665இல் நாகபட்டினத்தில் தமிழ் நெசவாளர், வணிகர்களின் கூட்டு சரக்கக வணிக நிறுவனம்

டச்சுக்காரர்கள் வணிகர்களை ஒருங்கிணைத்துப் பழவேற் காட்டில் கூட்டுச் சரக்ககவணிக நிறுவனங்களைத் தொடங்கினார்கள் என ஏற்கெனவே கண்டோம். இது போன்றே 1665இல் நாகபட்டினத்திலும் ஒரு நிறுவனத்தைத் தொடங்கினார்கள். ஆனால் இந்நிறுவனம் பழவேற்காட்டில் தொடங்கிய நிறுவனத்திடமிருந்து வேறுபட்டது. நாகபட்டினத்தில் இக்கூட்டு சரக்கக வணிக நிறுவனத்தில் வணிகர் மட்டுமல்லாது, நெசவாளர்களும், சாயத் தொழிலாளர்களும் பங்குதாரர்களாகச் சேர்க்கப்பட்டனர். நாகபட்டினத்திலிருந்து சற்றுத் தள்ளியுள்ள திருமலைராயன் பட்டினத்தின் புறப்பகுதியைச் சார்ந்த புரவாச்சேரியில் வசித்த கைகோள நெசவாளர்கள் இக்கூட்டுச் சரக்ககத்தில் உறுப்பினராகச் சேர்க்கப்பட்டனர். நாகபட்டினம், நாகூர் பகுதிக்கு அருகிலிருந்த ஊரில் வசித்த சாயத் தொழிலாளர்கள் டச்சுக்காரர்களுக்குத் துணியை அளிக்க ஒப்புக்கொண்டதால் அவர்களும் இக்கூட்டு சரக்ககத்தில் உறுப்பினராகச் சேர்க்கப்பட்டனர். இதன் பின்னர் நாகபட்டினம், நாகூரிலிருந்த தமிழ்ச் செட்டிகள் மேலும் ஒரு கூட்டு சரக்ககத்தை 30000 பகோடாக்கள் மூலதனத்தில் தொடங்கித் துணிகளைப் பெற்று

டச்சுக்காரர்களுக்கு அளித்தனர். இவ்வாறு உற்பத்தியாளர்கள், வணிகர்கள் இருவேறு கூட்டு சரக்ககங்களை நாகபட்டினத்தில் தொடங்கினர். 1665ஆம் ஆண்டு ஏப்ரல், மே மாதங்களில் இக்கூட்டுச் சரக்ககங்களுடன் பல ஒப்பந்தங்களை டச்சுக்காரர்கள் ஏற்படுத்திக் கொண்டனர்.[35] எனவே இக்கூட்டுச் சரக்ககங்களின் உதவியுடன் இப்பகுதியில் உற்பத்தி செய்யப்பட்ட பெரும் அளவிலான துணிகளைப் பெறும் உரிமையை ஒரே குடையின் கீழ் டச்சுக்காரர்கள் கொண்டுவந்தனர். அதோடல்லாமல் தனி உரிமை துணி வணிகரிடம் முன்பணம் அளித்துப் பெறும் முறை பாதுகாப்பற்றதாக இல்லாததால் இக்கூட்டுச் சரக்கக முறை இவர்களின் துணி வணிகம் சுமுகமாக நடைபெற உதவியது.

1697இல் தூத்துக்குடி, மணப்பாடு, ஆழ்வார்திருநகரியில் தமிழ், லூசோ தமிழர்களுடனான கூட்டு சரக்கக வணிக நிறுவனம்

தூத்துக்குடியிலிருந்த பெரும் வணிகர்கள் அங்குப் பயனிலப் பகுதியில் உற்பத்தி செய்யப்பட்ட பேரளவிலான துணிகளைத் தனி வணிகரிடம் ஆண்டு ஒப்பந்தத்தினடிப்படையில் பெறுவதை டச்சுக்காரர்கள் தெரிந்துகொண்டதால் அவர்களைப் பயன்படுத்திக் கொள்ள விரும்பினர். இத்தகைய பெரும் வணிகர்களைக் கூட்டு சரக்கத்தில் உறுப்பினராக்க 1680ஆம் ஆண்டு முயற்சி செய்தனர்.[36] இம்முயற்சி 1682ஆம் ஆண்டிலும் 1691ஆம் ஆண்டிலும் வெற்றியடைந்தது. ஆனால் வலிமை பொருந்திய இவ்வுள்ளூர் வணிகர்கள் இதற்கு ஒத்துழைக்காததால் 1695ஆம் ஆண்டு மேலும் ஒரு கூட்டு சரக்ககத்தை உருவாக்க மேற்கொண்ட முயற்சி தோல்வியடைந்தது. மேலும் டச்சுக்காரர்கள் இத்துணிகளை வாங்கமுடியாத அளவிற்குத் துணியின் விலையை உயர்த்தினர். அப்போது பாபா பிரபு என்ற தூத்துக்குடி வணிகர் டச்சுக்காரர்களுக்குத் துணி வாங்கி அளித்து வந்தார். இவர் 1696ஆம் ஆண்டு ஏப்ரல் மாதம் 4ஆம் நாள் இறந்ததால் டச்சுக்காரர்களின் துணி வணிகம் பின்னடைவைச் சந்தித்தது.[37] எனவே, டச்சுக்காரர்கள் இடைத்தரகர் களுடனான நேரடி துணி வணிகத்தைத் தவிர்க்க முயன்றனர். ஆகையால் ஆந்த்ரே மொராத், பல்தசர் ஸ்டெபனூஸ், முத்துப்பிள்ளை, ஆந்த்ரே ஃபெர்னாண்டோ போன்ற தூத்துக்குடி துணி வணிகர்களின் உதவியுடன் ஒரு கூட்டு சரக்ககத்தைத் தொடங்கினர். அப்பர் சூரியன், அபினவபிள்ளை, ஆறுமுகம், நாராயண செட்டி, சித்து மகமுடி, மருத ஒட்டி மூப்பனார், மரியாதைச் செட்டி, திலகன் குட்டி ஆகிய துணி வணிகர்களின் உதவியுடன் ஆழ்வார் திருநகரியில் மேலும் ஒரு கூட்டு

சரக்ககத்தை 1697இல் தொடங்கினர்.³⁸ தூத்துக்குடிக்கருகிலுள்ள மணப்பாடு என்னுமிடத்தில் தோமே துமெல்ஹோ, கோசியா மூப்பனார், சிவசாமிப் பிள்ளை போன்ற வணிகர்களின் உதவியுடன் மேலும் ஒரு கூட்டு சரக்ககத்தைத் தொடங்கினர். கோட்டார், கொலப்பாறை போன்ற இடங்களில் தொடங்கப்பட்ட மேலும் இரண்டு கூட்டுச் சரக்ககங்கள் தூத்துக்குடியிலிருந்த வலிமை பொருந்திய வணிகர்களின் ஏகபோக உரிமையை உடைத்தன.

1728ஆம் ஆண்டு தூத்துக்குடியில் தமிழக வணிகர்களின் கூட்டு சரக்கக நிறுவனம்

இக்காலத்தில் தூத்துக்குடிப் பகுதியில் வலிமையுடன் விளங்கிய டச்சுக்காரர்கள் தொடர்ந்து தமிழக வணிகர்களின் துணையுடன் துணிகள் பெற்றுத்தரும் இரு கூட்டு சரக்ககங்களை மேலும் உருவாக்கினர். டச்சுக்காரர்களின் துணியின் தேவையை நிறைவுசெய்த இச்சரக்கக உருவாக்கம் 1727ஆம் ஆண்டுவரை எத்தகைய வழியில் நடைபெற்றது என்பது சிந்தனைக்கு உரியது. கூட்டு சரக்கக வணிகர்கள் ஒவ்வொருவருக்கும் தனித்தனியே நெசவு மையங்களைப் பிரித்து அளித்தால் துணிகளைப் பெற்றுத் தருவது தடையின்றி நடைபெறும் எனக் கூப்மன் ஹில்பிராண்ட் என்பாரிடமும் டச்சுக் குழுமத்திடமும் முறையிட்டதை 1728 சனவரி 9ஆம் நாளிட்ட ஆவணம் மூலம் அறியமுடிகிறது. டச்சுக் குழுமம் அவர்களின் முறையீட்டை ஏற்றுத் தனித்தனியே அவர்கள் துணையைப் பெறும் எல்லையை அறிவித்தது. இவ்வுடன்பாட்டின்படி அல்லாது ஒருவரின் பகுதியில் வேறு யாரேனும் துணியை வாங்கினால் அவர்களுக்கு 150 பணம் அபராதம் விதிக்கப்படும் என்ற விதியும் சேர்க்கப்பட்டது. இவ்வகை உடன்படிக்கையின்படி தூத்துக்குடி கூட்டு சரக்கக வணிக உறுப்பினரிடையே இருந்த குழப்பங்கள் முடிவுக்குக் கொண்டுவரப்பட்டன. இவ்வுடன்படிக்கையின்படி குறிப்பிட்ட இடங்களில் பெறப்படாத துணிகள் பறிமுதல் செய்யப்பட்டவை என அறிவிக்கப்பட்டது.³⁹

1747ஆம் ஆண்டு நாகபட்டினத்தில் தமிழக வணிகர்களின் கூட்டு சரக்கக நிறுவனம்

டச்சுக்காரர்களின் முயற்சியால் வலங்கைப் பிரிவைச் சார்ந்த தமிழக வணிகர்கள் 1747 ஆம் ஆண்டு நாகபட்டினத்தில் ஒரு கூட்டுச் சரக்ககத்தைத் தொடங்கினர். ஒரு பங்கு 500 பகோடாக்கள் என முடிவு செய்யப்பட்டு ஆறு வணிகர்களுக்கு இப்பங்குகள் வழங்கப்பட்டன. இம்முயற்சியில் 1747 நவம்பர் 27 மற்றும் டிசம்பர் 4 ஆகிய

இருநாட்களில் அவர்கள் 36,000 பகோடாக்கள் வரை மூலதனம் செய்தனர்.

அட்டவணை 3.2.

1747ஆம் ஆண்டு தமிழ் வணிகர்கள் நாகபட்டினம் கூட்டுச் சரக்ககத்திற்கு அளித்த மூலதனம்

வணிகரின் பெயர்	மூலதனம் பகோடாக்களில்
சோமேஸ்வர அய்யன்	12,000
சுப்பிரமணியப் பிள்ளை	11,000
சரவண முதலியார்	5,500
வரதன்	4,500
வெங்கடாசல செட்டி	2,000
நரசு நாயக்கர்	1,000

சான்று: P. Groot, Velklaringern van Brieven Gezonden van Negapatnam, 1748-50 and 1757-1758, Madras, 1911, p.105

இக்கூட்டு சரக்கக வணிகர்கள் டச்சுக்காரர்களுக்குத் தேவையான துணிகளை வாங்கி வழங்கினர். இவ்வலங்கைப் பிரிவைச் சார்ந்த வணிகர்களை மேலும் ஒரு கூட்டு சரக்ககம் தொடங்க 1755ஆம் ஆண்டு டச்சுக்காரர்கள் இணங்கவைத்தனர். எப்பொழுதும் போலத் துணிகளுக்கு ஒப்பந்தம் மேற்கொள்ளும்போது வணிகர்களுடன் பேச்சுவார்த்தை நடத்தி வணிகர்கள் டச்சுக்காரர்களுக்கு எவ்வளவு அளவு துணி வழங்கவேண்டுமென்பதை முடிவு செய்தனர். மேலும் தாய்லாந்தில் விற்பதற்காக அவ்வணிகர்களைச் சாதாரணச் சேலம்பூரி வகைகளையும், சாதாரண மூரிஸ் துணி வகைகளையும் வாங்கி வழங்கக் கேட்டுக்கொண்டனர். நாகபட்டினத்திலிருந்த டச்சுக்காரர் களுக்குத் தாய்லாந்திற்கு வணிகம் மேற்கொள்ளத் தேவையான துணிகளை வாங்கி அளிப்பதாக 1755ஆம் ஆண்டு சனவரி 16ஆம் நாள் தமிழ் வணிகர்கள் உடன்படிக்கை செய்துகொண்டனர்.[40]

தமிழகத் துணி வணிகர்களின் சென்னை, பாண்டிச்சேரி மணிலாவுடனான வணிகம் மற்றும் பதிலீட்டு வணிக முறை

ஐரோப்பியக் குழுமங்களுக்கும் தமிழ் வணிகர்களுக்குமான வணிக உறவை உற்று நோக்கும்போது பணமும் மூலதனமும் மிக முக்கிய பங்காற்றியதை அறியமுடிகிறது. பொருள் வணிகப் பரிமாற்றத்திற்குப் பதிலீட்டு வணிகமுறை என்னும் ஒரு முறை

பயன்படுத்தப்பட்டது. இம்முறையில் ஒரு வணிகர் அல்லது கப்பலின் தலைவன் கப்பலை அடமானமாக வைத்துப் பண மூலதனம் உள்ள ஒருவரிடம் கடன்பெற்றுக் கடல்கடந்து வணிகத்தை மேற்கொண்டு திரும்பித் தாயகம் வரும்போது முன்பு ஒப்பந்தப்படி முடிவு செய்த கடனையும் வட்டியையும் திரும்பிச் செலுத்தும் முறையாகும். பொருளைக் கொண்டு செல்லக் கப்பலின் மாலுமி அல்லது கடன்பெறும் ஒருவருக்கு மூலதனம் உள்ள ஒருவர் ஒரு குறிப்பிட்ட வட்டி விகிதத்தில் இக்கடனை அளிப்பார். இவ்வாறு கடன்பெற்று வணிகம் மேற்கொள்ளும் ஒருவர் திரும்பும்போது இக்கடனை வட்டியுடன் திரும்ப அளிக்கவேண்டும். எதிர்பாராத விதத்தில் கப்பல் திரும்பிவராமல் பொருளுக்குச் சேதம் விளைந்தால் அவர் கடனைத் திருப்பித்தரத் தேவையில்லை.[41] பதிலீட்டு வணிக முறை என வழங்கப்பட்ட இம்முறை முதன் முதலாகப் போர்த்துக்கீசியர்களால் அறிமுகப்படுத்தப்பட்டது. ஒப்பந்தத்தில் குறிப்பிட்ட காலத்தில் கடன்பெற்றவர் திரும்ப அளிக்கவில்லை என்றால் காலதாமதத்திற்குத் தகுந்தாற் போல முதலும், வட்டியும் கூட்டப்பட்டுக் கூட்டு வட்டி கணக்கிடப்பட்டுக் கூடுதல் தொகையாகத் திரும்ப அளிக்க வேண்டும். இப்பதிலீட்டு வணிக முறையில் வட்டியானது வணிகம் மேற்கொள்ளும் காலத்திற்கேற்பவும் வணிகம் மேற்கொள்ளும் இடத்திற்கும் வேறுபட்டிருந்தது. ஆவணங்களின் படி மாலத்தீவிற்கும் (1717 மே 8) இலங்கைக்கும் (1727 அக்டோபர் 10) 15 விழுக்காடும் மக்காவுவிற்கு (1742 மே 12) 18 விழுக்காடும், தோன்கின்னிற்கு (1717 மார்ச்சு 22) 25 விழுக்காடும், உஜ்ஜாங்செலாங்கிற்கு (1727 செப்டம்பர் 12) 26 விழுக்காடும், 1733 சூன் 19அன்று 18 விழுக்காடும், பெகுவிற்கு 30 விழுக்காடும் (1732 ஆகஸ்டு 22) பதிலீட்டு வட்டியாகப் பெறப்பட்டது.[42] இதுபோன்ற பதிலீட்டு கடன் முறை சோழமண்டலக் கடற்கரைப்பகுதியில் வழக்கமாக நடைபெற்ற ஒன்று என அரசரத்தினம் குறிப்பிடுவதோடு ஆனால் கப்பலை அடமானமாக வைத்துக் கடன்பெறும் முறை இல்லை எனக் கருத்துரைக்கிறார்.[43] ஆனால் பெரும்பாலான இக்கடன் ஒப்பந்தங்களில் கப்பலும், ஏற்றுமதிப் பொருளும் அடமானமாகக் குறிப்பிடப்படுவதிலிருந்து அவர் கருத்து மீளாய்வுக்குரியது எனலாம். கப்பலை அடமானமாக வைத்துக் கடன்பெறும் முறை வெகுவாக இக்காலத்தில் வழக்கிலிருந்தது.

பேரி செட்டிகளும், சென்னையிலிருந்த போர்த்துக்கீசிய தனி வணிகர்களும் பதிலீட்டு கடன் ஒப்பந்தமுறையைப் பரவலாகப் பயன்படுத்தினர். 1725ஆம் ஆண்டு ஹெயரோனிமோ மோன்டெய்ரோ என்னும் போர்த்துக்கீசியர் தம்பு செட்டியிடம் 650 பகோடாக்களைப்

பதிலீட்டு வணிகத்திற்காகக் கடன் பெற்றார். இக்கடன் பத்திரத்தில் சேனோரா எஸ்த்ரா கிரெகோரியா பெரைரா என்பவர் பிணையொப்பமிட்டார். அக்கடனை மொன்டெய்ரோ திருப்பிச் செலுத்தாதனால் 18 ஆண்டுகள் கழித்துப் பிணையொப்பமிட்ட எஸ்த்ரா கிரெகோரியாவிடம் கடன்தொகையைத் தருமாறு வற்புறுத்தினார். சென்னை நகரத் தலைவர் நீதிமன்றம் தம்பு செட்டிக்கு ஆதரவாக தீர்ப்பு அழித்தமையால் பிணையொப்பமிட்ட எஸ்த்ரா கிரெகோரியா 2,211 பகோடா, 25 பணமும் 31 காசும் நீதிமன்றச் செலவுடன் சேர்த்துக் கட்ட வேண்டியதாயிற்று. இக்கடனுக்கு 8 விழுக்காடு வட்டியாகக் கணக்கிடப்பட்டது. இத்தீர்ப்பை எதிர்த்துக் கிரெகோரியா குழுமத்திடம் மேல்முறையீடு செய்ததால் இத்தீர்ப்பு திரும்பப் பெற்றுக்கொள்ளப்பட்டது.[44]

சென்னை நகரத் தலைவர் நீதிமன்றத்தில் இதேபோன்று ஒரு பதிலீட்டு ஒப்பந்த வழக்கு இம்மானுவேல் டி சில்வா என்பவருக்கும் தாண்டவச் செட்டிக்கும் 1718 மே 6ஆம் நாள் பதிவு செய்யப்பட்டது. மேலும் சிலருடனான பதிலீட்டு ஒப்பந்த வழக்கு 1718 மே 7ஆம் நாள் பதிவு செய்யப்பட்டது. இவ்விரு வழக்குகளும் ஐந்து திங்கள்களுக்குத் தொடர்ந்து நடைபெற்று வந்தன. இதனிடையில் இரு குழுக்களும் வழக்கை 1718ஆம் ஆண்டு அக்டோபர் மற்றும் நவம்பர் திங்கள்களில் திரும்பப்பெற்றுச் சமரசம் செய்து கொண்டனர்.[45] கனகசபை செட்டி 1718ஆம் ஆண்டு சூன் 17ஆம் நாள் ஃபிரான்சிஸ்கோ கிரெகோரியா பதிலீட்டு வணிகக் கடனாகத் தரவேண்டிய 800 பகோடாக்கள் பணத்திற்காக நகரத் தலைவர் வழக்கு மன்றத்தில் வழக்கு தொடுத்தார். பதிலீட்டு கடனாகத் தரவேண்டிய 94 பகோடாக்களுக்காக ஃபிரான்சிஸ்கோ டி சில்வா மீது சின்னத் தம்பி 1719ஆம் ஆண்டு சனவரி 29அன்று வழக்கு தொடுத்தார். இவ்வாறாகச் சென்னையைச் சார்ந்த பேரி செட்டிகள் பதிலீட்டு வணிகமுறையில் திரும்பப்பெற இயலாத கடன்களுக்காக வழக்குகளைத் தொடுத்தனர்.[46] ஜேம்ஸ் ஹப்பார்டு என்பார் 1727ஆம் ஆண்டு இலங்கைக்குக் கடல் வணிகம் மேற்கொள்ளப் பதிலீட்டு வணிகத்திற்குக் கடன்பெற்ற சின்னக்குட்டி செட்டியை எதிர்த்து ஒரு வழக்கு தொடர்ந்தார். கடன்பெற்ற சின்னக்குட்டி சென்னையில் இறங்காமல் பரங்கிப்பேட்டையிலேயே இறங்கிக் கொண்டதால் ஜேம்ஸ் ஹப்பார்டுக்கு அளிக்கவேண்டிய தொகையைத் திருப்பித் தரவில்லை. இவ்வாறு பதிலீட்டு வணிகக் கடன்முறை பல சிக்கல்களைச் சந்தித்தது. கப்பல் வணிகர்கள் புதிய வணிகம் மேற்கொள்ளத் தனியாரிடம் பெற்ற கடன்கள் மேலும் பல சிக்கல்களைச் சந்திப்பதும் பல முதலீட்டாளர்கள் அளித்த கடனைத்

திருப்பிக்கேட்டு முறையிடுவதும் பெருகியது. ஆங்கிலேயர் இச்சிக்கல்களைத் தவிர்ப்பதற்கு 1727ஆம் ஆண்டு ஒரு புதிய நடைமுறையைக் கொண்டுவந்தனர். இம்முறையில் பதிலீட்டு வணிகக் கடன் அளிப்பவர்கள் மேயர் நீதிமன்றத்தில் கடன் குறித்த பதிவை மேற்கொள்ள வேண்டும் என்பதே அந்நடைமுறையாகும்.[47] மேலும் பதிவு பெற்ற வணிகர்களே இப்பதிலீட்டு வணிகக் கடன் முறையில் பங்கு பெற இயலும் என்பதும் முக்கிய கருத்தாக அமைந்தது.[48] இதனால் ஆங்கிலேயக் குழும முதலீட்டில் தனியார் வணிகர்கள் பங்கு பெற இயலாமல் போனது. எனவே, மணிலாவுடனான ஆங்கிலேயக் குழுமத்தின் வணிக முதலீடு 1740ஆம் ஆண்டு 47,100 பகோடாக்கள் அளவிற்கு உயர்ந்தது.[49] அவ்வணிகத்தில் கிடைத்த லாபத்தை வணிகர்கள் தமிழகத்திற்கு மிகுந்த அளவிலான வெள்ளியாகக் கொணர்ந்தனர்.

பாண்டிச்சேரியிலிருந்த வலங்கைப் பிரிவைச் சார்ந்த முதலியார் வணிகர்கள் ‘சங்கரபாணி’ என்னும் வணிகக் கப்பலைச் சொந்தமாக வைத்திருந்தனர். இக்கப்பல் மைலாப்பூர், பாண்டிச்சேரி ஆகிய இடங்களிலிருந்து பொருட்களை மணிலாவிற்கு ஏற்றிச் சென்று கொண்டிருந்தது.[50] இக்கப்பலின் தலைமை மாலுமியாக இந்தியாவைச் சார்ந்த லூயி பிரகாசம் என்பார் இருந்தார். இக்கப்பலில் தங்கி வணிகம் மேற்கொண்ட கப்பல் வணிகராக ஜகநிவாச முதலியார் இருந்தார். 1729ஆம் ஆண்டு பாண்டிச்சேரியிலிருந்து மணிலா சென்ற ‘சார்லஸ்’ என்னும் பெயர் கொண்ட கப்பலின் தலைமை மாலுமியாகக் குமரப்பிள்ளை என்னும் இந்தியர் இருந்தார்.[51] இவ்வாறாகத் தமிழக வணிகர்கள் தாங்கள் மணிலாவுடன் மேற்கொண்ட வணிகத்தில் தங்கள் உறவினர்களை வணிக உதவியாளர்களாகப் பயன்படுத்திக் கொண்டனர்.

1734–1752ஆம் ஆண்டுகளில் தமிழகச் செட்டியார்கள் தூத்துக்குடியில் மேற்கொண்ட துணி வணிகம்

தூத்துக்குடிப் பகுதியிலிருந்து துணி வணிகத்தை மேற்கொள்ள டச்சுக்காரர்கள் மிகுந்த ஈடுபாடு காட்டினர். நாகர்கோயில் அருகிலுள்ள கோட்டார் என்னுமிடம் நெசவுத் தொழிலில் சிறப்புற்றிருந்ததோடு சிறந்த துணி வணிக மையமாகவும் விளங்கியது. கோட்டாரைச் சார்ந்த விநாயகப் பெருமாள் என்னும் வணிகர் டச்சுக்காரர்களுக்கு 1734 முதல் 1736ஆம் ஆண்டுவரை துணிகளைப் பெற்று அளித்தார். அத்துணி களுக்கு அதிக விலை தரக்கோரி <ஸ்டெயின் வான் கோல்லோனிஸ்> என்னும் டச்சு அலுவலருக்குக் கடிதம் எழுதித் துணிகளைப் பெற்றுத்

தருவதை 1737ஆம் ஆண்டு நிறுத்திவிட்டார்.[52] டச்சுக்காரர்கள் அவரின் கோரிக்கையை ஏற்றுத் துணிகளுக்கு உயர்ந்த விலை அளிப்பதாகத் தெரிவித்தவுடன் மீண்டும் துணிகளைப் பெற்றுத் தந்தார்.

டச்சுக்காரர்கள் இதே போன்ற திறம் மிகுந்த வணிகர்களைக் கண்டறிந்து தமது துணி வணிகத்திற்குப் பயன்படுத்திக்கொள்ள விழைந்தனர். தேங்காய்பட்டினத்தைச் சார்ந்த தனவான் செட்டியை அணுகி 1748ஆம் ஆண்டு நவம்பர் 12ஆம் நாள் ஒரு ஒப்பந்தத்தை ஏற்படுத்திக் கொண்டனர். அவர் 1000 பகோடாக்களை முன்பணமாகப் பெற்றுக் கொண்டு 5,600 உருப்படிகள் துணியை வாங்கித் தருவதாக உறுதியளித்து அவ்வாறே செய்து முடித்தார்.[53] அடுத்த ஆண்டு டச்சுக்காரர்கள் முன்பணம் தர இயலாமல் போனதால் குறைந்த அளவே துணிகளை அவர்களால் பெறமுடிந்தது. டச்சுக்காரர்கள் தனவான் செட்டியின் பணியினை மெச்சியதோடு அடுத்த ஆண்டான 1750இல் ஒட்டுமொத்தத் துணிகளை வாங்கி வழங்கிய உடனேயே முழுத் தொகையும் தரப்படும் என்று உறுதியளித்தனர். ஆனால் இந்த உறுதிமொழியைத் தனவான் செட்டி ஏற்க உடன்படவில்லை.[54] இக்காரணங்களால் வளமையான வணிகர்களின் உதவியைப் பெற டச்சுக்காரர்களால் இயலவில்லை. எனவே, இப்பகுதியிலான துணி வணிகம் தேக்கநிலையைக் கண்டது. இவ்வணிகத்திற்கு டச்சுக்காரர் களிடம் தேவையான மூலதனம் இல்லாமல் போனதே இதற்கு முக்கிய காரணமாகும். டச்சு ஆளுநர் தேங்காய்பட்டினத்தில் குடியிருந்த டச்சுக்காரர் மூலம் தனவான் செட்டியிடம் முன்பணமின்றித் துணி பெற்றுத்தர முயன்றார். ஆனால், இப்பகுதியிலுள்ள நடைமுறையின்படி துணிகளை நெசவாளரிடம் முன்பணம் அளித்துப் பெறுவதால் டச்சுக்காரர்கள் முன்பணம் அளித்தாலொழிய துணியை வாங்கி வழங்க இயலாது எனத் திட்டவட்டமாகக் கூறிவிட்டார்.[55] இம்முறையே துணி வணிகத்தில் இப்பகுதியில் மேற்கொள்ளும் நடைமுறை எனவும் தெரிவித்தார்.

எவ்வாறாவது துணி ஏற்றுமதித் தொழிலில் கால்பதிக்கத் துடித்த டச்சுக்காரர்கள் அப்பகுதியில் முன்னணியிலிருந்த துணி வணிகர் குறித்த கணக்கெடுப்பை நடத்தினர். 1752ஆம் ஆண்டு உருவாக்கப்பட்ட இவ்வறிக்கையின்படி கோட்டார் என்னும் ஊரைச் சார்ந்த படாரம் செட்டி, மரியாதை சின்னண்ணன் செட்டி, வெங்கடாசலம் செட்டி ஆகிய மூவரும் துணி வணிகத்தில் 600000 பகோடாக்கள் அளவிற்கு மிகப்பெரிய மூலதனத்தைப் பயன்படுத்தினர் எனத் தெரியவந்தது. டச்சுக்காரர்கள் துணி வணிகத்திற்காக இவர்களை அணுகியபோது நிராகரிக்கப்பட்டனர். இதனால் கோட்டாரிலேயே இருந்த

நெல்லையப்ப செட்டி என்பவரை அணுகி 1752ஆம் ஆண்டு வணிகத்திற்குத் துணிகளைப் பெற்றனர். அடுத்த ஆண்டிலும் (1753) இதே போன்று துணிகளை வாங்கி வழங்க நெல்லையப்ப செட்டியை அணுகியபோது இவ்வாண்டு துணிகளுக்கு அதிக விலை அளிக்க வேண்டும் எனக் கூறி டச்சுக்காரர்களுக்கு கோரிக்கை கொடுத்தார். இதற்கு டச்சுக்காரர்கள் உடன்படாமல் போகவே, அவர்களுக்குத் துணியைப் பெற்றுத் தருவதை நெல்லையப்ப செட்டி நிறுத்திக் கொண்டார்.[56]

கைகோள முதலியார்களின் துணி வணிகம்

இடைக்காலத் தமிழ்ச் சமூகத்தில் கைகோள முதலியார் நெசவுத் தொழிலை மேற்கொண்ட இடங்கைப் பிரிவைச் சார்ந்தவர்களாக விளங்கினர். பின்னர் துணி வணிகத்தையும் இவர்கள் மேற்கொண்டமை யால் முதலியார் என்னும் பின்னொட்டையும் பெற்றனர். இவர்கள் கடல்கடந்தும் துணி வணிகத்தை மேற்கொண்டனர். சிலர் மலாக்காவில் குடியேறினர். இவர்கள் 1527ஆம் ஆண்டு செப்டம்பர் 10ஆம் நாள் போர்த்துக்கீசிய அரசருக்கு எழுதிய கடிதத்தில் தமிழில் கையொப்பமிட்டிருப்பதால் இவர்கள் தமிழ் வணிகர்கள் என்பதை அறியமுடிகிறது.[57] அவ்வாறு மலாக்காவில் குடியேறிய தமிழ் கைகோள முதலியார் வணிகர்கள் ஆங்கிலேயக் குழுமத்தின் பாதுகாப்பில் துணி வணிகத்தில் தமது மூலதனத்தைப் பயன்படுத்திப் புதிய வருவாயைத் தேடினர். இவ்வாறு பல கைகோளத் தமிழ் வணிகர்கள் தமது மூலதனத்தின் மூலமும் திறமையின் மூலமும் தமிழகக் கடற்கரையில் துணி உற்பத்தியிலும் வணிகத்திலும் ஆதிக்கம் செலுத்தினர். சில கைகோள முதலியார்கள் டச்சுக் குழுமத்திற்கும், ஆங்கிலேயக் குழுமத்திற்கும் துணிகளை வாங்கி அளித்தனர்.

1735ஆம் ஆண்டு சென்னையின் புறநகர்ப் பகுதியான சிந்தாதிரிப்பேட்டையில் புதிய நெசவு மையம் ஒன்று சின்னத் தம்பி முதலியார் என்னும் நெசவாளரின் முயற்சியால் ஏற்படுத்தப்பட்டது.[58] பரங்கிப்பேட்டை பகுதியிலிருந்து டச்சுக்காரர்களுக்குத் துணிகளைப் பெற்றுத்தந்த ஆண்டியப்ப முதலியார் அவர்களுடன் ஏற்பட்ட கருத்துவேறுபாடு காரணமாக ஆங்கிலேயர்களுக்குக் கடலூர் பகுதியிலிருந்து துணிகளைப் பெற்றுத் தந்தார்.[59] 1733ஆம் ஆண்டு இவ்வணிகம் மேற்கொள்ளும் இவரின் உறவினர்களுக்கு மிகப்பெரிய கட்டடத்தை விலைக்கு வாங்க முயன்றார். மேலும் திருப்பாப் புலியூரில் துணிகளைச் சேமிக்கும் கிட்டங்கியுடன் இரு பெரும் வீடுகளைக் கட்ட விரும்பினார்.[60] மேலும் நெசவுத் தொழிலை

மேம்படுத்தும் நோக்கில் நெசவாளர்களுக்கென நிலம் ஒன்றை வாங்கினார். இவ்வணிகத்தை மேம்படுத்த ஆண்டியப்ப முதலியாரை கடலூரிலேயே தங்குமாறு ஆங்கிலேயர்கள் 1741ஆம் ஆண்டு வற்புறுத்தினர்.[61] ஆனால் இதற்கு ஆண்டியப்ப முதலியார் உடன்பட வில்லை.

டச்சுக்காரர்களுக்கு எப்பொழுதெல்லாம் துணி தேவைப்படுகிறதோ அப்பொழுது ஆண்டியப்ப முதலியாரை அணுகினர். ஆண்டியப்ப முதலியாரும் எவ்விதத் தயக்கமுமின்றி அதற்கான ஒப்பந்தத்தில் கையொப்பமிட்டுத் துணிகளைப் பெற்று வழங்கினார். சதுரங்கப் பட்டினத்தை மையமாகக் கொண்டு டச்சுக்காரர்களுக்குத் துணிகளைப் பெற்றுத் தந்த கோமுட்டிகள் துணிகளின் விலையை உயர்த்தும் நோக்கில் 1769ஆம் ஆண்டு 266 பேல்கள் துணிகளே வழங்க முடியும் என அறிவித்தனர். இவர்களின் எண்ணத்தைத் தோற்கடிக்கும் வகையில் ஆண்டியப்ப செட்டி டச்சுக்காரர்களுக்கு அவ்வாண்டு 391 பேல்கள் துணிகளை வாங்கி வழங்கியதோடல்லாமல் மேலும் 70 பேல்கள் துணிகளைப் பெற்றுத் தருவதாய் உறுதியளித்தார்.[62] புதுச்சேரியைத் தலைமையிடமாகக் கொண்டு சதுரங்கப்பட்டினத்தில் துணிகளைப் பெற்று வணிகம் புரிந்த குண்டூரைச் சேர்ந்த பாலு செட்டி போன்ற வணிகர்கள் ஆண்டியப்ப முதலியாரால் தங்கள் வணிகம் பாதிக்கப்பட்டதாகப் புலம்பினர்.[63] 1777ஆம் ஆண்டு ஆண்டியப்ப முதலியார் இறந்த பிறகு அவர் சகோதரரை வணிகம் மேற்கொள்ள டச்சுக்காரர்கள் அமர்த்தினர்.[64]

பாண்டிச்சேரியில் வெள்ளாள முதலியார்களின் துணி வணிகம்

இடைக்காலத் தமிழகத்தில் வெள்ளாளர்கள் நிலவுடைமையாளர்களாகவும் வலங்கைப் பிரிவைச் சார்ந்தவராகவும் விளங்கினர். முதலில் விளைபொருட்களான தானிய வணிகத்தை மேற்கொண்ட இவர்கள் வெள்ளாள முதலியார் என அழைக்கப்பட்டனர். இவர்களில் பலர் துணிகளைப் பெற்று ஐரோப்பியரின் தேவையைப் பூர்த்தி செய்து மிகுந்த லாபத்தை அடைந்தனர். இவ்வணிகத்தில் ஈடுபாடு கொண்டு வெள்ளாள முதலிகளைப் பாண்டிச்சேரிக்கு வந்து குடியேறுமாறு 1674ஆம் ஆண்டு பிரெஞ்சு கிழக்கிந்தியக் குழுமத்தின் முகவர் ஃபிரான்சுவா மார்த்தேன் அழைத்தார். மயிலாப்பூர் சாந்தோமில் குடியிருந்த போர்த்துக்கீசியர்களுக்கு அரிசி வணிகம் செய்த வெள்ளாள முதலியார்கள் பூந்தமல்லியைச் சார்ந்தவர்கள். தானப்ப முதலியார் குழுமத்தின் முகவராக நியமிக்கப்பட்டு அவர் மூலமாகப் பிற முதலியார்கள் துணி வணிகத்தில் பங்கேற்றனர்.[65] தானப்ப முதலியார்

1691ஆம் ஆண்டு இறந்தமையால் அவரது மகன் ஆண்ரே முத்தப்ப முதலியார் குழுமத்தின் முகவராக நியமிக்கப்பட்டார்.[66] அவருக்குப் பின்னர் அவரின் மகன் கனகராய முதலியார் அப்பணியைத் தொடர்ந்தார். இந்த முதலியார் குடும்பம் பாண்டிச்சேரியின் சமூகப் பொருளாதார வரலாற்றில் 1674 முதல் 1746 வரையிலான காலத்தில் முக்கியப் பங்காற்றியது. 1717 முதல் 1748 வரை கனகராய முதலியார் துணி வணிகத்தில் முக்கியப் பங்காற்றினார்.

ஆனந்தரங்கப்பிள்ளை தமது 1736ஆம் ஆண்டு செப்டம்பர் 10ஆம் நாளைய நாட்குறிப்பில் பெட்ரோ கனகராய முதலியார் குறித்து விரிவாகக் குறித்துள்ளார். அவர் காலத்தில் அவருக்குப் போட்டியாக இருந்த ஆனந்தரங்கப்பிள்ளை அவரின் வணிகம் மற்றும் அரசியல் குறித்துக் கூறியுள்ளது மிகவும் நோக்கத்தக்கது. ஆனந்தரங்கப்பிள்ளை தமது நாட்குறிப்பில் 'இவருக்கு முன் துரையாக இருந்த துபாஷிகளுக்கு ஒருத்தருக்கும் இத்தனை நாள் துபாஷ்தனம் பண்ணதுமில்லை; இப்படிப் பண்ணிச் சம்பாதித்ததுமில்லை. இப்படிச் சீமை அறிந்து மேன்பாடு பெற்றவர்களுமில்லை. ஆனபடியினாலே இவருடைய (கனகராய முதலி) அதிர்ஷ்டம் பெரியது' எனக் கூறுகிறார்.[67]

பாண்டிச்சேரி பிரெஞ்சு உயர்மட்டக் குழுமத்தின் உறுப்பினர்களா யிருந்த பிரெஞ்சுக்காரர்களும் கனகராய முதலியாரின் பணிகளைச் சிறப்பித்துக் கூறியுள்ளனர். அவர்களின் கூற்று 'அவர் கண்ணியமான வராகவும், நாணயமானவராகவும், அறிவுக்கூர்மையுடனும், அனுபவத்துடனும், செல்வாக்கு மிக்கவராகவும் விளங்கினார். இடையறாது பணிபுரிவதிலும் கீழ்ப்பணிபுரிபவர்களை தமது முழு கட்டுப்பாட்டுக்குள் வைத்துப் பணியை முடிப்பதிலும் ஊரிலுள்ள இந்துக்களின் உணர்வுகளையும் கருத்துகளையும் நமக்குத் தெரிவிப்பதில் மிகவும் ஆர்வம் காட்டினார்' என உள்ளது.[68]

பிரெஞ்சுக்காரர்கள் தமது வணிக மேம்பாட்டிற்காகத் தமிழ் மற்றும் பிரெஞ்சு மொழி தெரிந்தவர்களைப் பதவியில் அமர்த்தினர். அவர்கள் துபாசி என அழைக்கப்பட்டனர். துபாசிக்கள் பிரெஞ்சுக்காரர்களுக்கும் உள்ளூர் வணிகர்களுக்கும் இடைத்தரகராகச் செயல்பட்டுத் துணிகளின் விலையை முடிவு செய்யும் பணியை மேற்கொண்டனர். முதலில் ஆண்ரே முத்தப்ப முதலியாரும் பின்னர் நைனியப்பப் பிள்ளையும் துபாசியாகப் பணியாற்றினர். நைனியப்பப்பிள்ளை மீது குற்றம் சுமத்தப்பட்டதால் அவர் 1716 பிப்ரவரி 19ஆம் நாள் சிறையிலடைக்கப்பட்டதால் பெட்ரோ கனகராய முதலியார் துபாசியாக நியமிக்கப்பட்டார்.[69] மதமாற்ற வேலைகளுக்காக

இந்தியா வந்த இயேசு சபையினர், பாண்டிச்சேரி ஆளுநரிடம் இப்பணிக்குக் கிறித்தவர் ஒருவரைத்தான் நியமிக்கவேண்டும் எனக் கூறினர். எனவே, அப்போது ஆளுநராக இருந்த புரொவெஸ்தியர் கனகராய முதலியாரைப் பணியிலிருந்து நீக்கிவிட்டு அப்பதவிக்கு 1718ஆம் ஆண்டு குருவப்பப்பிள்ளை என்பவரை நியமித்தார். குருவப்பப்பிள்ளை பிரான்சு நாட்டிற்குச் சென்று பதினான்காம் லூயி (1643-1715) மன்னரைச் சந்தித்துக் கிறித்தவ மதத்திற்கு மாறினார். 1724ஆம் ஆண்டு இவர் பாண்டிச்சேரி வந்தபோது மீண்டும் பணியிலமர்த்தப்பட்டார்.[70]

கனகராய முதலியார் துபாசியாக 1724ஆம் ஆண்டு செப்டம்பர் 15ஆம் நாள் மீண்டும் நியமிக்கப்பட்டார். இவர் மொழிபெயர்ப்பாளராகவும் இடைத்தரகராகவும் பணியாற்றவேண்டுமென ஆணையிடப் பட்டது.[71] பிரான்சு நாட்டிலிருந்து 1725 அக்டோபர் 5ஆம் நாளன்று பிரெஞ்சு உயர்மட்டக் குழுமத்திற்கு அனுப்பப்பட்ட கடிதத்தில் கனகராய முதலியாரைப் பணியிலிருந்து நீக்குமாறு கேட்டுக்கொள்ளப் பட்டிருந்தது. இக்கடிதம் குறித்த விவாதம் 1726ஆம் ஆண்டு சூலை 11ஆம் நாள் நடைபெற்றது. உடனடியாக எவ்வித நடவடிக்கையும் மேற்கொள்ளப்படவில்லை. புதிய ஆளுநர் வருகைதரவுள்ள இந்நேரத்தில் கனகராய முதலியாரைப் பணியிலிருந்து நீக்குவது மோசமான விளைவுகளை ஏற்படுத்தும் எனப் பாண்டிச்சேரி பிரெஞ்சு உயர்மட்டக்குழு கருதியது.[72] ஆகையால் புதிய ஆளுநர் வருகைவரை எந்த முடிவையும் எடுக்க அக்குழுமம் முயலவில்லை. மேலும் அக்குழுமம் பாண்டிச்சேரியில் பிரெஞ்சு குழுமத்தின் வணிக மேம்பாட்டிற்கான அனைத்து முயற்சிகளையும் கனகராய முதலியார் மேற்கொண்டமையால் அவரை துபாஷ் பதவியிலிருந்து விலக்கத் தேவையில்லை எனக் கருதியது. மேலும் பாண்டிச்சேரியிலிருந்து பிரான்சு நாட்டிற்குத் துணியுடன் கிளம்ப வேண்டிய கப்பல்களுக்குத் துணிகள் வாங்க வேண்டிய பணியினைப் புதியவரிடம் ஒப்படைக்க அவர்கள் விரும்பவில்லை.[73]

பாண்டிச்சேரியில் உற்பத்தியான சிறந்த தரமுடைய கிண்ணி வகைத் துணிகளைப் பிரெஞ்சுக்காரர்கள் விரும்பி வாங்கினர். பதினேழாம் நூற்றாண்டில் இத்துணிகள் நீலநிறக் கிண்ணி எனவும் அரைகிண்ணி எனவும் வழங்கப்பட்டன. இத்துணிகள் 23 நூலிழைகள் அல்லது 26 நூலிழைகள் கொண்டு நெருக்கமாக நெய்யப்பட்டிருக்கும். பதினெட்டாம் நூற்றாண்டில் 36 நூலிழைகள் மற்றும் 50 நூலிழைகள் கொண்ட மேலும் இரண்டு புதிய வகை கிண்ணி துணிகள் உற்பத்தி செய்யப்பட்டன. கிண்ணி வகைத் துணிகளை வாங்க

பிரெஞ்சுக்காரர்கள் விரும்பியதால் 1720லிருந்து 1730ஆம் ஆண்டுகளில் இவ்வகைத் துணிகளைத் தனியார்களும் உற்பத்தி செய்ய ஊக்குவிக்கப் பட்டது. இத்தனியார்களில் பெட்ரோ கனகராய முதலியார் ஒருவராவார். இவ்வகைத் துணிகளை பிரெஞ்சுக்காரர்களுக்கு வாங்கி வழங்கவும் அதற்கான மூலதனங்களைத் திரட்டவும் ஒப்பந்தத்தைப் பிரெஞ்சு குழுமத்திடம் மேற்கொண்டு அக்குழும வணிகத்தை மேம்படுத்தினார். இதனால் பிரெஞ்சு குழுமம் இதற்கான முன்பணத்தையும் வழங்கியது. பொதுவாகக் கனகராய முதலியார் நெசவாளர் தலைவரிடம் தமக்குத் தேவையான துணிகளுக்கான ஒப்பந்தத்தை மேற்கொள்ளுவார். இதன் தொடர்ச்சியாக நெசவாளர் தலைவர் பிற நெசவாளர்களிடம் ஒப்பந்தத்தை ஏற்படுத்தித் துணிகளை உற்பத்தி செய்து பெற்றுத்தருவார். ஒப்பந்தத்தின்படி அளிக்கவேண்டிய துணிகளின் மாதிரியை ஆறிலிருந்து எட்டு வாரத்திற்குள் அளித்து அனுமதி பெற்றபின் ஆறு மாதங்களுக்குள் ஒப்பந்தத்தில் குறிப்பிட்ட அளவிலான துணிகளை உற்பத்தி செய்து தரவேண்டும். இச்செயலுக் காகப் பிரெஞ்சு குழுமம் வலிமை வாய்ந்த துணி வணிகர்களை நம்பி இருக்க வேண்டியதாயிற்று. அவர்களுள் கனகராய முதலியார் முக்கியமானவராக விளங்கினார்.

1731ஆம் ஆண்டு முதல் 1743 வரை பாண்டிச்சேரியிலிருந்து துணிகளை ஏற்றுமதி செய்யப் பிரெஞ்சுக்காரர்களுக்கு உதவியதோடு நீலச் சாயமேற்றும் பணியினையும் பிரெஞ்சுக்காரர்களுக்குச் செய்து அளித்தார்.[74] 1743ஆம் ஆண்டைச் சார்ந்த ஒரு ஆவணத்தின்படி கனகராய முதலியார் கணபதி பிள்ளை என்பவரைப் பிரெஞ்சு குழுமம் அளிக்கவேண்டிய 3,200 பணத்தை பிரெஞ்சு அலுவலர் கோர்னெ என்பவரிடம் இருந்து பெறுவதற்காக நியமித்தார் எனத்தெரிகிறது.[75] அவர் பாண்டிச்சேரியிலிருந்த சாயத்தொழிலாளர்களுக்கு சாயமேற்றத் தேவைப்படும் கஞ்சியை முன்னரே தயாரிக்க அரிசியை விலைக்கு வாங்கி வைக்க முன்பணமும் அளித்தார். மேலும் துணி உற்பத்திக்காகத் தொழிலாளர்களுக்குப் பணமாகவும் பொருளாகவும் அவர் தந்தார். ஆகக் கனகராய முதலியார் கிண்ணி வகைத் துணிகளை உற்பத்தி செய்யவும் பிரெஞ்சுக்காரர்களுக்கு அவற்றை வாங்கி வழங்கவும் முக்கியப் பங்காற்றியமையை அறியமுடிகிறது.

மேலும் அவர் மேற்கொண்ட வணிகமுறையும் மிகவும் வியக்கத்தக்கது. முதலில் இவ்வணிகத்திற்குச் சுங்குராம செட்டி என்பவரைப் பங்காளராக அழைத்து 410 பகோடாக்கள் 5 பணம் 32 காசுக்கான துணிகளைப் பிரெஞ்சு குழுமக் கப்பலுக்கு அளித்தார். பாரிசிலிருந்த பிரெஞ்சு அலுவலர்கள் பாண்டிச்சேரி பிரெஞ்சுக்

குழுமத்திற்கு அனுப்பிய கடிதத்தில் கனகராய முதலியாருக்கும் சுங்குராம செட்டிக்கும் அளிக்க வேண்டிய தொகையை 5 விழுக்காடு வட்டியுடன் அளிக்குமாறு கூறியிருந்தனர். பாண்டிச்சேரி பிரெஞ்சுக் குழுமம் இதன்படி துணிகளுக்கு அளிக்கவேண்டிய மூலத்தொகை யினையும் அதற்கான வட்டித்தொகையான 200 பகோடாக்கள் 14 பணம் 43 காசுகளையும் சேர்த்து வழங்கியதால் அவர்களின் வருமானம் 50 விழுக்காடுகளுக்கு உயர்ந்தது.[76] கனகராய முதலியார் பின்னர் வந்த காலங்களில் பிறரின் பங்கேற்பு உதவியுடன் மேற்கொண்ட வணிகத்தை நிறுத்தித் தாமே முழுவதுமாக மேற்கொண்டார். பெட்ரோ கனகராய முதலியாரின் குடும்பம் துணி வணிகத்தில் ஈடுபட்டிருந்தாலும் இவர் கிண்ணி வகைத் துணி வணிகத்தையே மேற்கொண்டார். இப்பணிக்குப் பிரெஞ்சுக் குழுமத்தினர் வெள்ளியாகச் செலுத்தினர் எனத் தெரியவருகிறது.

கனகராய முதலியார் 1736ஆம் ஆண்டு 18 நூலிழைகள் கொண்ட கிண்ணி வகைத் துணிகள் 739 பாரம் (மூடை) துணிகளை 1140 பகோடாக்கள், ஒரு பணம், 32 காசுக்கு வழங்கினார். அதே ஆண்டு 24 நூலிழைகள் கொண்ட 498 பாரங்களைப் பாரம் ஒன்றுக்கு ஒரு பகோடா, இருபது பணம் வீதம் 913 பகோடாக்களுக்கு வழங்கினார். இதேபோல் 1737ஆம் ஆண்டு 18 நூலிழைகள் கொண்ட 1449 பாரம் துணிகளைப் பாரம் ஒன்றுக்கு ஒரு பகோடா, இருபத்தி ஒரு பணம் வீதம் 2,529 பகோடாக்கள் 21 பணத்திற்கு வழங்கினார். மேலும் 24 நூலிழைகள் கொண்ட 1449 பாரம் துணிகளைப் பாரம் ஒன்றுக்கு ஒரு பகோடா, இருபது பணம் வீதம் 2656 பகோடாக்கள் 12 பணத்திற்கு வழங்கினார்.[77]

நிலக்கிழார், வரி வசூலிப்பவர்களாக வெள்ளாள முதலியார்கள்

மராத்தியரின் தாக்குதலின் போது தமக்கு மிகவும் உதவிய பிரெஞ்சு ஆளுநருக்கு நன்றி செலுத்தும் வகையில் கர்நாடக நவாபான சப்தர் அலி கான், அபிசேகபாக்கம், ஒதியாம்பட்டு, திருக்காஞ்சி, கோட்டக்குப்பம், தொடுவநத்தம் ஆகிய ஊர்களை அளித்தார்.[78] வணிகத்தை மேம்படுத்தும் நோக்கத்தில் பிரெஞ்சுக்காரர்கள் இவ்வூர்களிலுள்ள விளைநிலங்களைப் பயன்படுத்திக்கொள்ளப் பாண்டிச்சேரியில் இருந்த முக்கியமானவர்களுக்கு அளித்தனர். இந்நிலங்களை ஜாகிர் நிலங்களாக அவர்களுக்கு அளித்தனர். இதற்கு மாறாக அவர்கள் விளைநிலங்களுக்கு ஒரு குறிப்பிட்ட வாடகையைச் செலுத்தவேண்டும். பிரெஞ்சு குழுமத்திற்குச் செய்த உதவிகளுக்காகக் கனகராய முதலியாருக்கு அபிசேகபாக்கம் ஜாகிராக அளிக்கப்பட்டது. ஒவ்வொரு ஆண்டும் சூலை மாதத்தில் அபிசேகபாக்கம்

குடியிருப்போர் 2,100 பகோடாக்களைச் சம்பாதித்துப் பிரெஞ்சுக்காரர்களுக்கு அளிக்கவேண்டும்.[79] காரைக்கால் பகுதியிலிருந்த திருமலைராயன்பட்டினம், கீழையூர், மேலையூர், கோவில்பத்து, புதுத்துறை ஆகிய ஊர்களுக்கு முறையே 1100, 1600, 1000, 400, 500 வராகன்கள் வருமானத்திற்காகக் கனகராய முதலியாருக்கு வழங்கப்பட்டது. 1743ஆம் ஆண்டு நவம்பர் 2ஆம் நாளிட்ட ஆவணத்தைக் கொண்டு இவ்வூர்களின் உரிமை அவருக்கு 1743ஆம் ஆண்டுவரை தொடர்ந்தது என்பதை அறியமுடிகிறது.[80] பிரெஞ்சுக்காரர்களுக்கு வழங்க வேண்டிய தொகைக்கும் கூடுதலாகக் கனகராய முதலியார் லாபம் சம்பாதித்திருப்பார் எனத்தெரிகிறது.

ஜாகிர் மூலமாகவும் கனகராய முதலியார் பணம் ஈட்டினார். காலாண்டிற்கு 2,000 பகோடாக்கள் ஜாகிர் வீதம் ஆலங்குப்பம் ஊர் கனகராய முதலியாருக்கு பிரெஞ்சுக் குழுமத்தால் வழங்கப்பட்டது. 1745ஆம் ஆண்டில் அரசியல் சூழல் காரணமாகப் பாண்டிச்சேரிக்கு சுண்ணாம்பைக் கொண்டு சென்று விற்க இயலாததால் கனகராய முதலியாரால் அவ்வாண்டு காலாண்டு ஜாகிரைச் செலுத்தமுடியாமல் போனது என்ற ஆவணத்தைக் கொண்டு சுண்ணாம்பு விற்பனையில் அவருக்கு வருமானம் இருந்தது என்பதை அறியமுடிகிறது.[81] வாஞ்சியூர் கடற்கரைப்பகுதியில் இருந்த மிகுதியான உப்பளங்கள் மூலமாகக் கனகராய முதலியாருக்கு உப்பு வரியின் மூலம் நல்ல வருமானம் கிடைத்தது.[82]

கனகராய முதலியார் வழங்கிய துணிகளுக்கு ஒப்பந்தத்தின்படி பணம் வழங்க இயலாததால் பிரெஞ்சுக் குழுமம் கனகராய முதலியாருக்குத் துணிகளின் மீதான வரியை வசூல் செய்துகொள்ளும் உரிமையை 1743ஆம் ஆண்டு வழங்கியது. நெசவாளர்கள் பிரெஞ்சு குழுமத்திற்கு வழங்க வேண்டிய பழைய நிலுவை வரிகளையும் கனகராய முதலியாருக்கு வழங்குமாறு ஆணையிட்டது.[83] ஆகக் கனகராய முதலியாருக்குப் பல விதமான வரிகளால் வருமானம் மிகுந்தது.

துணி வணிகம் மேற்கொண்டிருந்த முதலியார் மற்றும் பிள்ளைப் பிரிவினர் 1768ஆம் ஆண்டளவில் பாண்டிச்சேரியைச் சுற்றியுள்ள பல ஊர்களில் உள்ள பல நிலங்களுக்கு உரிமையாளர் ஆனார்கள். வெங்கடராயர் என்பவர் அழிசிப்பாக்கம் ஊரைக் குத்தகையாகப் பெற்றிருந்தார். அங்குள்ள நில உரிமையாளர்கள் தரவேண்டிய வரியை வசூலித்து மூன்று நாட்களுக்குள் அளிக்கவில்லையென்றால் அவர் சிறையிலிடப்படுவார் எனப் பிரெஞ்சுக் குழுமம் அறிவித்தது.[84] பர்லாம்

முதலியார் அரியாங்குப்பத்தின் நன்செய் புன்செய் குத்தகை உரிமையைப் பெற்றிருந்தார். அவர் குத்தகை முறையில் வார முறையாக மாற்றினார். இதற்கு வேளாளர் மறுப்பு தெரிவித்ததோடு பிரெஞ்சு ஆளுநரிடம் முறையிட்டனர்.⁸⁵ பர்லாம் முதலியார் ஒழுகரை ஊரின் குத்தகை உரிமையையும் பெற்றிருந்தார். இவ்வகையில் குத்தகை பெற்றவர்களில் சின்னையப்பிள்ளையும் ஒருவர். ஆலங்குப்பம், குந்துகிராமத்தின் குத்தகை உரிமையை அவர் பெற்றிருந்தார். அழிசிப்பாக்கத்தின் குத்தகை உரிமையைச் சூரப்ப முதலியாரும் சோனாச்சலம் பிள்ளை காலாப்பட்டுவின் குத்தகை உரிமையையும் பெற்றிருந்தனர்.⁸⁶

நில வருவாய் மட்டுமன்றிப் பாக்கு, புகையிலை விற்பனை உரிமையும் துணி வணிகருக்கு அளிக்கப்பட்டது. சவரிமுத்து முதலியார், மலையப்பன், துபாஷியான நல்லதம்பி, நாராயண கோமுட்டி செட்டி ஆகியோர் புகையிலை, பாக்கு வணிகத்தை மறை முகமாக மேற்கொண்டிருந்தனர். இவர்களின் இச்செயல் சாவடியின் கவனத்திற்கு 29 ஆகஸ்டு 1767ஆம் ஆண்டு கொண்டுவரப்பட்டு ஒவ்வொருவரும் தண்டத்தொகையாக 1000 பணம் அளிக்க வேண்டும் என முடிவு செய்யப்பட்டது.⁸⁷ சாராய விற்பனையும் இவ்வாறு நிகழ்ந்தது.⁸⁸ 1769ஆம் ஆண்டு நவம்பர் 6ஆம் நாள் சாராயக் குத்தகை உரிமை கந்தப்ப முதலியாருக்கு வழங்கப்பட்டது.⁸⁹

தமிழகக் கடற்கரைப் பகுதியில் பெரும்பாலான வெள்ளாள முதலியார்கள் மரபுத் தொழிலான தானிய வணிகத்தில் தொடர்ந்து ஈடுபட்டிருந்தனர். ஆனால், பல வெள்ளாள முதலியார்கள் துணி வணிகத்தையும் மேற்கொண்டு மிகுந்த வளமையுடன் விளங்கினர். சென்னையில் நல் வெள்ளாளர் மணலி முத்துகிருஷ்ண முதலியாரும் அவரின் குடும்ப உறுப்பினரும் 18ஆம் நூற்றாண்டில் துபாஷியாகப் பணிபுரிந்து தானிய வணிகம் மேற்கொண்டு மிகுந்த செல்வ வளத்தைப் பெற்றனர்.⁹⁰

ஆற்காடு நவாப் வெள்ளாள முதலிகளுள் ஒரு பிரிவான கொண்டைக்கட்டி வெள்ளாளர்களைச் சென்னைப் பகுதிகளுக்கு அரசுப் பணியாளர்களாக நியமித்தார். அவர்கள் மானியம் அல்லது ஸ்தோத்ரியமும் பெற்று வேளாண்மை செய்யும் உரிமை பெற்றிருந்தனர் அல்லது சிலவேளைகளில் குறைந்த மதிப்பிலான வரியுடன் வேளாண்மை செய்யும் உரிமையும் பெற்றிருந்தனர்.⁹¹ சென்னை புறநகர்ப் பகுதியான தொண்டையார் பேட்டையிலிருந்த கொண்டைக்கட்டி வெள்ளாளர்கள் மூதாதையர் சொத்துரிமையுடைய மிராசுதாரர் என்றழைக்கப்பட்டனர்.

அவர்கள் கிராமனிகளுக்கு தமது நிலத்தைக் குத்தகைக்கு விட்டிருந்தனர். மாங்காடு அப்ப முதலியார், ஏவலப்ப முதலியார், முத்து குமாரப்ப முதலியார், அம்பத்தூர் வீரப்பெருமாள் ஆகியோர் அங்கிருந்த முக்கியக் கொண்டைக்கட்டி வெள்ளாளர்கள் ஆவர்.[92] 1795ஆம் ஆண்டு ஆவணம் ஒன்று ஊர்த் தலைவர்களையும், வலங்கைப் பிரிவைச் சார்ந்த வெள்ளாள நாட்டார்களையும் விவரமாகக் குறிப்பிடுகிறது.[93]

தஞ்சாவூர் மராத்திய மன்னர்கள் நாகூர் துறைமுகத்தில் சுங்கவரி வசூலிக்க முதலியார் பிரிவைச் சார்ந்த பலருக்குக் குத்தகைக்கு அளித்தனர். சுங்க வரி மதிப்பு மிகக் குறைவு என்றாலும் இக்குத்தகையைப் பெறப் பலரும் நாட்டம் செலுத்தினர். 1741-42 மற்றும் 1745-46 ஆகிய ஆண்டுகளில் சோலையப்ப முதலியாரும், 1746 மற்றும் 1756 ஆகிய ஆண்டுகளில் சவரி ராஜ முதலியாரும், 1746-47ஆம் ஆண்டில் கஸ்தூரி ரங்க முதலியாரும் 1747-48ஆம் ஆண்டு மெய்பிரகாச முதலியாரும் நாகூரில் கடல் சுங்கத்தைப் பெறும் உரிமை பெற்றனர். இவ்வாறு கடல் சுங்கத்தை வசூலிக்கும் உரிமையைப் பெற்ற வெள்ளாள முதலியார்கள் தஞ்சாவூர் மராத்திய மன்னர்களுக்கு ஒரு குறிப்பிட்ட தொகையை வழங்கி மீதம் கிடைத்த தொகையைத் தங்களுக்குள் வைத்துக் கொண்டனர்.[94]

துணி வணிகமும் சென்னை, பாண்டிச்சேரிப் பகுதி பிள்ளைகளும்

பிள்ளைகள் வலங்கைப் பிரிவைச் சார்ந்தோராவர்.[95] இவர்களில் ஒரு பிரிவினர் நிலக்கிழார்களாகவும் சைவப் பிரிவைச் சார்ந்தோராகவும், இடையர் (யாதவர்) இரண்டாம் பிரிவினராகவும் வைணவப் பிரிவைச் சார்ந்தோராகவும் விளங்கினர்.[96] ஆங்கிலேயர்கள் தமிழகக் கடற்கரைப் பகுதியில் குடியேறியபோது அக்கடற்பகுதியின் பயனிலப்பகுதியில் வசித்த பிள்ளைகள் துறைமுகப் பகுதிகளுக்குக் குடிபெயர்ந்து தமது முதலீட்டினைத் துணி வணிகத்திற்குப் பயன்படுத்தித் தம்மை வளப்படுத்திக் கொண்டனர்.

இக்கால கட்டத்தில் ஐரோப்பியரின் துணி வணிகக் குழுமங் களுக்கு வணிகத்தை எளிதாக மேற்கொள்ள இருமொழி தெரிந்த துபாஷிகள் தேவைப்பட்டனர். துபாஷிகள் வழிகாட்டிகளாகவும், முகவர்களாகவும் செயல்பட்டனர். இவ்வாறு வணிகக் குழுமங்களால் நியமனம் செய்யப்பட்ட துபாஷிகள் குழுமத்தைத் தொடர்புகொண்ட அவர்களின் வணிகத் தேவைகளை நிறைவு செய்வது அவர்கள் கடமையானது. மேலும் வணிகக் குழுமங்களின் தேவையை நிறைவு செய்ய அவர்கள் உள்ளூர் வணிகர்களை ஒருங்கிணைத்துச் செயலாற்ற

வேண்டியிருந்தது. இவ்வாறான ஒருங்கிணைப்புப் பணிகளைப் பிராமணர், முதலியார், பிள்ளை பிரிவினர் மேற்கொண்டனர். இப்பணியைக் கோமுட்டி அல்லது கவரை எனப்பட்ட செட்டிகளுள் ஒருசிலரே மேற்கொண்டு துறைமுகக் குடியிருப்புப் பகுதிகளில் இருந்தனர்.

சென்னையில் ஆங்கிலேயருக்குத் துபாஷிகளாகப் பணியாற்றிய பலர் துணி உற்பத்தியை மேற்கொள்ளவில்லை. ஆனால் பாண்டிச்சேரியில் பல துபாஷிகள் துணியை வாங்கி ஆங்கிலேயருக்கு அளித்தனர். இதனால் தாங்களே துணி உற்பத்தி மையங்களை உருவாக்கித் துணி உற்பத்தியிலும் வணிகத்திலும் பெருமளவு பங்கேற்றனர். பாண்டிச்சேரியிலிருந்த பிரெஞ்சுக்காரர்கள் தமது அலுவலர்களுக்கும் துபாஷிகளுக்கும் மிகுந்த முக்கியத்துவத்தை அளித்தனர்.

சிவகடாட்சம் ஆலங்காடர் என்னும் வெள்ளாளப் பிள்ளையான பெருஞ் செல்வந்தர் சென்னையில் குடியேறினார். 1681ஆம் ஆண்டு செப்டம்பர் மாதத்தில் ஆங்கிலேயத் தலைவரான ஸ்ட்ரெய்ஸாம் மாஸ்டர் என்பவரை ஊழல்வாதி என்றும் அவர் வணிகர்களிடம் அளவுக்கதிகமாகப் பணம் வசூலிக்கிறார் எனவும் முறையிட்டுள்ளார்.[97] சிவகடாட்சம் ஆலங்காடர் துணி வணிகத்தில் ஆர்வமுற்று பெத்த வெங்கடாத்திரி அவர்கள் தொடங்கிய கூட்டு வணிகக் குழுமத்தில் உறுப்பினராக இருந்தார். பெத்த வெங்கடாத்திரியின் தம்பியான சின்ன வெங்கடாத்திரியுடனும் வணிக உறவைக் கொண்டிருந்தார். அவர்களுடனான வணிக உறவு 1687வரை நீடித்தது.[98] ஆங்கிலேயக் குழுமம் அவர்மீது மிகுந்த மதிப்பளித்து 1688ஆம் ஆண்டு இந்துக்கள் சட்டம், பழக்க வழக்கங்கள், சடங்கு முறைகள் குறித்த ஆலோசனை கூறச் சென்னை மேயராகப் பதவியளித்தது.[99] 1689ஆம் ஆண்டு சின்ன வெங்கடாத்திரியின் இறப்பிற்குப் பின்னர் சிவகடாட்சம் ஆலங்காடர் சென்னையின் தலைமை வணிகரானார்.[100] சென்னையில் நாணயச் சாலையில் ஏகாம்பரேஸ்வரர் கோயிலைக் கட்டினார். ஏல் எழிகு என்னும் பெயர் கொண்ட சென்னை ஆங்கிலேய ஆளுநர் இக்கோயிலைச் சிவகடாட்சம் ஆலங்காடரிடமிருந்து பறித்து அவருக்குப் பிடித்த மூவர் குழு கொண்ட அறக்கட்டளையை நிறுவினார்.[101] இதற்காக ஆலங்காடர் எவ்வித எதிர்ப்பும் காட்டாமல் தமது துணி வணிகத்தைத் தாம் வாழ்ந்த 1695ஆம் ஆண்டு வரை தொடர்ந்தார்.[102] இதைத் தொடர்ந்து அவரின் மகன் சிவகடாட்சம் நடராயப் பிள்ளை துணி வணிகத்தை நடத்திவந்தார். இவர் 1696ஆம் ஆண்டு செக்க சேரப்பாவின் கூட்டு வணிகக் குழுமத்தில் உறுப்பினரானார். மேலும்

பேரி கிருஷ்ணாவுடன் சேர்ந்து கூட்டுத் துணி வணிகத்தை மேற்கொண்டார்.[103] சென்னைக்கருகில் உள்ள பெரம்பூரில் இடையர் பிரிவைச் சார்ந்த நைனியப்பப் பிள்ளை மற்றும் திருவேங்கடம் பிள்ளை ஆகிய பெருஞ் செல்வந்தர்கள் வசித்து வந்தனர். இவர்கள் பாண்டிச்சேரிக்குக் குடிபெயர்ந்து பிரெஞ்சு அரசின் செல்வாக்கில் துணி வணிகத்தைச் சிறப்பாக மேற்கொண்டனர். நைனியப்பப் பிள்ளை சில்லரை வணிகத்தை மேற்கொண்டதாகத்தான் தமிழ்ச் சான்றுகள் குறிக்கின்றன. அவர் நீல வண்ணத் துணிக் கட்டுகள், மொரமொரப் பான துணிகள், கட்டமிடப்பட்ட துணிகள், வெளுக்கப்பெறாத நீலத்துணிகளை பிரான்சு நாட்டிற்கு ஏற்றுமதி செய்யும் வகையில் விலைக்குப் பெற்றார்.[104] பிரெஞ்சு ஆளுநரான ஹெர்பார் 1708ஆம் ஆண்டு நைனியப்பப் பிள்ளையைத் தலைமை முகவராக நியமித்து வணிகர்களைக் கண்காணிக்கவும் வணிகம் மேற்கொள்ளத் தகுதியான அவர்களின் செல்வ வளம் மற்றும் துணிகளைக் காலத்தில் அளிக்கும் திறன் ஆகியவற்றை மேலாண்மை செய்யவும் பணித்தார். இவ்வணிகத்திற்காக உள்ள அவர் வணிகர்களிடம் பரிசுகளைப் பெறக்கூடாதெனவும் வணிகர்களிடம் குறிப்பிட்ட முகவர் கட்டணம் மட்டும் வசூலிக்கலாம் எனவும் ஆணையிட்டார்.[105] அரசு அலுவலர் அல்லது துபாஷி பதவிகள் பொதுவாகத் தலைமுறை தலைமுறையாக வழங்கப் பெற்றன.

நைனியப்பப் பிள்ளை தலைமை முகவராக 1716ஆம் ஆண்டுவரை பணியாற்றினார். புனித மலோவைச் சார்ந்த கப்பல் வணிகர்கள் நைனியப்பப் பிள்ளை மீதான நம்பிக்கை காரணமாகப் பாண்டிச் சேரியில் துபாஷி பதவியிலிருந்தும் தலைமை முகவர் பதவியிலி ருந்தும் அவரை நீக்கினால் தமது பிரெஞ்சு குழுமத்தினுடனான துணி வணிகத்தை நிறுத்திக் கொள்வதாக மிரட்டும் அளவிற்கு அவரின் நடவடிக்கை இருந்தது. இருப்பினும் அப்போதைய பிரெஞ்சு ஆளுநர் பியர் அன்ரே பிரிவோஸ்ட் அவர்களுக்கும் நைனியப்பப் பிள்ளை அவர்களுக்கும் இடையே கருத்துவேறுபாடுகள் வளர்ந்தன. மேலும் அங்கிருந்த இயேசு சபையினரும் நைனியப்பப் பிள்ளையை நீக்கம் செய்து தமிழ் கிறித்தவர் ஒருவருக்கு துபாஷி பதவி அளிக்க வேண்டும் என்ற கருத்தை கொண்டிருந்தனர். இதனால் நைனியப்பப் பிள்ளை மீது பொய்க் குற்றம் சுமத்தப்பட்டு சிறையிலிடப்பட்டார். இதன்மீதான விசாரணை 1716ஆம் ஆண்டு பிப்ரவரி 29அன்று தொடங்கியது.[106] இவ்விசாரணையில் எம்.ரூசலெட் என்பவர் நீதிமன்றத்தில் நைனியப்பப் பிள்ளை சட்டத்திற்குப் புறம்பான மிகுந்த வரியை வசூலிக்கவில்லை என வாதாடினர். நைனியப்பப் பிள்ளை தமது

மடத்தில் ஏழைக் கிறித்தவர்களுக்கு உணவளிக்கும் போது இந்துக் கடவுள் பக்தி மாலைகளை வழங்கினார் என்னும் குற்றத்தைப் பாண்டிச்சேரி உயர்மட்டக் குழுமத்திடம் இயேசு சபையினர் முன்வைத்தனர். கனகராய முதலியார் நைனியப்பப் பிள்ளைக்கு ஆதரவாகச் சாட்சியளித்தார்.

இருப்பினும் 1718ஆம் ஆண்டு ஆகஸ்ட் 20ஆம் நாள் பிரெஞ்சு ஆளுநரான துலா பிரிவோஸ்ட் நைனியப்பப் பிள்ளையை பிரெஞ்சு அலுவல் பதவியிலிருந்து நீக்கம் செய்து ஆணையிட்டார். மேலும் நைனியப்பப் பிள்ளை முறையற்றுச் சேர்த்த அனைத்துச் சொத்துகளையும் குழுமத்திற்குத் தண்டமாகச் செலுத்தவேண்டும் எனவும் தண்டத்தொகையைச் செலுத்தும் வரையில் சிறையில் அவர் வசிக்கவேண்டும் என்றும் ஆணையிட்டார். இதை நைனியப்பப் பிள்ளை ஏற்காததால் அவருடைய அசையும், அசையாச் சொத்துகள் அனைத்தையும் ஏலத்திற்குக் கொண்டு வர ஆணையிடப்பட்டது. அவரின் வீடு, நகைகள், வணிகப்பொருட்கள் மட்டுமே 11,570 பகோடா, 14 பணத்திற்கு ஏலம் போனது.[107]

நைனியப்பப் பிள்ளை மீது மதவாதத் துன்புறுத்தல் நிகழ்த்தப் பட்டது. பொறாமை உணர்வினால் நைனியப்பப் பிள்ளையின் மீதான பிரெஞ்சு இயேசு சபையினரின் பொய்க் குற்றச்சாட்டுகள் அவரைச் சிறையிலடைக்கப்பட்டு இறக்கும் அளவிற்குச் சென்றது. கிறித்தவச் சமயப்பரப்பாளர்கள் இந்து வணிகர்களைவிட மதமாற்றம் செய்யப்பட்ட கிறித்தவ வணிகர்களுக்கு உதவ நினைத்தனர். நைனியப்பப் பிள்ளையின் இறப்புக்குப் பின்னர் உள்ளூர் வணிகர்கள் பலர் பிரெஞ்சு நிறுவனத்துடனான வணிக உறவிலிருந்து விலகியே இருந்தனர். பல வணிகர்கள் பாதுகாப்பின்மை கருதிப் பிற இடங்களுக்குக் குடியேறத் தொடங்கினர். பிரெஞ்சு அரசு வணிகர் வெளியேற்றத்தைத் தடுக்கப் பல முயற்சிகள் மேற்கொண்டபோதும் போதிய வெற்றியடையவில்லை.

பிரெஞ்சு ஆளுநர் ஹெபர் என்பார் நைனியப்பப் பிள்ளைக்கு அளித்த சிறைத் தண்டனை குறைவெனக் கருதி இரண்டாம் முறையாக வழக்கைத் தொடங்கினார். இம்முறை பொதுமக்கள் முன்னிலையில் அவர் கண்டிக்கப்பட்டுச் சாட்டையடி தரப்பட்டு மூன்றாண்டுகள் சிறையிலடைக்கப்பட்டார். அவர் சிறைத்தண்டனைக் காலத்துடன் 8,888 பகோடாக்கள் இழப்பீட்டுத் தொகையாகவும் 4000 பகோடாக்கள் தண்டத்தொகையாகவும் தரவேண்டும் எனவும் இத்தொகையை அவர் செலுத்திய பின்னர் நாடு கடத்தப்பட வேண்டும் என்றும் தீர்ப்பு

வழங்கப்பட்டது. நைனியப்பப் பிள்ளை 1717ஆம் ஆண்டு ஆகஸ்டு 18 அன்று சிறையிலிருந்தபோதே இறந்தார்.[108]

பாண்டிச்சேரியில் செல்வமிகு வணிகர்களான திருவேங்கடம் பிள்ளையும் ராமநாதனும் நைனியப்பப் பிள்ளையின் நண்பர்களாவர். எனவே, இவர்களும் குற்றம் புரிந்தவர்களாகக் கருதப்பட்டு அவர்களின் பொருட்களும் வீடுகளும் ஏலமிடப்பட்டு நாடு கடத்தப்படுவதாக அறிவிக்கப்பட்டார்கள். நைனியப்பப் பிள்ளையின் மற்றொரு நண்பரான அம்மனச் செட்டியும் குற்றவாளி என அறிவிக்கப்பட்டு அவருக்கு இரண்டாண்டு மூன்று மாதங்கள் சிறைத்தண்டனை அளிக்கப்பட்டது. நைனியப்பப் பிள்ளையின் மற்றுமொரு நண்பரான ஆண்டியப்பா குற்றவாளி என அறிவிக்கப்பட்டுப் பொதுமக்கள் முன்னிலையில் சாட்டையடி தரப்பட்டது. மேலும் இவர்கள் பாண்டிச்சேரியை விட்டு உடனடியாக வெளியேறவேண்டும் என்றும் அறிவிக்கப்பட்டு அவர்களின் சொத்துகள் பறிமுதல் செய்யப்பட்டு குறைந்த விலைக்கு ஏலம் எடுக்கப்பட்டு அதிக விலைக்கு மீண்டும் விற்கப்பட்டன. வங்கப்பிள்ளை என்னும் மற்றொரு நண்பரிடம் தண்டத்தொகை வசூலிக்கப்பட்டுச் சிறையிலிடப்பட்டார். இதை நேரில் பார்த்த கிறித்தவப் பாதிரியார் தெசியர் து குவெர்லே என்பார் பிரெஞ்சுக்காரர்களின் இச்செயலால் வணிகத்திற்கு எவரும் முன்வராததால் பெரும் இழப்பு ஏற்பட்டதாகக் குறிக்கிறார்.[109] மேலும் ஏற்கெனவே குறிப்பிட்ட புனித மலோவைச் சார்ந்த வணிகர்கள் பிரெஞ்சுக் குழுமத்தின் இயக்குநர்களுக்கு எழுதிய கடிதத்தில் பிரெஞ்சு ஆளுநர் ஹெபரை திரும்ப அழைத்துக் கொள்ளவில்லை என்றால் அவர்களின் வணிகக் கப்பல்களை இனி அனுப்ப இயலாது என்று எச்சரித்திருந்தனர்.

இதற்கிடையில் நைனியப்பப் பிள்ளையின் விண்ணப்பக்கடிதம் பிரான்சு நாட்டிலுள்ள கப்பல் குழுமத்தைச் சென்றடைந்தது. இதனால் 1718ஆம் ஆண்டு பிப்ரவரி 8ஆம் நாள் நைனியப்பப் பிள்ளையின் நீதி விசாரணை, தீர்ப்பு ஆகியவற்றை விசாரிக்கத் தனிப்பட்ட வாரியம் அமைக்கப் பிரெஞ்சு ஆளுநருக்கு ஆணையிடப்பட்டது. தூமா அவர்கள் ஆளுநராக இருந்தபோது 18 சாட்சிகள் விசாரிக்கப்பட்டு இதுவரை நைனியப்பப் பிள்ளையின் மீது எடுக்கப்பட்ட நடவடிக்கை களை அனைத்தும் பொய் என 1719ஆம் ஆண்டு சனவரி 20ஆம் நாள் தீர்ப்பளிக்கப்பட்டது. இதன் தொடர்ச்சியாக பிரெஞ்சு அரசு கைப்பற்றிய நைனியப்பப் பிள்ளையின் சொத்துகள் வாரிசுகளுக்கு வழங்கப்பட்டன.

வணிகம் மேற்கொள்ள வேண்டிய மூலதனம் இல்லாமையாலும் இச்செயலை மேற்கொள்ளும் செல்வந்த வணிகர்கள் இல்லாமையாலும் பிரெஞ்சு குழுமத்தின் வணிகம் 1719ஆம் ஆண்டு மிகவும் பாதிக்கப்பட்டது. நைனியப்பப் பிள்ளையின் இறப்புக்குப் பிறகு இந்திய-பிரெஞ்சு குடியிருப்பிலிருந்த வணிகர்கள் துணி வணிகத்தை முற்றிலும் தவிர்த்தனர். பிரான்சு நாட்டிற்கு ஏற்றுமதி செய்யுமளவிற்கு துணியே இல்லை என லா பூர்தொன்னெய் குறித்துள்ளார். உயர்மட்டக் குழுமம் குறைந்த லாபம் கிடைக்கும் துணி வணிகம் மேற்கொள்ளலாம் என்ற அறிவுரையையும் வழங்கினார். மேலும் அவர் தானே சொந்தமாகக் குறைந்த விலைக்குத் துணிகளை விலைக்கு வாங்கினார். இதனால் நிதிப்பற்றாக்குறை ஏற்பட்டது.[110] மேலும் துணி வணிகத்திற்கு 1719ஆம் ஆண்டு எந்தக் கப்பலும் வராததால் பாண்டிச்சேரியிலுள்ள வணிகர்களிடம் பவளங்கள் வணிகத்திற்கு ஈடாக 8,000 பகோடாக்கள் தருமாறு உயர்மட்டக் குழுமம் கேட்டது. அவர்கள் இடைத்தரகர்கள் யாரும் இல்லாமல் இப்பணத்தைப் பிரெஞ்சு அரசிடம் நேரடியாக மட்டுமே தரமுடியும் என்று கூறி அளித்தனர். இதற்கு ஈடாகப் பவளங்கள் மீதான சுங்கவரி விலக்கம் செய்யப்படுவதாக அறிவித்தது.[111]

இதனிடையில் திருவேங்கடம்பிள்ளையும் அவரது மகன் ஆனந்தரங்கப்பிள்ளையும் பிரெஞ்சுக் குழுமத்திடம் வணிக உறவைத் தொடங்கினர். ஆனந்தரங்கப்பிள்ளையின் உறவினர்களான ரங்கப்ப திருவேங்கடம் பிள்ளை மற்றும் முத்து விஜயத் திருவேங்கடம் பிள்ளை ஆகியோரும் இக்குடும்பத்தொழிலை மேற்கொண்டனர். அவர்களின் நாட்குறிப்புகள் 18ஆம் நூற்றாண்டில் பாண்டிச்சேரியின் வணிகம் குறித்த விரிவான செய்திகளைத் தருகின்றன.[112] இக்குடும்பம் போல இந்தியாவிலுள்ள எந்த வணிகக் குடும்பமும் ஐரோப்பியர்களுடனான வணிக உறவு குறித்த விரிவான செய்திகளைப் பதிவு செய்ததில்லை. ஆனந்தரங்கப்பிள்ளை தமிழில் எழுதிய வரவுசெலவு கணக்குப் பதிவேடும் கிடைத்துள்ளது. இப்பதிவேட்டின் ஒரு படி பாரிசிலுள்ள தேசிய நூலகத்திலுள்ளது. ஆனால் மூலப்படி பாண்டிச்சேரியிலுள்ள ஆனந்தரங்கப்பிள்ளையின் வாரிசுகளிடமுள்ளது.[113] இப்பதிவேட்டில் வரவு செலவு குறித்த கணக்குகள் தமிழ் எண்களில் எழுதப்பட்டுள்ளன. இச்சான்றுகள் தமிழக வணிக வரலாறு குறித்தறிய மிகவும் பயனுள்ளவையாக அமைகின்றன.

ஆனந்தரங்கப்பிள்ளையும் துணி வணிகமும் (1737–1754)

ஆனந்தரங்கப்பிள்ளை சென்னைக்கருகிலுள்ள பெரம்பூரில் 1709ஆம் ஆண்டு மார்ச்சு 30ம் நாள் பிறந்தார். பாண்டிச்சேரியில்

துபாஷியாக இருந்த நைனியப்பப் பிள்ளையின் அழைப்பின் பேரில் ஆனந்தரங்கப்பிள்ளையின் தந்தை திருவேங்கடம் பிள்ளை பாண்டிச்சேரிக்குக் குடிபெயர்ந்தார். ஆனந்தரங்கப்பிள்ளையின் தந்தை திருவேங்கடம்பிள்ளை 1726ஆம் ஆண்டு மறைந்ததால் தந்தையின் தொழிலைத் தொடர்ந்து மேற்கொண்டார். ஆனந்தரங்கப்பிள்ளை துணி வணிகத்தில் மிகுந்த லாபம் ஈட்டினாலும் பல வணிகர்கள் தரவேண்டிய கடனை வசூலிக்க இயலாததால் நஷ்டமும் ஆனது.[114] பிரெஞ்சு ஆளுநராயிருந்த தூப்ளேயின் சொந்தத் துணி வணிக முயற்சிக்குத் துணிகளை விலைக்குப் பெற்றுத் தருவதாய் ஒப்பந்தத்தில் கையெழுத்திட்டார்.[115] பரங்கிப்பேட்டைப் பகுதியில் உற்பத்தி செய்யப்பட்ட நீல வண்ணத் துணிகளைப் பெற்று பிரெஞ்சுக் குழுமத்திற்கு 1737ஆம் ஆண்டு மார்ச் மாதம் அளித்ததோடு அவ்வாண்டு மட்டும் 26 கட்டு நீல வண்ணத் துணிகளை வாங்கி அளித்துள்ளார்.[116] அதன் பின்னர் ராயல் அய்யன் என்னும் முகவரின் உதவியுடன் துணி நெசவு மையத்தை ஏற்படுத்திக் கொண்டார். வேலூருக்கு அருகிலுள்ள லாலாபேட்டை என்னும் இடத்தில் ஒரு துணிக்கடை ஆரம்பித்துத் துணிகளைப் பெற்றுப் பிரெஞ்சு நிறுவனத் தாருக்கு வழங்கிவந்தார்.[117] பொதுவாகப் பாண்டிச்சேரியிலிருந்து வந்த ஆனந்தரங்கப்பிள்ளையின் முகவர்கள் லாலாப்பேட்டையிலிருந்த அவரது கடையில் ஏறத்தாழ முப்பது, நாற்பது நாட்கள் தங்கி ஏற்றுமதி செய்யுமளவிற்கு துணிகளை விலைக்குப் பெறுவர்.[118] 1730-33ஆம் ஆண்டுகளில் நடந்த கர்நாடகப் போரில் மராத்தியர்கள் கிராமப் பகுதியிலிருந்த பருத்திக் காடுகளை அழித்தமையால் லாலாப் பேட்டைக்குக் கொண்டு வரப்பட்ட பருத்தியின் அளவு கடுமையாகக் குறைந்தது.[119] ரங்கப்பிள்ளை நவாபின் தலைநகரான ஆற்காட்டிலும் ஒரு பருத்தி வணிக மையத்தைத் தொடங்கியிருந்தார். இவ்வூரில் பலவகையான துணிகளின் வணிகம் நடைபெற்று வந்தது. பிரெஞ்சு வணிகக் குழுமம் தம்மிடம் இருந்த பணத்தை உள்ளூர் துணி வணிகர்களுக்குக் கொடுத்து அவர்களுக்குத் தேவையான துணிகளைப் பெற்றனர். இது போன்று பயன் பெற்றோரில் ரங்கப்பிள்ளையும் ஒருவர். இவர் பிரெஞ்சுக்காரர்களிடம் பெற்ற பணத்தில் நெசவாளர் களைக் கொண்டு துணி உற்பத்தியையும் மேற்கொண்டார்.[120]

ரங்கப் பிள்ளை பாண்டிச்சேரியிலிருந்த தமது சில வீடுகளை நெசவுப் பொருள்களைச் சேமிப்பதற்காக வாடகைக்கு எடுத்திருந்தார். அவரின் நாட்குறிப்பின்படி நல்லண்ண முதலி வீடு பொதுவான சேமிப்பகமாகவும் பழையப்ப முதலி வீடு துணிகள் சேமிப்பக மாகவும் பயன்படுத்தப்பட்டது. இடப்பற்றாக்குறை காரணமாக

1746ஆம் ஆண்டு நவம்பர் 19ஆம் நாள் ராஜ வீதியிலிருந்த பாலைய முதலியின் வீட்டை வாடகைக்கு எடுத்துத் துணிகளைச் சேமித்தார். அவரது நாட்குறிப்பில் அவரது சொந்தக் கட்டடங்கள் துணிகளைச் சேமிக்கும் இடமாகப் பயன்படுத்தியது குறித்து அறியமுடிகிறது.[121]

பிரெஞ்சுக் குழுமம் ஆனந்தரங்கப்பிள்ளைக்குத் துணிகளைப் பெற்றுத்தர முன்பணத்தை வழங்கியது. அவரது முகவர்கள் பாண்டிச்சேரியிலிருந்து லாலாபேட்டையிலுள்ள அவரது துணி அலுவலகத்திற்குச் சென்று துணிகளைப் பெற்றனர் என்பதை ஏற்கெனவே அறிந்தோம்.[122] பிரெஞ்சு குழுமத்திற்கு அளிக்க வேண்டிய நீல நிறத்துணிகள், சின்ட்ஸ், லம்பாஸ்வகைத் துணிகளை அளிக்க முடியாமல் போனபோது ஆனந்தரங்கப்பிள்ளை அவர்களின் தேவையை நிறைவு செய்தார்.[123] சில வேளைகளில் நான்கு மாத காலக் கடனுக்குக்கூடப் பிரெஞ்சுக் குழுமத்திற்குத் துணியைப் பெற்றளித்தார்.[124]

நீல வண்ணத் துணிகளின் சில்லரைக் கொள்முதல் ரங்கப்ப பிள்ளையின் முக்கிய தொழிலாக இருந்தது. டெஸ்ஃபிரென்ஸ் என்னும் பிரெஞ்சுக் குழுமப் பணியாளருக்கு 4,000 ரூபாய் மதிப்பிலான நீல வண்ணத் துணிகளைக் கொள்முதல் செய்து 1747ஆம் ஆண்டு அளித்தார். அடுத்த ஆண்டு 8,000 ரூபாய் மதிப்பிலான நீல வண்ணத் துணிகளை கொள்முதல் செய்து, உயர்மட்டக் குழுமச் செயல் உறுப்பினரான துலேரென் என்பவருக்கு அளித்தார். இதற்கு அவருக்கு 6530 ரூபாயும் நாலேகால் பணமும் தரப்பட்டது.[125] இது தவிரப் பல வகையான துணிகளை ஏற்றுமதி செய்யுமளவிற்குக் கொள்முதல் செய்து விற்றார். 1742ஆம் ஆண்டு 59 துணிக் கட்டுகளையும் 1750ஆம் ஆண்டு சிண்ட்ஸ் வகைத் துணிகளையும் மணிலாவிற்கு ஏற்றுமதி செய்தார்.[126]

ரங்கப்பப்பிள்ளை நெசவு உற்பத்தியில் ஒரு பகுதியைத் தமது கட்டுப்பாட்டுக்குள் வைத்திருந்தார். இதற்காக நெசவாளர்களுக்கு முன்பணம் அளித்து ரசீதும் பெற்றுக்கொண்டார். பிரெஞ்சுக் குழும உறுப்பினரின் தனி வணிகத்திற்காகவும் துணிகளைக் கொள்முதல் செய்து அளித்து நல்ல லாபத்தை அடைந்தார்.[127] ஒரு துணிக்கட்டுக்கு 20 எண்ணிக்கையிலான 84 சிப்பங்கள் கொண்ட 21 துணிக் கட்டுகளைக் கொள்முதல் செய்து து லா வியெபாக் என்பாருக்கு அளித்தார். து எஸ்பிரமெனில் என்பாருக்கு 9 நீல வண்ணத் துணிக்கட்டுகளையும், லா பூர்தொன்னெ என்பாருக்கு 12 துணிக் கட்டுகளையும் கொள்முதல் செய்தளித்தார். மேலும் துணிகளை ஏற்றுமதி செய்யும் வகையில்

சிப்பங்களாகக் கட்டித் தரும் வேலையும் து எஸ்பிரமெனில் மற்றும் கோர்னெ அவர்களின் வேண்டுதல்படி செய்தளித்தார்.[128] பார்த்தலெமி என்பாரின் மனைவி மொரமொரப்பான துணிகளைக் கொள்முதல் செய்தளிக்கக் கேட்டவுடன் உடனடியாக அதை வாங்கிக் கொடுத்தார்.[129] இவ்வாறாகத் துணி வணிகத்திற்குத் தேவையான துணிகளைப் பெற்றளிக்கப் பல வகையான துணிகளைக் கொள்முதல் செய்து வைத்திருந்தார்.

பிரெஞ்சு ஆளுநராக இருந்த தூப்ளே தமது தனிப்பட்ட துணி வணிகத்திற்காகத் தேவையான துணிகளைக் கொள்முதல் செய்யும் பொறுப்பை ஆனந்தரங்கப்பிள்ளையிடம் விட்டிருந்தார். இத்துணிகள் மோகாவில் மிகுந்த வரவேற்பிருந்தது மட்டுமல்லாமல் நிறைய லாபத்தையும் ஈட்டித் தந்தது. பரங்கிப்பேட்டை, சென்னப்ப நாயக்கன் பாளையம் ஆகிய ஊர்களிலிருந்து நெசவாளர்களுக்கு இரண்டடி அகலம் கொண்ட கருப்புத்துணிகளையும் 18 அடி நீளம் கொண்ட மொரமொரப்பான கருப்புத் துணிகளை உற்பத்தி செய்யவும் நெசவாளர்களுக்கு முன்பணம் அளித்திருந்தார். துணி விற்பனை சரிவர இல்லை என மோகாவிலிருந்து வந்த கப்பல் வழியாக அப்போது பெற்ற தகவலடிப்படையில் தூப்ளே அனைத்துத் துணித் தேவைகளையும் ரத்து செய்தார். இதனால் உற்பத்தியை ரத்து செய்ய ரங்கப்பிள்ளை அவர்கள் நெசவாளர்களிடம் கூறியதால் சிக்கல் எழுந்தது.[130] எனினும் ரங்கப்பிள்ளை பிற வணிகர்களிடம் கொள்முதல் செய்தளித்த 300 எண்ணிக்கையிலான நீலநிறத் துணிக்கட்டுகள் மோகாவுக்கு ஏற்றுமதி செய்யப்பட்டன. தூப்ளே மோகா வணிகத்திற்குக் குட்டைத் துணிகளைப் பெற்றுத் தரும்படி கேட்டபோது இரண்டே மாதங்களில் கொள்முதல் செய்து ரங்கப்பிள்ளை வழங்கினார். ஆனால், பிரெஞ்சு ஆளுநர் அப்போது 5000 பாண்டிச்சேரி பகோடாக்களை மட்டும் பகுதித் தொகையாக வழங்கினார்.[131]

இக்கால கட்டத்தில் பிரெஞ்சு ஆளுநருக்குத் துணி வணிகத்தில் ரங்கப்பிள்ளை பெற்ற முன்பண நிலுவை குறித்த சந்தேகம் எழுந்தபோது இவ்வாறு பதிலளித்தார். 'தங்களது பணம் மோசடி செய்யப்படவில்லை. அப்பணத்தைச் சூதாட்டத்தில் நான் இழக்கவும் இல்லை. அதை நானாகச் செலவு செய்து கொள்ளவுமில்லை. அப்பணத்தைத் துணி வணிகத்தில் கடல் கடந்த வணிகத்திற்கும் துணி உற்பத்திக்கும் முதலீடு செய்துள்ளேன். இவ்வாறுதான் தங்களிடம் பெற்ற பணம் முதலீடு செய்யப்பட்டுள்ளது. என்னுடைய சொத்துகள் எனது கடனைவிட இருமடங்காகும். கப்பலிலுள்ள வணிகப் பொருள்கள், எனக்கு வரவேண்டிய கடன்தொகைகள் இவ்வணிகத்திற்குப்

போதுமான அளவில் மட்டும் இருக்கின்றன என்பதால் இத்தொழிலகத்தை நான் வைத்திருக்கிறேன்'.[132]

ஆனந்தரங்கப்பிள்ளையின் நெசவுத் தொழிலகமும் வணிகமும்

கர்நாடகப் போரில் மராத்தியரின் படையெடுப்பின்போது பல பருத்தி விளைநிலங்கள் அழிக்கப்பட்டதால் பருத்திக்குத் தட்டுப்பாடு ஏற்பட்டது. ஆகஸ்டு 1748ஆம் ஆண்டு பாண்டிச்சேரியில் பருத்தியே இல்லை என்னும் நிலை ஏற்பட்டது. அப்போது ஆனந்தரங்கப்பிள்ளை தனது இருப்பில் சேகரித்து வைத்திருந்த 25 பாரம் பருத்தியைப் பாரம் ஒன்றுக்கு 26 பகோடாக்கள் விலையில் அளித்தார்.[133]

ஆனந்தரங்கப்பிள்ளை முதலில் துணிகளைப் பரங்கிப்பேட்டைப் பகுதியிலிருந்த நெசவாளர்களிடமிருந்து பெற்று வணிகம் நடத்தினார். அதன் பின்னர் ராயல் அய்யன் என்னும் முகவரின் உதவியுடன் வேலூருக்கு அருகிலிருந்த லாலாபேட்டை என்னும் இடத்தில் ஒரு துணி மையத்தை ஆரம்பித்துத் துணிகளைப் பெற்றுப் பிரெஞ்சு நிறுவனத்தாருக்கு வழங்கிவந்தார் என ஏற்கெனவே பார்த்தோம்.[134] ஆற்காட்டில் நெசவு மையம் ஒன்றையும் தொடங்கிப் பலவிதமான துணிகளை ஏற்றுமதிக்கென உற்பத்தி செய்தார். அவர் தமது சொந்தப் பணத்திலும் பிரெஞ்சு அரசிடமிருந்து பெற்ற முன்பணத்திலும் துணி உற்பத்தி மையங்களைத் தொடங்கினார். இத்துணி உற்பத்தி மையங்களில் நெசவாளர்களை வேலைக்கு அமர்த்தி உற்பத்தித் தொழிலை மேற்பார்வையிட்டு வந்தார்.[135]

நாணயச் சாலையில் ஆனந்தரங்கப்பிள்ளையின் முதலீடு

ஆனந்தரங்கப்பிள்ளை தமது முதலீட்டினை முறையாக வருமானம் வரக்கூடிய தொழிலுக்குப் பயன்படுத்திச் சீரான வருவாயை ஏற்படுத்திக் கொண்டார். பாண்டிச்சேரி நாணயச்சாலைக்குத் தேவையான வெள்ளியை அளிக்கும் இருவரில் ஒருவராகத் திகழ்ந்தார். இதில் ஒவ்வொரு ரூபாயிலும் அரை விழுக்காடு தரகுக் கூலியாகப் பெற்றார்.[136] பாண்டிச்சேரியில் விலையுயர்ந்த உலோக விற்பனையில் முக்கியப் பங்காற்றினார். விலையுயர்ந்த உலோகங்களின் விலையைப் பல இடங்களில் தமது நாட்குறிப்பில் குறித்துள்ளார். ஒரு முறை செம்புக்கட்டிகள் ஒரு பாரம் மூன்று பரங்கிப்பேட்டைப் பணம் 25 காசுக்கு என்னும் விலையில் 279 பாரம் (428 பவுண்டு) செம்பை விற்றதாகக் குறிப்பிட்டுள்ளார். இதன் மொத்த மதிப்பு 24,490 பகோடா மூன்று பணம் 25 காசாகும். நாணயப் பண்ட மாற்றத்திற்காக அவர் பெற்ற பட்டா என அழைக்கப்பட்ட தள்ளுபடி மட்டும் இரண்டரைப்

பணம் ஆகும்.[137] அவர் பரங்கிப்பேட்டையில் ஈயத்தையும் வாங்கிப் பாண்டிச்சேரியில் விற்பனை செய்தார்.[138]

ஆனந்தரங்கப்பிள்ளையின் முகவர்கள், கணக்கர்கள், தரகர்கள்

பிரெஞ்சு கிழக்கிந்தியக் குழுமத்தின் பல வகையான வணிகப் பொருள் ஏற்றுமதிக்கு உள்ளூர் வணிகருக்கும் பிரெஞ்சு குழுமத்திற்கும் இடைத்தரகராக ஆனந்தரங்கப்பிள்ளை முக்கியப் பங்காற்றினார். 1748ஆம் ஆண்டு பிரெஞ்சு நிறுவனத்தின் சர்க்கரை பாரங்களை உள்ளூர் வணிகர்கள் பெறுவதற்கு விலை படியாததால் அப்போதைய ஆளுநர் ஆனந்தரங்கப்பிள்ளையை அழைத்து அவர்களைச் சமாதானப்படுத்தக் கேட்டுக்கொண்டார்.[139] தமது சொந்த வணிகச் செயல்பாடுகளுக்குக் குந்தகம் ஏற்படாமல் இருக்க உள்ளூரில் சிலரைப் பணியில் அமர்த்திக் கொண்டார். ராயல் அய்யனைத் தரகராகவும், பிர்மரக்காயர், முத்து கிருஷ்ண பிள்ளை ஆகியோரை பாண்டிச்சேரியில் முகவராகவும் வேலையிலமர்த்திக் கொண்டார். பச்சையப்பமன்னாரு செட்டி, ரவ்வவெங்கடாசல செட்டி, சின்னராயலு செட்டி போன்ற ஆனந்தரங்கப்பிள்ளையின் முகவர்கள் பரங்கிப்பேட்டை, லாலாபேட்டை, பாண்டிச்சேரி, ஆற்காடு போன்ற பல ஊர்களுக்குச் சென்று உற்பத்தி செய்யப்பட்ட பலவிதமான துணிகளைக் கொள்முதல் செய்து தந்தனர். கலிசிய பிள்ளை ஆனந்தரங்கப்பிள்ளையின் கணக்கராகப் பாண்டிச்சேரியில் பணியாற்றினார்.[140]

ஆனந்தரங்கப்பிள்ளையின் கணக்குப் பதிவேடுகளும் அவரின் வணிக உலகமும், 1736–60

ஆனந்தரங்கப்பிள்ளை அவரது தந்தையால் வணிகத்திற்கு இளவயதிலேயே பயிற்சியளிக்கப்பட்டவராதலால் அவருக்கு வரவு செலவு கணக்கு முறைகள் மிகவும் எளிதாக அமைந்திருந்தது. அவரது பணிச்சுமையால் அவர் பல கணக்கர்களையும் முகவர்களையும் வைத்திருந்ததைத் தமது நாட்குறிப்பிலும் தெரிவித்துள்ளார்.[141] அவர் தனது சொந்த வணிகத்தில் ஆர்வம் செலுத்தித் துணி, தானியங்கள், பாக்கு, மற்றும் பல வகையான பொருள்களின் வணிகத்தை மேற்கொண்டார் என்பதை அவரது நாட்குறிப்பில் நன்கு விளங்கிக் கொள்ள முடிகிறது.[142] இதற்கும் மேலாக அவர் பாண்டிச்சேரி ஆளுநராக இருந்த தூப்ளேயின் துபாஷியாகப் பணிபுரிந்தார்.

அவரது வரவு செலவுக் கணக்குப் பதிவேடுகளை ஊன்று நோக்கினால் எந்த வணிகத்தில் முதலீடு செய்தால் நல்ல வருமானம் கிட்டும் என்ற அவர் சிந்தனையை அறியமுடிகிறது. இவ்வரவு செலவு

கணக்குப் பதிவேடு ஆனந்தரங்கப்பிள்ளையால் பராமரிக்கப் படவில்லை. அவரது நாட்குறிப்பில் அவர்களின் பதிவுப்படி என்று, அவர் குறிப்பிடுவதால், அவர் வரவு செலவுக் கணக்கிற்குப், பிறரைப் பயன்படுத்தியதை அறிந்துகொள்ள முடிகிறது.[143] அவரது வரவு செலவு கணக்குப் பதிவேட்டில் சுரங்கம் போலப் பல செய்திகளை அறிந்துகொள்ளமுடிகிறது. அவர் பலருக்கு அளித்த நகைக்கடன், பிரெஞ்சு அலுவலர்களுக்கு அளித்த தனிப்பட்ட கடன், வட்டி விகிதம், திரும்பப் பெறப்பட்ட விவரம் ஆகிய அனைத்தும் மிகத் தெளிவாகத் தரப்பட்டுள்ளன.

ஆனந்தரங்கப்பிள்ளையின் மகன்கள் ஐயாசாமி மற்றும் அண்ணாசாமிப் பிள்ளை ஆகியோர் இளம் வயதிலேயே இறந்ததால், அவருடைய தம்பி மகனான, தந்தையை இளம் வயதில் இழந்த ரங்கப்ப பிள்ளை திருவேங்கடம், என்பவரை வளர்த்தார்.[144] அவருக்கு அப்பாவு என்ற பெயரும் உண்டு. ஆனந்தரங்கப்பிள்ளை 1761ஆம் ஆண்டு சனவரி மாதம் 11ஆம் நாள் இறந்தார். இதற்குப் பிறகு கணக்கு வழக்குகளை அப்பாவு திருவேங்கடம்பிள்ளை பார்த்து வந்தார். கணக்குப் பதிவேடுகளின் ஓரங்களில் குறிப்புகளை எழுதியுள்ளார். பதிவேட்டின் கடைசி பக்கங்களில் ஆனந்தரங்கப்பிள்ளையின் வரவு செலவுக் குறிப்புகளின் சுருக்கத்தை அப்பாவு திருவேங்கடம் எழுதியுள்ளார். ஒரு குறிப்பிட்ட நபருடனான வரவு செலவு முடிந்தபின்னர் முடிக்கப்பட்டது என்பதற்கான அடையாளமாக அப் பக்கங்களில் குறுக்குக் கோடிடப்பட்டு இருக்கும்.

ஒரு பதிவேட்டின்படி 1755ஆம் ஆண்டு செப்டம்பர் 15ஆம் நாள் தரப்பட்ட கடன் தொகையான உரூ 10,000க்கான வட்டித்தொகையுடன் சேர்த்து 1769ஆம் ஆண்டு சனவரி 28ஆம் நாள் முழுவதுமாகப் பெறப்பட்டது என அறியமுடிகிறது. அதே போலப் பிரான்சுவா என்னும் பிரெஞ்சு வீரருக்கு 1759ஆம் ஆண்டு பிப்ரவரி 19ஆம் நாள் அளிக்கப்பட்ட கடன் தொகை ஆனந்தரங்கப்பிள்ளை உடல்நிலை சரியில்லாதபோது வட்டியுடன் சேர்த்து 1760ஆம் ஆண்டு பிப்ரவரி 18ஆம் நாள் வட்டியுடன் திரும்பப்பெறப்பட்டது. இவ்விவரங்கள் அப்பாவு அவர்களின் கையெழுத்தில் உள்ளன. மேலும் அப்பாவு திருவேங்கடம்பிள்ளை அவரே கணக்குகளைப் பதிவேட்டில் 1769 பிப்ரவரி 1 முதல் 1769 செப்டம்பர் 28 வரை எழுதியுள்ளார்.[145] கணக்குப்பதிவேட்டின்படி அருணாச்சலம் பிள்ளை என்பவர் ஆனந்தரங்கப்பிள்ளைக்குத் தரவேண்டிய கடன் தொகையைப் பெற்றுத் தருமாறு சத்திர நீதிமன்றத்தை நாடினார். ஆனந்தரங்கப்பிள்ளைக்கு ஆதரவாகத் தீர்ப்பு வழங்கப்பட்டது. முதலுடன் வட்டியும் சேர்த்து

உடனே வழங்கப்படவேண்டுமென்று தீர்ப்பளிக்கப்பட்டது. மேலும் அத்தீர்ப்பில் முதலைவிடக் கடன் மிகாத வகையில் கடன் திருப்பி யளிக்கப்படவேண்டும் எனவும் கூறப்பட்டிருந்தது.[146] இவற்றின் வாயிலாக அப்பாவு திருவேங்கடம் பிள்ளை எவ்வாறு தமது பெரியப்பா அளித்த கடன்களையும் முன்பணங்களையும் திரும்பப்பெற நடவடிக்கை மேற்கொண்டார் என்பது நன்கு விளங்குகிறது. எழுத்தொப்பத்தின்படி பணத்தைப் பிறர் பெயரில் எடுப்பது (கேட்போலை) பாண்டிச்சேரியில் பொதுவான வழக்கமாயிருந்தது. ஆனந்தரங்கப்பிள்ளை பாண்டிச்சேரியில் வங்கியாளராக இருந்தமை யால் பணத்தைக் கேட்போலை முறையில் பிறருக்கு மாற்றுவது எளிதாக இருந்தது. முத்தையா திருமலைப் பிள்ளை என்பவருக்கு லாலாபேட்டையில் வங்கியில் ஒரு மாதத்திற்குள் பெறும் வண்ணம் 1,350 பகோடாக்களுக்கான கேட்போலையை அனுப்பினார்.[147] கேட்போலை முறைக்கு மிகச்சிறந்த எடுத்துக்காட்டாகக் கீழ்க்காணும் செய்திகொண்டு அறியலாம். ஆளுநர் தூமாவிடம் பிரெஞ்சுக்காரர் துலாதூரஸ் 1000 பகோடாக்கள் பெற்றிருந்தார். இதனை உடனடியாகத் திருப்பித்தருமாறு துலாரென் கட்டளையிட்டார். துலாதூரஸ் ஆனந்தரங்கப்பிள்ளையை அழைத்து 1734ஆம் ஆண்டு அச்சே துறைமுகத்திலிருந்து பெற்ற தங்கம் மற்றும் 1735ஆம் ஆண்டு சாராய வணிகத்தில் கிடைத்த வருமானம் ஆகியவற்றையும் சேர்த்து அப்பணத்தைத் துலாரென்னிடம் திருப்பித்தருமாறு கோரினார். ஆனந்தரங்கப்பிள்ளையும் 3,200க்கான கேட்போலையை எடுத்துத் துலாரென் அவர்களுக்கு அனுப்பிவைத்தார். ஆனால் தங்கமாகப் பெறப்பட்ட கடனுக்கு வெள்ளியில் திருப்பிப்பெற எதிர்ப்பு தெரிவிக்கப்பட்டுக் கேட்போலை திரும்ப அனுப்பப்பட்டது. மேலும் திரும்பி அளிக்கப்பெறும் தங்கம் எட்டு மாற்றுத் தங்கமாக இருக்கவேண்டும் எனவும் கூறப்பட்டது. இதைச் சரியாகத் திரும்பப்பெறப் பிரெஞ்சு கிழக்கிந்திய வணிகக் குழுமம் நிக்கோலஸ் என்பவரை நியமித்து உரூ 3000க்கு ஈடான பணத்தைத் தங்கத்தில் பெறுமாறு ஆணையிட்டது. அப்போது கணக்கர் இல்லாததால் அவசரத் தேவையைக் கருத்தில் கொண்டு ஆனந்தரங்கப்பிள்ளை தாமாகவே கேட்போலையை எழுதி உடன் துலாரென்னுக்கு அனுப்பி வைத்தார்.[148] இதுபோலக் கணக்கர் இல்லாத வேளைகளில் தாமாகவே கேட்போலை எழுதி அளிக்கும் வழக்கத்தை ஆனந்த ரங்கப்பிள்ளை கொண்டிருந்தார். 1746ஆம் ஆண்டு அக்டோபர் 10ஆம் நாள் மிர்ஆசாம் சாஹிப் என்பாருக்கு உரூ 2000க்கான கேட்போலையை 17 விழுக்காடு வட்டிக் கணக்கில் அளித்தார்.[149]

ஆனந்தரங்கப்பிள்ளை அளித்த கடன் தொகைக்கான குறைந்த அளவு வட்டி 6 விழுக்காடாக இருந்தது.¹⁵⁰ அதேபோல கேட்போலை (உண்டி) முறையில் வங்கியாளர்களும் ஒரு தொகையைப் பிடித்துக்கொண்டனர். இத்தொகையைப் பிரெஞ்சு ஆளுநர் முடிவு செய்தார். பிரெஞ்சு ஆளுநர் கொதெயு காலத்தில் இதன் வட்டித் தொகை பிரெஞ்சுக்காரர்களுக்கு 8 விழுக்காடும் இந்தியருக்கு 12 விழுக்காடும் நிர்ணயம் செய்ததாக ஆனந்தரங்கப்பிள்ளை குறிப்பிடுகிறார்.¹⁵¹ ஆனால், சட்டபூர்வமான இந்த வட்டி எப்போதும் பின்பற்றப்பட்டதாகத் தெரியவில்லை. இதற்குப் பிரெஞ்சு ஆளுநர் லெரித் பொது அறிவிப்பையும் வெளியிட்டார். ஆனால், இவ்வட்டி அளவு பின்பற்றப்பட்டதாகத் தெரியவில்லை. இதைப் பிரெஞ்சு அரசும் கட்டுக்குக் கொண்டு வரமுடியவில்லை.

பாண்டிச்சேரியில் அக்காலத்தில் கடன் முறை பணமாகவும் நகைக்கடனாகவும் வழங்கப்பட்டது. இதற்கான வரவு செலவுக் கணக்குகள் ஒரு வகைமுறையோடு கணக்கிடப்பட்டன. பணம் அளித்தவர் பணம் பெற்றவர் ஆகியோர் பெயர் கடன் பத்திரத்தில் குறிக்கப்பட்டன. பாண்டிச்சேரியில் கடனளித்த வணிகர்களுக்குக் குறிப்பிட்ட காலத்தில் கடன் திருப்பி அளிக்கப்படவேண்டும் என்ற கருத்தில் அளிக்கப்பட்டது. இக்கேட்போலை முறை அதிக மதிப்பிலான தொகையை ஓரிடத்திலிருந்து மற்றோரிடத்திற்குக் கொண்டு செல்லும் இடரைக் குறைத்தது. இம்முறையைத் தமிழ் வணிகர்களும் தெலுங்கு வணிகர்களும் நன்கு பயன்படுத்திக் கொண்டனர். ஆனந்தரங்கப்பிள்ளையின் நாட்குறிப்பிலிருந்து மேற்கண்ட செய்திகளையும் அவரிடம் பிரெஞ்சுக்காரர்கள், இந்தியர்கள் யாரெல்லாம் கடன் பெற்றனர் என்ற விவரத்தையும் அறிந்து கொள்ளமுடிகிறது.

பிரெஞ்சுக்காரர், தமிழர்களுக்கு ஆனந்தரங்கப்பிள்ளை அளித்த கடன்கள்

தமிழ் வணிகர்களின் மூலதனம் தமிழகத்தின் துணி வணிகத்தில் முக்கியப் பங்கு வகித்தது. இவர்களின் மூலதனத்தைத் தனி வணிகரும் ஐரோப்பிய வணிகக் குழுமங்களும் நன்கு பயன்படுத்திக் கொண்டனர். அவர்கள் வணிகத்திற்கான மூலதனத்தைப் பதிலீட்டு வணிகமுறையில் கடனாகப் பெற்றுக் கடல்கடந்த வணிகத்தை மேற்கொண்டனர். ஆனந்தரங்கப்பிள்ளை அவர்களின் நாட்குறிப்பை நன்கு நோக்கினால் தமிழர்களின் வரவு செலவு கணக்குமுறையை நன்கு விளங்கிக்கொள்ள முடிகிறது. இவ்வரவு செலவு கணக்கில் தெளிவாக வரவிற்கு ஒரு

தனி அட்டவணையும் செலவிற்கு ஒரு தனி அட்டவணையும் பயன்படுத்தப்பட்டுள்ளது. 1739 முதல் 1756 ஆண்டு வரையிலான கால கட்டத்தில் அயல்நாட்டவர் பலருக்குப் பல முறை கடனளித்த விவரம் அவரது நாட்குறிப்பில் காணப்படுகிறது. வரவு செலவு பதிவேட்டின் முன்பக்கங்களில் கடன்பெற்றவர் பெயரும் கடன் விவரப் பக்கமும் தரப்பட்டுள்ளது. இக்கடன் பெற்றவர்களில் பலர் பிரெஞ்சு வணிகக் குழுமத்தில் முக்கியப் பணியாற்றியவர்களாவர். தங்க, வெள்ளிக் கிட்டங்கியின் குழுமப் பொறுப்பாளராக இருந்த எம். கியார்த் ஆனந்தரங்கப்பிள்ளையிடம் கடன் பெற்றுள்ளார். பாண்டிச்சேரி உயர்மட்டக் குழுவின் செயலாளராகப் பணியாற்றிய ஆந்த்ரேபாயிலு இவரிடம் கடன்பெற்றுள்ளார். பாண்டிச்சேரியின் அரசு வக்கீலாகப் பணியாற்றிய க்ரெஃபியர், பாண்டிச்சேரியிலிருந்து மோகாவிற்குச் சென்றுவந்த பிரெஞ்சுக் கப்பலில் பணிபுரிந்த தெஸ்பிரென்ஸ், பிரெஞ்சு உயர்மட்டக் குழுவின் செயல் உறுப்பினராகப் பணியாற்றிய துலாரென் ஆகியோர் ஆனந்தரங்கப் பிள்ளையிடம் கடன் பெற்று வணிகம் செய்தவராவார். பிரெஞ்சு உயர்மட்டக் குழுவின் இரண்டாம் நிலை உறுப்பினரான லூயி பார்தலாமி, பிரெஞ்சு அரசின் அலுவலர்களாகப் பணியாற்றிய எத்தியன் மதுரின் கோர்னெ, பியர் துபூசெ, லூயி நிக்கோலாஸ் து செயின்ட் பவுல் ஆகியோர் ஆனந்தரங்கப்பிள்ளையிடம் கடன் பெற்றோராகப் பதிவேட்டில் குறிப்புகள் காணப்படுகின்றன.[152]

பிரெஞ்சு அலுவலகத்தில் மாத ஊதியம் தரப்பட்டதால் பிரெஞ்சு அலுவலர்களுக்கும் பணியாளர்களுக்கும் கடனளித்துத் திரும்பப் பெறுவது நம்பகமான தொழிலாக ஆனந்தரங்கப்பிள்ளைக்கு அமைந்தது. அட்டவணை 3.3 நோக்கினால் இவர் 15 நாட்கள் முதற்கொண்டு இரண்டாண்டுகள் வரை கடனளித்தது தெரிய வருகிறது. வட்டித்தொகையானது 6 விழுக்காட்டிலிருந்து 100 விழுக்காடுவரை இருந்தது. பிரெஞ்சு ஆளுநர் பிரெஞ்சுக்காரர்களிடம் பெறவேண்டிய வட்டித்தொகை 8 விழுக்காடு என்று ஆணைகள் பிறப்பித்திருந்தாலும் இவற்றைக் கடனளித்தவர்கள் (வங்கியாளர்கள்) பின்பற்றவில்லை. ஆனந்தரங்கப்பிள்ளையின் 1748ஆம் ஆண்டு பிப்ரவரி 1ஆம் நாள் கணக்கில் பதிவேட்டில் வட்டித்தொகை தவறாகக் கணக்கிடப்பட்டுப் பின்னர் அதில் திருத்தம் மேற்கொள்ளப்பட்டு மீள்பதிவு செய்யப்பட்டுள்ளது.[153] ஆனந்தரங்கப்பிள்ளை வட்டித் தொழிலில் மிகுந்த வருமானத்தைப் பெற்றார். அவர் கேட்போலையை தாமே பிரெஞ்சு அலுவலர் பெயரில் தயாரித்தார். அக்கேட்போலையை பிரெஞ்சு மொழியில் எழுதியிருந்தார்.

அட்டவணை 3.3. ஆனந்தரங்கப்பிள்ளை 1739 ஆண்டு முதல் 1756 ஆம் ஆண்டு வரை அளித்த கடனும் திரும்பிப் பெற்ற கணக்கும்

பெயர்	நாள்	தொகை	வட்டி(%)
பர்தலெமி	1746 திசம்பர் 1	6,000 ரூபாய்	10
	1751 மார்ச் 27	1,248 ரூபாய்	10
	1757 நவம்பர் 4	5,000 ரூபாய்	10
	1755 நவம்பர் 4	10,000 ரூபாய்	8
பூசீத்	1752 திசம்பர் 7	16,000 ரூபாய்	8
	1752 திசம்பர் 7	1,443 ரூபாய்	8
	1754 ஏப்பிரல் 1	6,300 ரூபாய்	8
போயெலு	1743 ஆகஸ்டு 20	2,000 பகோடா	6
கொகுள	1746 நவம்பர் 30	6,400 ரூபாய்	10
தீ	1750 சூன் 1	3,000 ரூபாய்	9
	1751 மார்ச் 1	3,000 ரூபாய்	8
தெஸ்மரெத்	1747 சூலை 19	5,000 ரூபாய்	10
துபுவா	1743 மார்ச் 2	2,000 பகோடா	8
	1748	2,000 பகோடா	7
எலியாஸ்	1745 மே 1	9,738 பகோடா	6
கொசார்டு	1747 திசம்பர் 21	1,200 பகோடா	10
	1747 சூன் 21	1,200 பகோடா	10
	1747 நவம்பர் 21	1,200 பகோடா	10
குயோடோ	1739 சனவரி 31	70 பகோடா	100
	1730 பிப்ரவரி 26	70 பகோடா	100
பவுல்	1750 சூன் 1	3,000 ரூபாய்	10
	1751 அக்டோபர் 1	3,000 ரூபாய்	10
பில்லாவுவான்	1750 மே 26	11,200 ரூபாய்	10
ரோபர்ட்	1745 சூலை 25	1,000 ரூபாய்	8

	1748 சூன்1	*1,000 ரூபாய்*	*8*
ரூயல்	*1755 மே 4*	*800 ரூபாய்*	*12*
	1756பிப்ரவரி 1	*3,000 ரூபாய்*	*10*

சான்று BNP, MSS, Indien No.158, fls, 16-28

அட்டவணை 3.4. பிரெஞ்சுக் குழும அலுவலர்களுக்கு ஆனந்தரங்கப் பிள்ளை பிரெஞ்சு மொழியில் தந்த உண்டியல் (கேட்போலை) (1745-50)

பெயர்	நாள்	தொகை	வட்டி(%)
துலோரெம்	*1745 நவம்பர் 1*	*1,707 பகோடா*	*8*
துலோரெம்	*1750 பிப்ரவரி 14*	*7,140 பகோடா*	-
சாண்தர்	*1750 சூன்1*	*1,000 ரூபாய்*	*9*

சான்று BNP, MSS, Indien No.158, fls, 25-28

வங்கியாளராக ஆனந்தரங்கப்பிள்ளை

ஆனந்தரங்கப்பிள்ளை கணக்குப் பதிவேடுகளில் சவுக்கார் என அழைக்கப்பட்டுள்ளார். வணிகக் கடனளித்த சவுக்கார் என அழைக்கப் பட்ட பல சவுக்கார்களுடன் ஆனந்தரங்கப்பிள்ளை வரவு செலவுக் கணக்குகளை வைத்திருந்தார். தஞ்சாவூரைச் சார்ந்த சுப்பு செட்டி என்னும் சவுக்கார் ஆனந்தரங்கப்பிள்ளையுடன் வரவு செலவுக் கணக்கை வைத்திருந்ததை பதிவேடுகளில் காணமுடிகிறது. முத்துகுப்பு என்னும் சவுக்காரும் ஆனந்தரங்கப்பிள்ளையுடன் வரவு செலவுக் கணக்கு வைத்திருந்தார். தாம்பரத்திற்கு அருகிலுள்ள பெருங்களத்தூரைச் சார்ந்த வெங்கடாசல முதலி என்பவர் பெயரில் அவர் அளித்த இரண்டு கேட்போலைகள் இவர்களுடனான வணிகப்பரிமாற்ற உறவுகளைத் தெரிவிப்பதாக அமைகிறது.[154] மிக நீண்ட தூர வணிகப் பரிமாற்றத்திற்கும் அவர் கேட்போலை அளித்தமையை அறியமுடிகிறது. பாண்டிச்சேரியிலிருந்து மோகா சென்ற கப்பலில் வணிகத்திற்காக 1750ஆம் ஆண்டு செப்டம்பர் 18ஆம் நாள் நீல வண்ணத் துணிக்கட்டுகளுக்கும் மற்றும் பல வெள்ளை துணிக்கட்டுகளுக்கும் உரூ 3,200 மதிப்பிலான கேட்போலை (உண்டி) அளித்திருந்தார்.[155]

ஆனந்தரங்கப்பிள்ளை தமது நடவடிக்கையால் ஒரு சிறந்த வங்கியாளராகவும், வணிக முதலீட்டாளராகவும் திகழ்ந்தார். சில்லறை வணிகம், மொத்த வணிகம், கப்பல் போக்குவரத்து மற்றும் வங்கிச்

செயல்பாடு என அனைத்தையும் திறமையாக ஒருங்கிணைத்துத் தமது வளர்ச்சியை மேம்படுத்தினார். தஞ்சாவூர் அரசர் பிரதாபச் சிங்கிற்கு 450000 சக்கரம் கடனளித்து அதற்கான ஒப்பந்தத்தையும் ஏற்படுத்தினார். இக்கடனுக்கான வட்டி மாதாமாதம் ஆனந்தரங்கப் பிள்ளைக்கு செலுத்தப்பட்டது. 1743ஆம் ஆண்டு செப்டம்பர் 9ஆம் நாள் அளிக்கப்பட்ட மோடி வரிவடிவில் எழுதப்பட்ட இரசீது சரசுவதி மகால் நூலகத்தில் பாதுகாக்கப்பட்டுள்ளது.[156] 1761ஆம்ஆண்டு சனவரி 12ஆம் நாள் கணக்கின்படி பிரெஞ்சு கிழக்கிந்திய நிறுவனம் மட்டும் ஆனந்தரங்கப்பிள்ளையிடம் உரூ 13 லட்சம் கடன்பெற்றிருந்தது. இப்பெருங்கடனை ஆனந்தரங்கப்பிள்ளையின் வாரிசுகளுக்குப் பிரெஞ்சு அரசு முழுவதுமாகத் திரும்ப வழங்கவில்லை.

ஆனந்தரங்கப்பிள்ளை கடனாளிகளுக்குக் கடனளிக்கும்போது பத்திரத்தில் கடனாளிகளிடம் கையொப்பம் பெற்று வழங்கினார். 1753ஆம் ஆண்டு நவம்பர் 1ஆம் நாள் பத்திரத்தில் பாண்டிச்சேரி பிரெஞ்சு ஆளுநரிடம் கையெழுத்துப் பெற்று உரூ 11,000 கடனாக வழங்கப்பட்டது.[157] இத்தொகை வட்டியுடன் திரும்பப்பெற்றபோது அத்தொகை வேறு ஒருவருக்குக் கடனாக 10 விழுக்காடு வட்டியுடன் திருப்பியளிக்கப்பட்டது. 1754ஆம் ஆண்டு பிரெஞ்சு ஆளுநர் ஆனந்தரங்கப்பிள்ளையிடம் 8 விழுக்காடு வட்டிவிகிதத்தில் 6,000 பகோடாக்கள் கடனாகப்பெற்றார்.[158] உள்ளூர் வணிகர்கள் கடன் கேட்டு வந்தபோது அவர்களிடம் அடமானமாக நகைகளைப் பெற்றுக் கடன் வழங்கினார். நகைக்கடன் வழங்குவது மிகவும் பாதுகாப்பானது எனக் கருதினார்.

அட்டவணை 3.5. ஆனந்தரங்கப்பிள்ளை அளித்த நகைக் கடன்கள் (1736-44)

நாள்	நகைவிவரம்	கடன்தொகை (பகோடா)\
1736 திசம்பர் 22	1 கொலுசு	20 1/2
1736 திசம்பர் 22	1 பட்டி	20 5/8
1736 திசம்பர் 22	1 அங்கி	31 1/8
1744 செப்டம்பர் 15	46 சலகை	20 3/4
1744 திசம்பர் 20	1 பதக்கம்	25

சான்று BNP, MSS, Indien No.158, fls, 34-60

ஆனந்தரங்கப்பிள்ளை ஒரு முழுமையான வணிகராகத் திகழ்ந்தார். மிகப்பெரிய அளவிலான வணிகம் மேற்கொள்ளும் மூலதனத்தையும் பெற்றிருந்ததோடு அதற்கான மனோபலத்தையும் வணிகத்தைத் தொடங்கி ஒருங்கிணைத்து வெற்றிபெறும் தன்மையும் பெற்றிருந்தார். ஆனந்தபுரவி என்னும் பெயரிலான சொந்தக்கப்பலில் துணிகள், கம்பளித் துணிகள், பருத்தி, பாக்கு, புகையிலை, சாராயம், விலைமிகு உலோகக் கட்டிகள், மற்றும் பிற லாபம் ஈட்டும் பொருள்களின் வணிகத்தைச் சில்லரையாகவும், மொத்தமாகவும் மேற்கொண்டார். மேலும் நெசவுத் தொழிலுக்கான கடன் வழங்குதல், பணப் பரிமாற்றம், முக்கிய வணிகர்களுக்கும் ஆளுவோருக்கும் (காட்டாக பிரெஞ்சு ஆளுநர், தஞ்சாவூர் மராட்டிய மன்னர்கள்) கடனளித்தல் போன்ற செயல்பாடுகளில் ஈடுபட்டுப் பலவகையான வணிக நடவடிக்கைகளில் தம்மை உட்படுத்திக்கொண்டார். மறுமலர்ச்சி காலத்தில் இத்தாலியில் வாழ்ந்த ‘பெரும் வணிகர்’ என அழைக்கப் பட்ட கினோலோசாட்டோவுடன் இவரை ஒப்பிடலாம்.[159]

நிலக்கிழாராகவும் வரி வசூலிப்பவராகவும் ஆனந்தரங்கப்பிள்ளை

ஆனந்தரங்கப்பிள்ளை 1746ஆம் ஆண்டு பிரெஞ்சு பாண்டிச் சேரியிலிருந்த அனைத்து ஊர்களுக்குமான வரி வசூலிப்பவராக நியமிக்கப்பட்டார். முசாபர் ஜாங் பாகூர் மற்றும் வழுதாவூரின் ஜாகிர்கள் ஆனந்தரங்கப்பிள்ளைக்கு அளித்தார். ஆனால் அதைத் தூப்ளே தனக்கென வாங்கிக்கொண்டார்.[160] இருப்பினும் அவ்வூர் களின் வரிகளை வசூலிக்கும் உரிமையை ஆனந்தரங்கப்பிள்ளை வைத்திருந்தார். போர்க்காலத்தின் போது ஆங்கிலேயர்கள் பழம் தரும் மரங்களை வெட்டிச் சாய்த்ததோடு அவ்வூர்களிலிருந்த வீடுகளை எரித்தும் கதவு, நிலைகளைப் பெயர்த்தும் சென்றனர். ஆனந்தரங்கப் பிள்ளை அவ்வீடுகளுக்கான நிலைகளையும் கதவுகளையும் தந்துதவினார்.[161] காரைக்கால் மற்றும் அதைச் சுற்றியிருந்த ஊர்கள் ஆனந்தரங்கப்பிள்ளையின் கட்டுப்பாட்டில் இருந்தன. இதைத் தமது முகவர்களான சேச ஐயங்கார், திருவேங்கடம், கந்தப்பப்பிள்ளை, வந்தவாசி திருவேங்கடம் பிள்ளை ஆகியோர்களைக் கொண்டு நிர்வகித்தார்.[162] 1748ஆம் ஆண்டு பரதிஸ் என்னும் பிரெஞ்சு அலுவலர் திருவேங்கடம் பிள்ளை பிரெஞ்சு அரசை ஏமாற்றுவதாகக் குற்றம் சாட்டினார். ஆனால், விசாரணையில் அது உண்மையல்ல என்று அறியப்பட்டது. அவரது நேர்மையைக் கண்டு காரைக்காலைச் சுற்றியுள்ள மேலும் 10 ஊர்கள் முன்பு 3500 பகோடாக்கள் ஆண்டு குத்தகையாகயிருந்ததை ஆண்டு குத்தகையாக 4,000 பகோடாக்களுக்கு உயர்த்தி ஆனந்தரங்கப்பிள்ளைக்கு அளிக்கப்பட்டன. இம்முடிவு

1750ஆம் ஆண்டு சூன் 3ஆம் நாள் பாண்டிச்சேரி பிரெஞ்சு உயர்மட்டக் குழுமத்தால் எடுக்கப்பட்டது.[163]

சென்னப்ப நாயக்கன் பாளையம் என்ற ஊரின் வருவாயை வசூலிக்கும் உரிமை ஆனந்தரங்கப்பிள்ளையிடமிருந்தது. இதை மேற்பார்வையிட முத்தையா முதலி என்பவரை மாதம் 200 பகோடாக்கள் ஊதியத்தில் உதவியாளராக நியமித்துக் கொண்டார். மேலும் புதுப்பட்டு என்னும் ஊரின் நிலக்கிழாராகவும் ஆனந்த ரங்கப்பிள்ளை இருந்தார்.[164] சந்தாசாகிப்பிடம் ஆனந்தரங்கப்பிள்ளை திருவந்திபுரத்தின் ஜாகிரை ஆண்டொன்றுக்கு 2,000 பகோடாக்கள் குத்தகைக்குப் பெற்றிருந்தார். ஆனால், அவ்வூர் 1750ஆம் ஆங்கிலேயர் களால் கைப்பற்றப்பட்டது. அவ்வூரில் அமல்தாராக இருந்த சந்திரசேகரப் பண்டிதர் பிடிக்கப்பட்டு புனித டேவிட் கோட்டையில் சிறையிலிடப்பட்டார்.[165] திண்டிவனத்திற்கு அருகிலிருந்த பெரும்பாக்கத்தின் நிலவரி வசூலுரிமையை ஆனந்தரங்கப்பிள்ளை பெற்றிருந்தார். ஆனால், முத்த மல்ல ரெட்டி என்பவரின் துணையுடன் ஆங்கிலேயர் அவ்வூரைப் பிடித்து அங்கிருந்த அலுவலரான திருவமுடையபிள்ளையையும் பிற ஊழியரையும் பிடித்துச் சித்திரவதை செய்தனர். மேலும் 4000 கல நெல்லைப் பெரும்பாக்கத்தி லிருந்து ஆங்கிலேயர்கள் எடுத்துச் சென்றனர். தேவனாம்பட்டினம் மற்றும் திண்டிவனம் ஆகிய ஊர்களின் பர்கானா எனப்படும் நிலவரி வசூலுரிமையை ஆனந்தரங்கப்பிள்ளை வாடகைக்குப் பெற்றிருந்தார். செங்கல்பட்டு பர்கானாவை கண்காணிக்க அமல்தார் ஒருவர் பணியமர்த்தப்பட்டார். 1749ஆம் ஆண்டு அக்டோபர் மாதம் அச்சரப்பாக்கம் ஆனந்தரங்கப்பிள்ளையின் நிலவரி வசூலின் கீழ் வந்தது. நவாபின் உதவியாளராக இருந்த வெங்கடபதி ரெட்டி என்பவரிடம் ஆற்காட்டிற்கு அருகிலிருந்த வன்னிப்பேட்டை என்னும் ஊரைக் குத்தகைக்கு எடுத்திருந்தார். வந்தவாசி, திண்டிவனம், கருங்குழி, விழுப்புரம், செஞ்சி ஆகிய ஊர்களின் பர்கானாவை ஆனந்தரங்கப்பிள்ளை குத்தகைக்கு எடுத்திருந்தார்.[166] இவ்வூர்களை நிர்வகிக்க, வரி வசூல் செய்யப் பொதுவாகத் தமது உறவினர்களையும் நண்பர்களையும் நியமித்துக்கொண்டார். ஆனந்தரங்கப்பிள்ளைக்கு நெருங்கிய உறவினரான தாண்டவராயப் பிள்ளை அவர்களைப் பாண்டிச்சேரிக்கு அழைத்து நில வரி வசூலை மேற்கொள்ள அமர்த்தினார். தாண்டவராயப்பிள்ளையின் தம்பியும் இதுபோன்ற பணிகளை மேற்கொண்டார் எனத் தெரிகிறது.[167]

தமிழகக் கடற்கரைப் பகுதியில் பிள்ளை என்னும் வேளாளர்கள் ஆடு, மாடு மேய்க்கும் தொழிலை மேற்கொண்டபோது பலர் துணி

வணிகத்தையும் மேற்கொண்டு நிலவரிவசூல் தொழிலையும் மேற்கொண்டு வளம்மிகு செல்வந்தராக விளங்கினர் என அறிய முடிகிறது. முத்துப்பிள்ளை என்னும் பிள்ளைப் பிரிவைச் சார்ந்தவர் முதலில் துணி வணிகத்தைச் சென்னையில் மேற்கொண்டு பின்னர் மைலாப்பூரின் சாந்தோமில் நிலவரி வசூல் உரிமையைப் பெற்றிருந்தார். இவரை ஆங்கிலேயர்கள் அனுபவமும் வளமும் கொண்ட செல்வந்தர் என்று குறித்துள்ளனர்.[168]

பரங்கிப்பேட்டையில் மரக்காயர்களின் துணி வணிகம்

மரக்காயர் என வழங்கப்பட்ட, அரேபியாவிலிருந்து தமிழகப் பகுதிகளில் குடியேறிய இசுலாமிய வணிகர்கள் கடல் கடந்த வணிகத்தைக் குறிப்பாகத் தென்கிழக்கு ஆசியாவுடன் மேற்கொண்டிருந்தனர். இவர்கள் சஃபி பிரிவைச் சேர்ந்தோர் என்பதால் லெப்பை எனப்படும் ஹனாஃபி பிரிவைச் சார்ந்த இந்திய இசுலாமியருடன் உறவு கொள்ளாது தனித்து வாழ்ந்தனர். இம்மரக்காயர்கள் மலபார் பகுதியிலும், தென்கிழக்கு ஆசிய நாடுகளிலும் குடியேறிய தங்களது சஃபி பிரிவினரிடமே மண உறவு கொண்டனர். அவர்கள் கப்பலுக்கு உரிமையாளர்களாகவும் தென்கிழக்காசிய நாடுகளுக்குக் கப்பல் போக்குவரத்தை மேற்கொள்பவராகவும் விளங்கியதோடு துணி வணிகத்தையும் மேற்கொண்டனர். இவ்வணிகத்தைப் பழவேற்காடு, கூனிமேடு, நாகூர், கீழக்கரை, காயல், காயல்பட்டினம் ஆகிய துறைமுகங்களிலிருந்து மேற்கொண்டனர். போர்த்துக்கீசியர் வருகைக்குப் பின்னர் இவர்களது வணிகத்தொழில் போர்த்துக்கீசியரின் கட்டுப்பாட்டினால் நலிவுறத் தொடங்கியது. 1580ஆம் ஆண்டு நாக பட்டினத் துறைமுகத் தலைவரான போர்த்துக்கீசியர், மரக்காயர்களை அழைத்துக் கடல்கடந்த வணிகத்தைப் போர்த்துக்கீசியரிடம் கூட்டாக மேற்கொள்ள அழைத்தார்.[169] பழவேற்காட்டில் குடியிருந்த மரக் காயர்கள் டச்சுக்காரர்களுடன் கூட்டமைப்பை ஏற்படுத்தி வணிகத்தை மேற்கொண்டனர். இதனால் கோபமுற்ற போர்த்துக்கீசியர்கள் மைலாப்பூரில் வசித்த இரண்டு மரக்காயர்களின் கப்பல்களை 1625ஆம் ஆண்டு கொளுத்தினர்.[170] தேவனாம்பட்டினத்தில் வசித்த மரக்காயர்கள் டச்சு கிழக்கிந்தியக் குழுமத்திடம் உறவு ஏற்படுத்தி 1625ஆம் ஆண்டு பிப்ரவரி 17ஆம் நாள் இரண்டு கப்பல்களில் அச்சே துறைமுகத்திற்குத் துணி ஏற்றுமதி செய்தனர்.[171] போர்த்துக்கீசியர்களைப் போட்டியாளர்களாகக் கருதியதால் மரக்காயருடனான வணிக உறவை டச்சுக்காரர்கள் மிகவும் விரும்பினர்.

செஞ்சி நாயக்கர்கள் 1610ஆம் ஆண்டு டச்சுக்காரர்களின் உதவி யுடன் பரங்கிப்பேட்டையிலிருந்து கடல் கடந்த வணிகம் மேற்கொள்ள

விரும்பினர். ஆனால், டச்சுக்காரர்கள் இதற்கு உடன்படாததால் பரங்கிப்பேட்டையில் குடியேறி வணிகம் மேற்கொள்ளவில்லை.[172] இதன் பின்னர் நாயக்கரிடம் அனுமதி பெற்று ஆண்டுக்கு 1,500 பர்தவாக்கள் ஏற்றுமதி, இறக்குமதி வரியாகத் தருவதாகக் கூறி டேனிசுக்காரர்கள் வணிக மையத்தை அமைத்தனர். டேனிசுக்காரர்கள் துணிகளை விலைக்குப் பெற்று தாம் குடியேறிய பாண்டிச்சேரிக்குக் கொண்டுவந்தனர். 1625ஆம் ஆண்டு டிசம்பர் 5ஆம் நாள் அந்தத் துணிகளை ஏற்றுமதி செய்தனர். பின்னர் தபிசரஸ், தெல்புகோன், கிர்டில், சின்ட்ஸ், பித்தில்ஹாஸ் போன்ற துணிகளை ஏற்றுமதி செய்தனர்.[173] 1638ஆம் ஆண்டு தமிழகப் பகுதிகளைப் பிஜப்பூர் சுல்தான் தமது ஆட்சிப் பரப்பாக விரிவுபடுத்திய பின்னர் மரக்காயர் வணிகர்கள் தமது வணிக உறவை மேம்படுத்தினர். போர்த்துக்கீசியர்களுக்குப் பயந்து பிற இடங்களுக்குக் குடிபெயர்ந்த மரக்காயர்கள் பரங்கிப்பேட்டையில் குடியேறத் துவங்கினர்.. 1640களில் ஏற்பட்ட புதிய அரசியல், பொருளாதார மாற்றங்கள் பிஜப்பூர் சுல்தான் துறைமுகங்களை வளர்ப்பதற்கு மிகவும் உதவியது.

மரக்காயர்கள் பரங்கிப்பேட்டை, பாண்டிச்சேரி, நாகப்பட்டினம் ஆகிய இடங்களில் குடியிருந்து அச்சே, பாந்தம், கேதா, ஜோஹோர் ஆகிய தென்கிழக்காசியத் துறைமுகங்களுக்குக் கப்பலில் சென்று வணிகம் மேற்கொண்டனர் என்று தாமஸ் பௌரி என்னும் பயணி குறித்துள்ளார். அவர்கள் வணிக ஆவண முறைகளை நன்கு தெரிந்திருந்தனர் எனவும் பல மொழிகளைப் பேசத் தெரிந்திருந்தனர் எனவும் குறிக்கிறார். குஜராத், வங்காளம் மற்றும் பிற இடங்களில் பொருள்களின் விலை என்ன என்று அறிந்திருந்ததால் இவர்களை ஐரோப்பியர்களால் ஏமாற்ற இயலவில்லை எனவும் இதனால் இவர்கள் ஐரோப்பியருக்கு இடையூறாக இருந்தனர் எனவும் பௌரியின் குறிப்பில் அறியமுடிகிறது.[174]

பிஜப்பூர் சுல்தானின் கப்பல்கள் மேலைக் கடற்கரையிலுள்ள கோவாவிலிருந்து தமிழகக் கடற்கரையிலுள்ள பரங்கிப்பேட்டை வரை சென்று வந்தன.[175] பிஜப்பூர் சுல்தானின் பிரதிநிதியான ஷேர்கான் லோதி என்பவர் வாலிகண்டபுரத்தில் தங்கியிருந்தார். அவர் பரங்கிப்பேட்டைத் துறைமுகத்திலிருந்த பல கப்பல்களுக்கும் படகுகளுக்கும் உரிமையாளராக இருந்தார்.[176] மரக்காயர்களின் உதவியுடன் அக்கப்பல்களில் அரிசி, துணிவகைகள் பிற துறைமுகங்களுக்கு எடுத்துச் செல்லப்பட்டன.[177] வாலிகண்டபுரத்தையும் ஸ்ரீமுஷ்ணம், புவனகிரி வழியாகப் பரங்கிப்பேட்டையையும் ஒரு பெருவழி இணைத்தது.[178] தகரம் கிடைக்கும் இடங்களான அச்சே, மலாக்கா ஆகிய

இடங்களில் டச்சுக்காரர்கள் துணி வணிகம் செய்தமையால் அப்பகுதி களில் மரக்காயர்கள் வணிகப் போக்குவரத்து செய்வதைப் பாந்தமி லிருந்து டச்சுக்காரர்கள் 1647ஆம் ஆண்டு சூலை 3ஆம் நாள் தடை விதித்தனர்.[179] தமிழகத்தில் தகரத்திற்கு மிகுந்த தேவையிருந்ததால் மரக்காயர்கள் பெருமளவிலான தகரத்தை அவர்கள் தென்கிழக்காசிய நாடுகளில் பெற்றுத் தமிழகத்திற்குக் கொண்டுவந்தனர்.

பிஜப்பூர் சுல்தானிடம் தமிழகத்தில் வணிகம் மேற்கொள்ளும் உரிமையை 1643ஆம் ஆண்டு ஆண்டு பெற்றனர். அதன்படி 1644ஆம் ஆண்டு பரங்கிப்பேட்டையில் குடியேறினர். 1670ஆம் ஆண்டு அவ்விடத்தைவிட்டு வெளியேறி மீண்டும் 1680ஆம் ஆண்டு திரும்பினர். பலூல் கான் என்னும் பிஜப்பூர் படையின் தலைவன் பல கப்பல்களைப் பயன்படுத்திப் பழவேற்காட்டிற்கும் மலாக்கா, அச்சே துறைமுகங்களுக்கும் வணிகம் மேற்கொண்டார். இதற்கு மரக்காயர்கள் பெரிதும் உதவினர்.[180] ஷேர்கான் லோதிக்கு மலாக்கா, பாந்தம் துறைமுகங்களுக்குக் கப்பல் வணிகம் மேற்கொள்ளும் கார்தாஸ் என்னும் உரிமத்தை டச்சுக்காரர்கள் வழங்கினர்.[181] ஆனால், 1674ஆம் ஆண்டு ஆகஸ்ட் 8ஆம் நாள் அச்சே துறைமுகத்திற்குச் செல்ல இருந்த கப்பலுக்குக் கார்தாஸ் என்னும் உரிமம் வழங்க மறுத்துவிட்டனர்.[182] உரிமம் இல்லாமல் சென்ற ஷேர்கான் லோதியின் கப்பல் டச்சுக்காரர்களால் பிடிக்கப்பட்டுப் பின்னர் பேச்சுவார்த்தையின் மூலமாக விடுவிக்கப்பட்டது.[183] டச்சுக்காரர்கள் தங்களது குழுமக் கொள்கையின் அடிப்படையில் கார்தாஸ் என்னும் உரிமம் இல்லாத காரணத்தால் ஷேர்கானின் மலாக்காவிலிருந்து மகாசர் சென்ற கப்பலையும் பாந்தமிலிருந்து அச்சே சென்ற கப்பலையும் அனுமதிக்க வில்லை.[184] பிற கப்பல் உரிமையாளர்களின் கப்பல்களும் பரங்கிப் பேட்டையிலிருந்த மரக்காயர்களின் உதவியுடன் பயணம் மேற்கொள்ள அனுமதிக்கப்பட்டன. ஆனால், அவை டச்சுக்காரர்களால் கார்தாஸ் அனுமதி சீட்டு உள்ள கப்பலா எனப் பரிசோதிக்கப்பட்டன.[185] ஒட்டு மொத்தத் தமிழகக் கடற்கரைப் பகுதியில் டச்சுக்காரர்களின் கார்தாஸ் அனுமதிச்சீட்டு முறையில் செல்லவேண்டும் என்ற நடை முறையால் தமிழ் மன்னர்களின் ஆட்சியிலிருந்த பரங்கிப்பேட்டை, நாகூர் ஆகிய இரண்டு துறைமுகங்களில் மட்டும் மரக்காயர்கள் தமது வணிக நடவடிக்கையை மேற்கொண்டனர். பரங்கிப்பேட்டையைச் சிறந்த கடல் வணிகத் துறைமுகமாக வளர்த்ததில் ஷேர்கானின் பங்கு முக்கியமானது. 1681ஆம் ஆண்டு ஷேர்கான் இறந்ததால் மரக்காயர்களின் கடல்சார் வணிகத்திற்குப் பின்னடைவு ஏற்பட்டது.

மகராஷ்டிராவிலுள்ள ரெய்கர் என்னும் ஊரில் சிவாஜி போசலே (1627-80) தம்மைச் சத்திரபதி என அறிவித்துக் கொண்டார். 1676ஆம் ஆண்டு தெற்கு நோக்கித் தமிழகப்பகுதியில் படையெடுத்து வந்தார். 1677ஆம் ஆண்டு சூலை 26ஆம் நாள் ஷேர்கான் லோதியைத் தோற்கடித்தார்.[186] சிவாஜி பரங்கிப்பேட்டைத் துறைமுகத்தை ஊக்குவித்தால் கடல் வணிகம் சிறப்புறும் எனக் கருதிப் பரங்கிப் பேட்டைப் பகுதியில் நெசவுத் தொழிலாளர்களைக் குடியேறுமாறு அழைத்தார். நெசவாளர்கள் மிகவும் பயன்படுத்திய வெற்றிலைப் பாக்கு வரியான ‘அடப்பு வரி’ என்னும் வரியை நீக்கம் செய்தார். சிதம்பரத்தில் தங்கியிருந்த மராத்திய அலுவலர் ஏற்கெனவே பரங்கிப்பேட்டையைக் காலி செய்து இடம்பெயர்ந்த நெசவாளர், வணிகர் குடும்பங்களை மீண்டும் குடியேற உதவிசெய்தார்.[187] இதனால் பரங்கிப்பேட்டை மராத்தியர்களின் ஒரு முக்கிய மண்டலம் என்னும் அளவிற்கு உயர்ந்தது. சிவாஜியின் அலுவலர்களால் டச்சுக் காரர்கள் பரங்கிப்பேட்டை வணிகத்தைக் குறுக்கீடு செய்யக்கூடாது எனவும் அவர்களுக்குக் கார்தாஸ் என்னும் கப்பல் வணிக உரிமம் வழங்கவேண்டுமெனவும் கண்டிக்கப்பட்டனர்.[188] சிவாஜியின் மகன் சாம்பாஜியின் மைத்துனர் ஹரிராஜா என்பவர் 1681ஆம் ஆண்டு செஞ்சிப் பகுதியில் சுபேதாராகப் பணியாற்றினார்.[189] இச்சமயத்தில் பரங்கிப் பேட்டையில் டச்சுக்காரர்கள் தமது வணிகத் தொழில்கூடத்தை மீண்டும் அமைத்துக் கொள்ள அனுமதி வழங்கப்பட்டது. ஏற்கெனவே அங்கு டேனிசுக்காரர்கள் இருந்தமையால் அவர்கள் வருகைக்கு சுபேதாரிடம் எதிர்ப்பு தெரிவித்தனர். இதுகுறித்த சிக்கல் மூன்றாண்டு களாகத் தொடர்ந்தது. இதன் காரணமாக 1680களில் பரங்கிப் பேட்டையை மையமாகக்கொண்டு செயல்பட்ட மரக்காயர்களின் வணிகம் மிகவும் பாதிக்கப்பட்டது.[190] கடல்கடந்த வணிகத்தில் ஆர்வமிருந்த சுபேதார் 1680இலிருந்து 1682 வரை ஒவ்வோராண்டும் ஒரு கப்பலைப் பரங்கிப்பேட்டைத் துறைமுகத்திலிருந்து மரக்காயர்களின் உதவியுடன் மலாக்காவிற்கு அனுப்பி வைத்தார்.[191] டச்சுத் தலைவரிடமிருந்து மரக்காயர்கள் வணிகம் மேற்கொள்ளும் கார்தாஸ் என்னும் வணிக உரிமையைச் சுபேதார் பெற்றளித்தார். டச்சுக்காரர்களும் துணிகளை வாங்கி ஏற்றுமதி செய்யத் துவங்கினர். ஆகஸ்டு 1680 முதல் சூலை 1681 காலத்தில் மட்டும் 4,000 கட்டுத்துணிகளை ஏற்றுமதி செய்தனர். ஓராண்டில் மட்டும் 8,800 கட்டுத் துணிகளை அவர்கள் ஏற்றுமதி செய்ததாக டச்சு ஆவணம் மூலம் அறியமுடிகிறது. மலாக்காவில் டச்சுக்காரர்கள் துணிகளின் மீதான இறக்குமதி வரியாக 20 விழுக்காடு பெற்று வந்ததைச் சுபேதார் எதிர்த்தார். இருப்பினும் டச்சுக்காரர்கள் அவரைச் சமாதானப்படுத்த

முயன்றனர்.[192] 1680ஆம் ஆண்டு சிவாஜி இறந்த பின்னர் பரங்கிப்பேட்டை ஒரு குறுகிய அரசியல் மண்டலமானது. ஷேக் ஹமீத் பரங்கிப்பேட்டை, புவனகிரியின் ஃபௌஜ்தாரராக நியமிக்கப் பட்டிருந்தார்.

பரங்கிப்பேட்டையின் ஹவில்தாராக 1685ஆம் ஆண்டு திம்மாஜ் பந்துலு என்பவர் நியமிக்கப்பட்டு பரங்கிப்பேட்டையின் நிர்வாகத்தையும் வருவாயையும் நிர்வகித்தார்.[193] அனைத்துக் கப்பல் உரிமையாளர்களும் திவானுக்கு முன்னர் வருகை தந்து வருவாய் விவரங்களைக் கூற வேண்டுமென ஆணையிட்டார்.[194] செஞ்சியி லிருந்த மராத்திய அலுவலர்கள் பழவேற்காட்டிலிருந்து அச்சே வரை கப்பல்களைக் காதி ஹூசைன் மரக்காயர் தலைமையில் அனுப்பினர்.[195] விட்டல் பண்டிட் என்னும் சுபேதாருக்கு மரக்காயர்கள் மிகத்தெளிவான கடிதம் ஒன்றை அனுப்பினர். அதில் டச்சுக்காரர்களை துணி வணிகத்திற்கு அனுமதித்தால் டச்சுக் கம்பெனியினர் நம் கப்பலில் செல்லும் அனைத்துப் பொருட்களையும் எடுத்துக்கொள்வர் எனவும் எனவே இவ்வணிகத்தை மேற்கொள்ள இயலாது எனவும் எழுதியிருந்தனர்.[196] 1688ஆம் ஆண்டு சர்பஹோஜி பந்துலு என்பவர் பரங்கிப்பேட்டையின் சுபேதாராக ஆன பின்னர் மரக்காயருடனான கடல்சார் வணிகத்திற்கு முக்கியத்துவம் அளித்தார்.[197]

பரங்கிப்பேட்டையில் 1682ஆம் ஆண்டு சுங்கவரி இரண்டரை விழுக்காடாக இருந்தது. இச்சுங்கவரி பிற துறைமுகங்களைக் காட்டிலும் உயர்வாக இருந்தது. அக்காலத்தில் ஒன்றே முக்கால் விழுக்காடு கடலூரிலும் ஒரு விழுக்காடு கூனிமேட்டிலும் வசூலிக்கப் பட்டது.[198] இது தவிரத் துறைமுகத்திற்குக் கப்பல் நிறுத்தக் கட்டணம், கிட்டங்கியில் பொருள்களை வைக்கக் கட்டணம், கடை வீடுகளுக் கான வரி, மதுவிற்பனையின் மீதான கட்டணம், துணி விற்பனை மீதான கட்டணம், அடிமைகள் விற்பனைக் கட்டணம் போன்ற பிற வருமானங்களும் கிடைத்தன.[199] தானப்பப்பிள்ளை சுங்கவரி வசூல் உரிமையை அரசிடமிருந்து உயர்ந்த மதிப்பிற்கு எடுத்திருந்தார். பரங்கிப்பேட்டையிலிருந்த சுபேதார் கோபால் தாதாஜி பண்டிட் ஒவ்வொரு ஆண்டும் செஞ்சியிலிருந்த மராத்தியருக்கு 30,000 பகோடாக்கள் செலுத்தவேண்டுமென்பதால் பலவகைகளிலும் கட்டணம் வசூலிக்க வேண்டியிருந்தது.[200]

மரக்காயர்கள் தமது கடல்சார் வணிகத்தை மேற்கொள்ள உள்ளூர் அரசர்களிடம் எவ்வித எழுத்துப்பூர்வமான அனுமதிச் சீட்டு பெற இயலாததால் அவர்கள் டச்சுக்காரர்களை அணுகிக் கார்தாஸ்

எனப்படும் அனுமதிச்சீட்டைப் பெறவேண்டியிருந்தது. பரங்கிப் பேட்டையிலிருந்த வணிகர்களுக்குப் பிரெஞ்சுக்காரர்களுடன் வணிக உறவை மேற்கொள்ளக் கூடாது என்ற நிபந்தனையின் அடிப்படையில் அனுமதிச் சீட்டை டச்சுக்காரர்கள் வழங்கினார்கள்.[201] அவ்வாறு அனுமதிச்சீட்டை வழங்க டச்சுக்காரர்கள் மறுத்தபோது மராத்திய அலுவலருக்கும் டச்சுக்காரர்களுக்கும் பிணக்குகள் ஏற்பட்டன.[202] இதனால் பாண்டிச்சேரியிலிருந்த பிரெஞ்சுக்காரர்களிடமும் கடலூரிலிருந்த ஆங்கிலேயர்களிடமும் கார்தாஸ் அனுமதிச் சீட்டைப் பெற்றுக் கப்பல்களைத் தென்கிழக்கு ஆசிய நாடுகளுடனான கப்பல் வணிகத்தை மேற்கொண்டனர்.[203] இதனால் டச்சுக்காரர்கள் வேறு வழியின்றி மரக்காயர்களுக்கு அனுமதிச்சீட்டு தரவேண்டிய நிலைக்கு ஆளானார்கள்.

பரங்கிப்பேட்டை மரக்காயர்களின் மிக முக்கியமான குடியிருப் பாக இருந்தது. இங்கிருந்துதான் தென்கிழக்காசிய நாடுகளுடனான வணிகத்தை மேற்கொண்டனர். பரங்கிப்பேட்டையிலிருந்து பாந்தமிற்கு பல கப்பல்கள் சென்று வந்தன.[204] 1663ஆம் ஆண்டு பாந்தமில் துணிகளுக்குக் கடும் தட்டுப்பாடு ஏற்பட்டது. எனவே, பாந்தமின் சுல்தான் தாமாகவே தமிழகக் கடல்பகுதிக்கு வணிகம் மேற்கொள்ள முனைந்தார்.[205] இதைச் சாதகமாகப் பயன்படுத்திக் கொண்டு மரக்காயர்கள் பல கப்பல்களில் துணிகளை அனுப்பினர். 1673ஆம் ஆண்டு இத்துணி வணிகம் உச்சநிலையை அடைந்தது.[206] பாந்தமின் சுல்தானின் கப்பல்கள் பல ஒவ்வொரு ஆண்டும் தமிழகத்திற்கு வந்து துணி வணிகத்தை மேற்கொண்டன. ஒவ்வொரு ஆண்டும் நூற்றுக்கும் மேற்பட்ட மரக்காயர்கள் பரங்கிப்பேட்டை யிலிருந்து பாந்தமிற்குச் சென்றுவந்தனர்.[207] 1675ஆம் ஆண்டு ஒரு கப்பலில் 300 மரக்காயர்களும், ஒரு கப்பலில் 280 மரக்காயர்களும் ஆக இரண்டு கப்பல்களில் பரங்கிப்பேட்டையிலிருந்து பாந்தமிற்குப் பயணித்தனர்.[208] இவ்விரண்டு கப்பல்களிலும் 1000 துணிக்கட்டுகள் கொண்டு செல்லப்பட்டன.[209] பாந்தமின் சுல்தானும் சொந்தமாக ஒரு கப்பலை 1667ஆம் ஆண்டு கட்டினார். இக்கப்பல் பாந்தமிலிருந்து பரங்கிப்பேட்டைக்கு வந்து அதிக அளவிலான துணிகளைக் கொண்டு சென்றது.[210]

மரக்காயர்கள் பாந்தமில் 25 முதல் 30 விழுக்காடு லாபத்தில் மட்டும் துணிகளை விற்றனர். இதனால் ஆங்கிலேயர்களுக்குப் பாந்தமில் துணி வணிகம் பாதிப்படைந்தது.[211] பாந்தமில் மரக்காயர் களின் வணிக முன்னேற்றம் பாந்தம் சுல்தானின் ஊக்குவிப்பால் நிகழ்ந்தது.[212] மரக்காயர்களின் துணி வணிக முன்னேற்றம் பாந்தம்

சுல்தானை மகிழ்ச்சியில் ஆழ்த்தியது. இதன் விளைவாகத் தமது சொந்தக் கப்பலை பரங்கிப்பேட்டையிலிருந்த நைனா மரக்காயர் என்பவருக்கு விற்றார். அடுத்த ஆண்டும் பரங்கிப்பேட்டையில் மிகப்பெரும் செல்வந்தராக விளங்கிய மரக்காயர் ஒருவருக்கு விற்றார். இவ்விரு கப்பல்களும் தொடர்ந்து பாந்தமிற்குச் சென்று துணி வணிகத்தை மேற்கொண்டன. இக்கப்பல்களில் ஒரு கப்பலின் தலைவன் பெயர் ஒயெஸ் மரக்காயர் ஆகும்.[213] பாந்தம் சுல்தான் துணி வணிகத்திற்காக ஒரே ஒரு அரசுக் கப்பலை மட்டும் வைத்துக் கொண்டார். இக்கப்பல் 1676ஆம் ஆண்டு பரங்கிப்பேட்டைக்கு வந்து துணிகளைப் பெற்றுச் சென்றது.[214] அக்கப்பலின் தலைவனாக மூசா மரக்காயர் இருந்தார்.[215] பீரங்கிகளையும் துப்பாக்கி ரவைகளையும் பெற்றுத் தரும் முகவராக ஃபக்கிர் மரக்காயரை சுல்தான் பணியிலமர்த்திக் கொண்டார்.[216] பரங்கிப்பேட்டை மரக்காயர்களுக்கு விற்கப்பட்ட மேற்கண்ட இரண்டு கப்பல்கள் மூலமாகத் துணி வணிகத்தை சுல்தான் மேம்படுத்தினார். ஒரு கப்பலில் 1,787 பகோடாக்கள் மதிப்பிலான துணிகள் திருடப்பட்டன. பின்னர் அத்துணியைத் திருடியவர் பரங்கிப்பேட்டையில் பிடிக்கப்பட்டுச் சிறையிலடைக்கப்பட்டார்.[217] 1682ஆம் ஆண்டு பாந்தம் துறைமுகம் டச்சுக்காரர்களால் பிடிக்கப்பட்டதால் மரக்காயர்கள் தமது வணிகத்தை அச்சே மற்றும் பிற துறைமுகங்களுக்கு மாற்றிக்கொண்டனர்.

பரங்கிப்பேட்டையிலிருந்த மரக்காயர்களுக்கு 1640களிலிருந்து அச்சேயின் சுல்தானின் ஆதரவு இருந்ததால் அவ்வாண்டு மட்டும் ஐந்து கப்பல்களில் 540 கட்டு துணிகளும் 20 கட்டு பருத்தியும் அனுப்பப் பட்டன.[218] அச்சே சுல்தான் வெடிமருந்தை வாங்க விரும்பியதால் 12 பாஹார் எடையுள்ள கந்தகப்பொடியும் 1641ஆம் ஆண்டு மார்ச் 10ஆம் நாள் சென்ற கப்பலில் பரங்கிப்பேட்டையிலிருந்து அனுப்பப்பட்டது.[219] அச்சே உடனான இவ்வணிகம் 1680 வரை தொடர்ந்ததால் பரங்கிப்பேட்டையிலிருந்த மரக்காயர்கள் மராத்தியர்களுக்கு மிகுந்த வருவாயைப் பெற்றுத் தந்தனர். கடலூரிலிருந்த ஆங்கிலேயருக்கு அவர்களின் விருப்பப்படி பரங்கிப்பேட்டையிலிருந்து அச்சேவுக்கு வணிகம் செய்ய ஹரிராஜா அனுமதியளித்தார்.[220] இதற்கு முன்னரே ஒரு கப்பல் பழவேற்காட்டிலிருந்து லண்டனுக்கு மிகுந்த அளவிலான துணிகளைக் கொண்டு சென்றது.[221] மிக அதிக அளவிலான துணிகளை ஏற்றுமதி செய்ய ஆங்கிலேயர் விரும்பியதால் அவர்கள் துணி வணிகர்களை நாடாது துணி வணிகர்களின் பணியாளர்களிடம் கேட்டுப் பெற்றனர். இது பலவிதச் சிக்கல்களை உருவாக்கியது.[222] ஆங்கிலேயருக்குத் துணி வணிகத்தில் உதவிய மரக்காயர்கள் பலர்

தாமாகவே துணியை விலைக்குப் பெற்றுக் கப்பல் வணிகத்தை மேற்கொண்டிருந்தனர். கேதா, அச்சே துறைமுகங்களுக்குத் துணியை ஏற்றுமதி செய்ய அகமது மரக்காயர், மிர் ஜாங் மரக்காயர் ஆகியோர் கப்பல்களை வாடகைக்கு அமர்த்தினர்.[223] 1680ஆம் ஆண்டு ஆகஸ்டு மாதம் பாண்டிச்சேரியிலிருந்த பிரெஞ்சுக்காரர்கள் பரங்கிப்பேட்டையிலிருந்து தாய்லாந்திலுள்ள உஜாங் செலாங்குக்கு கப்பலை அனுப்பும் முயற்சியில் இறங்கினர்.[224] இரண்டு கப்பல்கள் ஒன்று மணிலாவிற்கும் மற்றொன்று பாந்தம் மற்றும் மலாக்காவிற்கும் பரங்கிப்பேட்டையிலிருந்து துணிகளுடன் சென்றன.[225]

சேலம் பகுதியில் உற்பத்தி செய்யப்பட்ட துணிகளைவிடப் பரங்கிப்பேட்டையில் உற்பத்தி செய்யப்பட்ட துணிகள் தரம் மிகுந்தவையாக விளங்கியதால் பரங்கிப்பேட்டைத் துணிகள் மிகுந்த லாபத்தை ஈட்டித்தந்தன.[226] டச்சுக்காரர்கள், ஆங்கிலேயர், பிரெஞ்சுக்காரர்கள் பரங்கிப்பேட்டை நெசவாளர்களிடம் புதிய வகையான திரட்டுத் துணிகளை உற்பத்தி செய்யுமாறு கூறினர். இதற்கு வரவேற்பு இருக்காது என்பதால் அவ்வகைத் துணிகளை உற்பத்தி செய்ய பரங்கிப்பேட்டை நெசவாளர்கள் மறுத்துவிட்டனர்.[227] இக்குழப்பத்தால் பரங்கிப்பேட்டையிலிருந்த மரக்காயர்களுக்கு முன்பணம் அளித்து துணிகளைக் கொள்முதல் செய்யுமாறு ஐரோப்பியர்கள் கேட்டனர்.[228] 1685ஆம் ஆண்டு செப்டம்பர் 25ஆம் நாள் அச்சே செல்லும் கப்பலில் ஒரு மரக்காயர் துணி மட்டும் 19 கட்டுகள் இருந்தன என்பது அக்காலத்தில் துணி வணிக வளர்ச்சியைக் காட்டுவதாக உள்ளது.[229] 1690களுக்குப் பிறகு அச்சேயில் 5 விழுக்காடு வரி வசூலிக்கப்பட்டதால் துணி வணிகம் வீழ்ச்சியுறத் துவங்கியது. அதன் பிறகு பரங்கிப்பேட்டையிலிருந்து புறப்பட்ட கப்பல்களில் 800 முதல் 1000 பகோடாக்கள் மதிப்புள்ள துணிகளே மரக்காயர்களால் தென்கிழக்காசிய நாடுகளுக்குக் கொண்டுசெல்லப்பட்டன.[230]

ஆந்திரக்கடற்கரைப் பகுதியிலிருந்த இசுலாமியர்கள் பரங்கிப்பேட்டையிலிருந்த மரக்காயர்களுடன் வணிக உறவு வைத்திருந்தனர். அவர்கள் மசூலிப்பட்டினத்திலிருந்து துணிகளைப் பெற்றுப் பழவேற்காட்டிற்குக் கொண்டுவந்தனர். நரசப்பூரிலிருந்து கப்பல்களில் பரங்கிப்பேட்டைக்குத் துணிகள் கொண்டுவரப்பட்டு பரங்கிப்பேட்டையிலிருந்து பாந்தமிற்கு ஏற்றுமதி செய்யப்பட்டன.[231] பரங்கிப்பேட்டையிலிருந்த வணிகர் ஒருவரின் கப்பல் மசூலிப்பட்டினம் வணிகர் மிர் அபினா பக்கிர் என்பவருக்கு 1680ஆம் ஆண்டு டிசம்பர் 18ஆம் நாள் விற்கப்பட்டது.[232] இவ்வகை கடல்சார் நடவடிக்கையின் காரணமாகப் பரங்கிப்பேட்டை தமிழகக்

கடற்கரையில் மிகச்சிறந்த கப்பல் கட்டும் தளமாகவும் கப்பல்கள் பழுதுபார்க்கும் தளமாகவும் விளங்கியது. கப்பல்களைச் செப்பனிடும் பணிக்கு மிகச்சிறந்த கலைஞர்கள் பழவேற்காட்டில் இருந்தனர்.[233] 1668ஆம் ஆண்டிலிருந்து 1690வரையிலான ஆவணங்கள் கூனிமேடு மற்றும் ஆந்திராவிலிருந்த மடபொலம் ஆகிய ஊர்களிலிருந்து பரங்கிப்பேட்டைக்குக் கப்பல்களைச் செப்பனிட வந்திருந்தன என்பதைச் சுட்டுகின்றன.[234]

முகலாய மன்னர்கள் வளமான சோழமண்டலக் கடற்கரையைத் தமதாக்கிக் கொள்ள மராத்தியர்களுடன் போர் தொடுத்தனர். 1691ஆம் ஆண்டைச் சார்ந்த குத்தகை ஆவணமொன்று பரங்கிப்பேட்டை முகமது பந்தர் என்று பெயர் மாற்றம் செய்ததைத் தெரிவிக்கிறது.[235] முகலாய மன்னர் ஔரங்கசீப் ஜுல்பிகர் கான் என்பவரைப் படைத்தலைவராக்கி மராத்தியர்மீது போர் செய்ய ஆணையிட்டார். 1698ஆம் ஆண்டு சனவரி மாதம் செஞ்சி முகலாயர் வசம் வந்தது. இச்சமயத்தில்தான் பரங்கிப்பேட்டையின் ஃபௌஜ்தாராக சுலைமான் கான் நியமிக்கப்பட்டார்.[236] அவருக்குப் பின்னர் அப்துல் லப்பை என்பவர் தலைவரானார். பரங்கிப்பேட்டை வெறும் அரசின் நேரடி வரிவசூல் ஊராக (கலிசா) அறிவிக்கப்பட்டு அதன் தலைமை மட்டும் ஃபௌஜ்தாராக அறிவிக்கப்பட்டது.[237] 1702ஆம் ஆண்டு தாவூத் கான் என்பவர் தமிழகப் பகுதிக்கான முகலாய ஆளுநராக அறிவிக்கப் பட்டார். பாலாற்றின் கரையிலிருந்த ஆற்காட்டைத் தலைமையகமாகக் கொண்டு அவர் ஆட்சி நடைபெற்றது. அவருக்குப் பின்னர் சதமுல்லா கான் முகலாயர்களின் ஆற்காட்டு ஆளுநரானார். 1716ஆம் ஆண்டு அவர் ஆற்காட்டை கர்நாடக மண்டலத்தின் தலைமையகமாக அறிவித்தார்.

மரக்காயர்களின் வணிக நடவடிக்கையால் பரங்கிப்பேட்டை கடல்சார் வணிகத்தில் முக்கிய துறைமுகமாக வளர்ச்சிபெற்று வந்தது. மரக்காயர்களுக்கிடையேயான போட்டியால் அவர்களுக்கிடையே பிணக்குகளும் எழுந்தன. 1714ஆம் ஆண்டு நவாப் சதௌலா கான் காலத்தில் சின்னதம்பி மரக்காயர் மற்றும் இப்ராஹிம் மரக்காயர் ஆகியோரின் புகாரின் பேரில் குவாஜா மரக்காயர் ஆற்காட்டில் சிறையிடப்பட்டு 15 மாதங்களுக்குப் பிறகு அவர்களுக்கிடையே சமரசம் ஏற்பட்ட பின்னர் விடுவிக்கப்பட்டார். பின்னர் குவாஜா மரக்காயர் 1716ஆம் ஆண்டு பரங்கிப்பேட்டையில் குடியேறினார். சின்னத்தம்பி மரக்காயரும் இப்ராஹிம் மரக்காயரும் மைலாப்பூரில் வசித்தனர்.[238]

பரங்கிப்பேட்டையில் 1705ஆம் ஆண்டு முதல் டச்சுக்காரர்கள் வணிகம் மேற்கொள்ள அனுமதிக்கப்பட்டதால் மரக்காயருக்கும் டச்சுக் கிழக்கிந்தியக் குழுமத்திற்குமிடையே பிணக்குகள் ஏற்பட்டன.[239] 1717ஆம் ஆண்டு பரங்கிப்பேட்டையின் தலைவர் (ஃபௌஜ்தார்) டச்சுக்காரர்கள் துணி வணிகரிடம் மிரட்டித் துணிகளைக் கொள்முதல் செய்வதைக் கண்டித்தார்.[240] பரங்கிப் பேட்டை வணிகர்கள் முன்பணம் பெற்றுத் துணிகளைக் கொள்முதல் செய்து தருவது பொதுவான வழக்கமாக இருந்தது. இவ்வகையில் ஐரோப்பிய நிறுவனங்களிடம் பெறும் முன்பணத்திற்காகச் சாட்சியாக இருக்க இசையவில்லை. ஒவ்வொரு வணிகரின்மீதும் அவரது நடவடிக்கை குறித்த செயல்பாடுகளைக் கண்காணிப்பது இயலாத செயல் என மறுப்பு தெரிவித்தனர்.[241] பரங்கிப்பேட்டையிலிருந்த வணிகர்கள் உண்மை விலையல்லாது இரசீதுகளில் உயர்ந்த விலையைக் குறிப்பிட்டு அளிக்க அவர்கள் வற்புறுத்தப்படுவதாகப் புகாரளித்தனர். துணியைக் குறிப்பிட்ட காலத்திலும் அளவிலும் அளிக்க இயலாத வணிகர்களுக்கும் ஐரோப்பிய நிறுவனங்களுக்கும் சர்ச்சைகள் ஏற்பட்டன. 1766ஆம் ஆண்டு துணிகளைக் கொள்முதல் செய்து டச்சுக்காரர்களுக்குத் தராததால் இரண்டு வணிகர்களை ஜாக்கோப் ஜாக்கோப்ஸ் கைது செய்து சிறையிலடைத்தார்.[242] இவ்வணிகர்கள் திவானின் கட்டுப்பாட்டில் வருவதால் இவர்களை உடனடியாக விடுவிக்க வேண்டுமென்று படைத்தலைவர் கூறியதால் டச்சுத்தலைவர் அவர்களை வழியின்றி விடுவித்தார். பரங்கிப் பேட்டையிலிருந்து அச்சே, கேதாவிற்கு மரக்காயர்கள் மேற்கொண்ட வணிகம் வளர்ச்சியடைந்து 1768ஆம் ஆண்டு 2,00,000 இலிருந்து 2,50,000 பகோடாக்கள் வரை உயர்ந்திருந்தது.[243]

தமிழகப்பகுதியில் ஹைதர் அலியின் படையெடுப்பு பரங்கிப் பேட்டையின் வணிகத்தை மிகவும் பாதித்தது எனினும் மரக்காயர் களுக்கு எவ்விதப் பாதிப்பையும் ஏற்படுத்தவில்லை. 1780ஆம் ஆண்டு சூலை 22ஆம் நாள் மைசூரிலிருந்து வந்த 500 குதிரைகளைக் கொண்ட படை பழவேற்காட்டைச் சூறையாடியது. தொபாந்தர் என்னும் டச்சுக்காரரையும் அவருடனிருந்த இரண்டு உதவியாளரையும் சிறைப்படுத்தியதோடு டச்சுக் கிழக்கிந்தியக் குழுமம் கொள்முதல் செய்து வைத்திருந்த துணிகள் கொள்ளைப் பொருளாக எடுத்துச் செல்லப்பட்டன. வான் விலிசிஜன் என்னும் டச்சு ஆளுநர் அப்படை தளபதியிடம் சிறைபிடித்த டச்சுக்காரர்களை விடுவிக்குமாறு கேட்டுக்கொண்டார். 1780ஆம் ஆண்டு செப்டம்பர் மாதம் தொபாந்தர் தமது குறிப்பில் தாமும் தமது உதவியாளர் இருவரும் தலா 10,000 பகோடாக்களுக்காகச் சிறைபிடிக்கப்பட்டனர் எனக் கூறியுள்ளார்.[244]

அதன்பின்னர் வணிகம் சற்றே தளர்ச்சியுடன் காணப்பட்டிருப் பினும் பரங்கிப்பேட்டையைச் சார்ந்த ஜமால் மரக்காயர் கேதா துறைமுகத்தில் மன்னரின் நீதி மன்றத்தில் அமைச்சராக ஆனபின்னர் அவ்வணிகம் மீண்டும் வளர்ச்சியடைந்தது. ஜாக்கொப் எய்பிராச் என்னும் டச்சு இயக்குநர் 1792ஆம் ஆண்டு அளித்த அறிக்கையில் சோழமண்டலக் கடற்கரையில் பரங்கிப்பேட்டை மிகச்சிறந்த துறைமுகமாக விளங்கியது எனவும், இதற்கு அலைகள் குறைந்த பிச்சாவரம் (கிள்ளை) பகுதியில் கப்பல்கள் வந்து நங்கூரமிடுவதற்கும் வசதியான இயற்கையமைப்பும் காரணமாகும் எனக் கூறியுள்ளார்.[245] துணிகளைத் துவைப்பவர்களுக்கு அதிக எண்ணிக்கையிலான வீடுகள் கட்டிக்கொடுக்கப்பட்டன. ஏற்றுமதி செய்யும் வகையில் துணிகளைச் சேமிக்கப் பலவகையான கிட்டங்கிகளும் கட்டப்பட்டன.[246] இத்துறைமுகம் நன்கு வளர்ந்தமைக்கு அங்கு உற்பத்தி செய்யப்பட்ட துணி உற்பத்தியும் வணிகமும் முக்கிய காரணங்களாகும். இத்தொழில் வளர்ச்சியினால் பரங்கிப்பேட்டையைச் சுற்றியுள்ள பகுதிகளிலும் தொழிலாளர்கள் வந்து குடியேறியதால் பரங்கிப்பேட்டைப் பகுதி வளர்ச்சியடைந்தது.

பாண்டிச்சேரியில் மரக்காயர்களின் துணி வணிகம்

முகலாய மன்னர்கள் தமிழகக் கடற்கரையில் நடைபெற்ற துணி உற்பத்தி மற்றும் வணிகத்தில் மிகுந்த ஆர்வம் காட்டினர். இக்கடல் வணிகத்தை ஆங்கிலேயர் வசம் 1708ஆம் ஆண்டு முகலாய அரசு ஒப்படைத்தது.[247] இதன்பின்னர் கடல் வணிகத்திற்கு உரிமத்தை மரக்காயர்கள் ஆங்கிலேயரிடமிருந்து பெற்று வணிகத்தை மேற்கொண்டனர். ஆனால் 1703ஆம் ஆண்டு அனூநகா மரக்காயர் பரங்கிப்பேட்டையில் ஆங்கிலேயரிடம் பெற்ற கடல் உரிமத்துடன் சென்ற கப்பலைப் பிரெஞ்சுக்காரர்கள் பாண்டிச்சேரியில் பிடித்துவைத்தனர். மேலும் கப்பலின் உரிமையாளர் பாண்டிச்சேரிக்கு வந்து தகுந்த காரணங்களை அளிக்கவேண்டும் என ஆணையிடப் பட்டார். அனூநகா மரக்காயரின் மகன் அதன் சொந்தக்காரருக்குக் கப்பலைத் திரும்பத் தருமாறு பரங்கிப்பேட்டை ஆளுநர் அப்துல் நபி என்பவரிடம் கடிதம் பெற்றுப் பிரெஞ்சுக்காரரிடம் அளித்தார்.[248]

பாண்டிச்சேரியிலிருந்த பிரெஞ்சுக்காரர்கள் மரக்காயர்களுக்கு டச்சுக்காரர் அல்லது ஆங்கிலேயருடன் எவ்வித வணிக நடவடிக்கையும் மேற்கொள்ளக்கூடாது என்ற நிபந்தனையின் பேரில் கடல் வணிக உரிமம் வழங்கினர்.[249] அதேபோல டச்சுக்காரர்களும் பிரெஞ்சுக்காரருடனான வணிக நடவடிக்கையை எதிர்த்தனர்.[250]

பாண்டிச்சேரியிலிருந்து மேற்கொள்ளப்பெற்ற கடல்வணிகம் இன்னும் வளர்ச்சியுறாததால் பரங்கிப்பேட்டையிலிருந்து தமது வணிகத்தை மேற்கொண்டு பிரெஞ்சுக்காரருடன் வணிகத்தை மேற்கொண்டனர். 1681ஆம் ஆண்டு பரங்கிப்பேட்டையில் வசித்த நல்ல புக்கு மரக்காயர் என்பவர் பாண்டிச்சேரியிலிருந்த பிரெஞ்சுக்காரருடன் நல்ல வணிக உறவு வைத்திருந்தார். இவர் தமது கப்பலைப் பாந்தமிற்கு அனுப்பி வணிகம் செய்தார். 1681ஆம் ஆண்டு சனவரி 11ஆம் நாளில் புறப்பட்ட அவர் கப்பலில் 9 பிரெஞ்சுக் கப்பல் ஊழியர்கள் துணிகளுடன் சென்றார்கள். அக்கப்பலில் பிரெஞ்சுக் குழுமத் துணி ஏதும் கொண்டு செல்லப்படவில்லை.[251] அவரது மற்றொரு கப்பல் மரக்காயர்களின் துணியுடன் அச்சே சென்றது. அவர் பரங்கிப்பேட்டையிலிருந்து வணிகம் செய்த ஆங்கிலேயருக்குப் போட்டியாக இருந்தார். மேலும் அச்சேயிலிருந்த அலுவலர்களின் உதவியுடன் ஆங்கிலேயர் கப்பல்களை அனுமதிக்கவும் அவர்கள் விற்பனையைத் தாமதிக்கவும் செய்தார். இதனால் பரங்கிப்பேட்டையிலிருந்து ஆங்கிலேயருடன் கூட்டாக வணிகம் செய்த தமிழ் வணிகர்கள் இவர் மீது குற்றம் சுமத்தினர்.[252]

1681ஆம் ஆண்டு பரங்கிப்பேட்டையிலிருந்து பாந்தமிற்கு 80 கட்டுத் துணிகளை மரக்காயர் ஒருவரின் கப்பலில் 850 பகோடாக்கள் பணத்திற்குக் கொண்டு செல்லும் ஒப்பந்தத்தைப் பிரெஞ்சுக்காரர்கள் ஏற்படுத்தினர்.[253] இக்கப்பல் பிரெஞ்சுக் கொடியைக் கட்டிச் சென்றது. மேலும் ஒரு மரக்காயரின் கப்பல் மூன்று பிரெஞ்சு ஊழியர்களுடன் பிரெஞ்சுக் கொடியுடன் துணிகளை உஜாங் செலாங்கிற்கு சென்றது. 1687ஆம் ஆண்டு பரங்கிப்பேட்டையிலிருந்து மேலும் ஒரு கப்பல் அச்சே துறைமுகத்திற்குப் பிரெஞ்சுக் குழுமத் துணிகள் பகுதியும் பிறர் துணிகள் பகுதியும் ஏற்றிச் சென்றது.[254] அடுத்த ஆண்டு இப்ராஹிம் மரக்காயர் பிரெஞ்சுக்காரர்கள் தமது கப்பலை வாடகைக்குப் பயன் படுத்திக் கொள்ள அனுமதித்தார்.[255] இவ்வாறான கடல் பயணங்களால் பிரெஞ்சுக்காரர்களுக்கு நல்ல லாபம் கிடைத்ததால் துணி வணிகத்தில் மரக்காயர்களின் முக்கியத்துவத்தைப் புரிந்து கொண்டனர்.[256]

18ஆம் நூற்றாண்டின் இடைப்பகுதியில் பாண்டிச்சேரி பிரெஞ்சுக் குழுமத்தின் கைவசம் முழுவதுமாக வந்தது. பரங்கிப்பேட்டையைச் சார்ந்த மீரான் மரக்காயர் பிரெஞ்சுக் குழுமத்தின் வணிக உரிமத்தில் தெனசரிம், கேதா ஆகிய இடங்களுக்கு வணிகம் செய்யப் பிரெஞ்சு ஆளுநரிடம் விண்ணப்பித்தார். ஆங்கிலேயரிடம் எவ்விதத்திலும் வணிக நடவடிக்கை மேற்கொள்ளக் கூடாது என்ற நிபந்தனையுடன் ஒப்பந்தம் கையெழுத்தானது.[257]

பரங்கிப்பேட்டையிலிருந்த பிர் மரக்காயர் என்பவர் 1746ஆம் ஆண்டு பாண்டிச்சேரிக்கு கப்பல் வணிக உரிமம் பெற வந்திருந்தார்.[258] கெரிட் ஜீமான் என்பவர் மலாக்காவிற்குப் பல வகையான துணிக்கட்டுகளுடன் மரக்காயர்களின் ஏழு கப்பல்கள் பாண்டிச்சேரியிலிருந்தும் பரங்கிப்பேட்டையிலிருந்தும் 1755ஆம் ஆண்டு வந்திருந்ததாகக் குறிப்பிட்டுள்ளார்.[259] ஆக பிரெஞ்சுக்காரர்கள் துணி வணிகத்தில் பங்கேற்றிருந்தாலும் மரக்காயர்களின் பங்கு மிக முக்கியத்துவம் பெற்றிருந்தது என்பதை அறியமுடிகிறது.

1757ஆம் ஆண்டில் சோழமண்டலக் கடற்கரையின் டச்சு ஆளுநர் அறிக்கையில் மரக்காயர்களின் வணிகம் குறித்து விரிவாகத் தரப்பட்டுள்ளது. மணிலா, மலாக்கா, அச்சே, ஆரகான், பெகு, மொக்கா ஆகிய பகுதிகளுக்கு அவர்கள் மேற்கொண்ட துணி வணிகம் மட்டும் ஆண்டுக்கு 200000 பகோடாக்களுக்கு மேல் இருந்தது.[260] 1762ஆம் ஆண்டு மட்டும் 12 மரக்காயர் கப்பல்கள் பரங்கிப்பேட்டையிலிருந்து துணிகளுடன் தென்கிழக்காசிய நாடுகளுக்குச் சென்றன. 1764ஆம் ஆண்டு அக்கப்பல்களின் எண்ணிக்கை 20 ஆக ஆனது.[261] பரங்கிப் பேட்டையில் உற்பத்தி செய்யப்பட்ட நீலவண்ணத் துணிகளுக்கு மலாக்காவில் மிகுந்த வரவேற்பிருந்தது.[262] இதனால் பல மரக்காயர்கள் மலாக்காவில் நிரந்தரமாகத் தங்கியதோடல்லாமல் சொந்தமாக நிலங்களையும் வைத்திருந்தனர். நிலப் பரிமாற்ற ஆவணங்களில் கோலெஞ்ச் மிரா லெப்பை, மேமான் மரக்காயர், ஜின்னா மரக்காயர் போன்ற பெயர்களில் காணப்படுகின்றன.[263]

பரங்கிப்பேட்டையைச் சார்ந்த சீதக்காதி மரக்காயர் (ஆவணத்தில் செதெகாதி மர்காயன் என்றுள்ளது) பிரெஞ்சுக்காரர்களிடம் வணிக உரிமம் (கார்தாஸ்) பெற்று அச்சேயுடன் வணிகம் மேற்கொண்டார். சில வேளைகளில் பரங்கிப்பேட்டையிலிருந்து அச்சேவுக்குச் சென்ற பிரெஞ்சுக் கப்பல்களில் கூடத் தமது துணியை அனுப்பி வைத்தார்.[264] பரங்கிப்பேட்டையில் ஒரே குடும்பத்தைச் சார்ந்த சின்னத்தம்பி மரக்காயர், காதர் சாஹிப் மரக்காயர் போன்றோர் பாண்டிச்சேரியில் நெசவுக் கிட்டங்கிகளையும் கொள்முதல் மையங்களையும் வைத்திருந்தனர். அவர்கள் இதற்கென முகவர்களை நியமித்துத் துணிகளை ஏற்றுமதி செய்யக் கொள்முதல் செய்தனர். இவ்விருவரும் துணி வணிகத்தை பாண்டிச்சேரியில் தங்கியிருந்த சின்னத்தம்பி மரக்காயரின் மகனான ஃபகிர் சாஹிப் மரக்காயர் என்னும் பெயரில் மேற்கொண்டனர்.

ஷேக் முகமது மரக்காயர் பாண்டிச்சேரியிலிருந்த பிரெஞ்சுக்காரர்களுக்காக ஒரு கப்பலை வாடகைக்கு அமர்த்தி அக்கப்பலில்

துணிகளுடன் பெகுவிற்குப் பயணித்தார். இதற்காக 1777ஆம் ஆண்டு 10 மாதங்கள் 17 நாட்கள் கப்பல் வாடகையாக உரூ 1500 தருமாறு கோரினார். லா து லுரிஸ்டன் என்னும் பிரெஞ்சு ஆளுநர் இதற்கு முதலும் வட்டியுமாகச் சேர்த்து 1202 பகோடாக்கள் வழங்க உத்தரவிட்டார்.[265] இதற்கு முன்னர் இதேபோன்று 1771ஆம் ஆண்டு மே 3ஆம் நாள் முதல் பணிபுரிந்த கப்பல் ஊழியர்களுக்கு ஊதியமாக 1541 ரூபாய் 2 பணம் 32 காசு செலுத்தவேண்டுமென்று பிரெஞ்சுக் காரர்களிடம் கோரினார்.[266]

நாகூரில் மரக்காயர்களின் துணி வணிகம்

மரக்காயர் குடியிருந்த ஊர்களில் நாகூரும் ஒன்றாகும். நாகபட்டினத்தில் தங்கியிருந்த வணிகர்களுக்கு மட்டும் டச்சுக்காரர்கள் வணிக உரிமம் அளித்ததால் நாகூரில் இருந்த மரக்காயர்கள் வணிகம் மேற்கொள்வது கடினமானது. செட்டி வணிகர்களின் துணிகளை நாகூரைச் சார்ந்த மீரான் மரக்காயர் தமது கப்பலில் நாகபட்டினத்தி லிருந்து 1644ஆம் ஆண்டு தென்கிழக்காசிய நாடுகளுக்குக் கொண்டு சென்றார்.[267] மரக்காயர்களுள் சிலர் டச்சுக்காரர்களிடம் வணிக உரிமம் பெற்று மலாக்கா வரை சென்று துணிகளை விற்றனர். இதற்கு ஈடாகச் சந்தன மரங்களையும், தகரத்தையும் இறக்குமதி செய்தனர்.[268] பெரும்பாலும் மரக்காயர்கள் நாகூரில் குடியிருக்கவே விரும்பி டச்சுக்காரர்கள் இருந்த நாகப்பட்டினத்திற்குக் குடிபெயரவில்லை. தஞ்சாவூர் நாயக்கர்கள் குறைந்த அளவே வரி விதித்ததால் அவர்கள் நாகூரிலிருந்து குடிபெயர விரும்பவில்லை.[269] நாகூர் கப்பல் கட்டும் துறைமுகமாகவும் விளங்கியது.[270] இதன் காரணமாகத் துணி வணிகச் செயல்பாடுகளை நாகப்பட்டினத்திலிருந்து நாகூருக்கு டச்சுக்காரர்கள் மாற்றிக்கொண்டனர். பின்னர் மரக்காயர்கள் மராத்திய அரசர்களின் அரவணைப்பில் நாகூரிலிருந்து தமது துணி வணிகச் செயல்பாடுகளை மேற்கொண்டனர்.[271]

நாகபட்டினத்தில் தங்கியிருந்த வணிகர்கள் மட்டுமல்லாது நாகூரில் குடியிருந்த வணிகர்களுக்கும் வணிக உரிமம் வழங்கத் தொடங்கினர். காரைக்காலில் குடியிருந்த சில மரக்காயர்கள் தாம் நாகூரில் வசிப்பதாகக்கூறி வணிக உரிமத்தை டச்சுக்காரர்களிடமிருந்து பெற்றனர்.[272] காரைக்காலில் வசித்த சாலப் பிள்ளை மரக்காயர் நாகூரில் குடியிருந்த தமது அண்ணன் சையது பிள்ளை மரக்காயரின் பெயரில் வணிகம் மேற்கொண்டார்.[273] இதனால் டச்சுக்காரர்கள் சாலப்பிள்ளை மரக்காயரை நாகபட்டினத்தில் குடியேற இணங்கச்செய்தனர்.[274]

நாகூரிலிருந்த சையது பிள்ளை மரக்காயர் மிகச் செல்வந்த வணிகராய்த் திகழ்ந்தார். நாகூரில் இவருக்கு சொந்தக் கப்பல் இருந்தது. இக்கப்பலைத் தரங்கம்பாடியிலிருந்த டேனிசுக்காரர்கள் பிடித்துக் கொண்டார்கள்.[275] இக்கப்பலை விடுவித்தால் தமது டச்சு கிழக்கிந்தியக் குழும வணிகத்திற்குப் பயன்படுத்திக் கொள்ளலாம் என்ற எண்ணத்தில் டேனிசுக்காரர்களிடம் பேச்சுவார்த்தை நடத்தினர்.[276] இக்கப்பலில் இவர் 21 பெரிய அளவிலான துணிக் கட்டுகளும் ஒரு பெட்டி முத்துகளையும் 1745ஆம் ஆண்டு ஏற்றுமதி செய்ததாக டச்சு ஆவணங்கள் குறிக்கின்றன. அப்பொருள்களை 55,618 பகோடாக்களுக்கு அடகு வைத்திருந்ததாகவும் ஆவணம் குறிப்பிடுகிறது.

டச்சுக்காரர்கள் நேர்மையற்ற ஊழல்வாதிகளாகவும் குறுக்கு வழியில் பெரும் செல்வம் சேர்க்கும் வகையில் நடந்து கொண்டதால் நாகப்பட்டினத்தில் குடியிருந்த தமிழ் வணிகர்கள் அனைவரும் வெளியேறினர். கிறிஷ்டியன் வான் தெய்ஜ்லின்ஜன் என்னும் டச்சு ஆளுநர் இதுபோன்று நடந்துகொண்டார். இதனால் நாகபட்டினத்தில் குடியிருந்த வணிகர் அனைவரும் நாகூருக்கு இடம் பெயர்ந்தனர். பியட்டர் ஹாக்ஸ்டீன் என்பார் அவ்வாறு இடம்பெயர்ந்தோர் பட்டியலைத் தயாரித்ததோடு அவர்களைத் திரும்ப நாகபட்டினத்திற்கு வருமாறு அழைத்தார்.[277]

சில மரக்காயர்கள் நாகூரிலிருந்து மலாக்காவிற்குக் குடியேறினர். அப்துல் காதர் என்னும் யேமனைச் சார்ந்த இசுலாமியர் நாகூரில் குடியேறித் தமிழ்ப் பெண்ணை மணந்துகொண்டார். பின்னர் 1747ஆம் ஆண்டு மலாக்காவிற்குக் குடியேறினார். அவருக்கு நான்கு மகன்கள் இருந்தனர். மூன்று மகன்கள் ஜாவா, சுமத்திரா, அம்போனியா ஆகிய இடங்களுக்குக் குடியேறினர்.[278] நான்காவது மகன் மலாக்காவிற்குக் குடியேறினார். அங்குத் தமிழ் லெப்பை வணிகரின் மகளான பெரிய ஆச்சியை மணம் செய்துகொண்டார். அவர்களுக்குப் பிறந்த மகன் அப்துல் காதிர் பின் முகமது இப்ராஹிம் என்பவர் மலாக்கா துறைமுகத்தின் தலைவராக விளங்கினார். இசுலாம் மதத்தின் மீது பற்று கொண்ட அவர் முறையே வணிகம் செய்து சமய அறிவுறுத்தலின் படி நடந்துகொண்டார். மேலும் ஐரோப்பிய வணிகர்களுக்கு எழுத்தராகவும், வணிக ஒப்பந்த எழுத்தராகவும், விண்ணப்ப எழுத்தராகவும் பணிபுரிந்தார்.

நாகபட்டினத்திலிருந்த டச்சுக்காரர்கள் நாகூர் வணிகர்களுக்கு இணக்கமாகக் கால் விழுக்காடு வரி வசூலித்தனர். ஆனால் நாகபட்டினத்திலிருந்த வணிகர்களிடம் தொடர்ந்து அரை விழுக்காடு

வரி வசூலித்தனர்.²⁷⁹ நாயக்க மன்னர்களைத் தொடர்ந்து தஞ்சாவூர் மராத்தியரின் அரவணைப்பில் நாகூரின் வணிகம் வளர்ச்சியடைந்து வந்தது. 1762ஆம் ஆண்டு மட்டும் கடல் சுங்கவரி 5,000 பகோடாக்கள் கிடைத்தன. ஆனால் மூன்றாண்டுகளில் அதாவது 1765ஆம் ஆண்டு பல மடங்கு வளர்ச்சியடைந்து 45,000 பர்தௌகள் கிடைத்தன.²⁸⁰ நாகூர் துறைமுகம் வாயிலாக 1768ஆம் ஆண்டு கடல் சுங்க வரியாக 60,000 பர்தௌகள் மராத்திய மன்னருக்குக் கிடைத்தன.²⁸¹

மராத்திய மன்னர்களிடமிருந்து நாகூரை ஆங்கிலேயக் கிழக்கிந்திய வணிகக் குழுமம் 1778ஆம் ஆண்டு பெற்றது. 1786ஆம் ஆண்டு கேதா சுல்தானின் கட்டுப்பாட்டில் இருந்த பினாங்குத் துறை முகத்தை ஆங்கிலேயர்கள் குத்தகைக்கு எடுத்தமையால் மரக்காயர்கள் பினாங்குடனான வணிகத்தை விரும்பினர். கேதா துறைமுக வணிகத்திற்குச் சென்ற பல மரக்காயர்கள் அங்கேயே குடியேறினார்கள். அவர்கள் தங்கத்தூசு, ஸ்பெயின் நாட்டு வெள்ளி, கார்ஈயம், தகரம், பாக்கு ஆகியவற்றை அங்கிருந்து ஏற்றுமதி செய்தனர்.²⁸² நாகூரிலிருந்த மரக்காயர் மற்றும் லெப்பை இசுலாமிய வணிகர்கள் பினாங்கிற்குத் தொடர்ந்து துணிகளை ஏற்றுமதி செய்துவந்தனர்.²⁸³

1788ஆம் ஆண்டு மிகுந்த அளவிலான வணிகக் கப்பல்கள் நாகூரிலிருந்து பினாங்கிற்குச் சென்றன. பினாங்கில் இருந்த ஆங்கிலேய அலுவலர் நாகூரிலிருந்த லெப்பை, மரக்காயர் வணிகர்களை அங்கேயே குடியேறுமாறு அழைத்தார்.²⁸⁴ பல துணி வணிகர்களும், சில்லரைத் துணி விற்பனையாளர்களும் நாகூரிலிருந்து 1794ஆம் ஆண்டு பினாங்கிற்குக் குடிபெயர்ந்தனர். ஏறத்தாழ 1000 குடும்பங்கள் அங்கேயே நிரந்தரமாகத் தங்கினர். மேலும் ஒவ்வொரு ஆண்டும் 1,500இலிருந்து 2,000 மரக்காயர்கள் நாகூரிலிருந்து பினாங்கு சென்று வந்தனர். ஒரு ஆண்டு சென்ற மரக்காயர்களுக்கு பதிலாக அடுத்த ஆண்டு வேறொரு குழு வணிகத்திற்காக பினாங்கு சென்று வந்தனர்.²⁸⁵

சென்னையில் மரக்காயர்களின் துணி வணிகம்

ஆங்கிலேயக் கிழக்கிந்திய வணிகக் குழுமத்தின் குறிப்பொன்று தமிழ் இசுலாம் வணிகர்களும் செட்டியார்களும் மலாக்காவிற்கு 1780-82ஆம் ஆண்டுகளில் 32,120 எண்ணிக்கையிலான பல வகையான துணிகளை ஏற்றுமதி செய்தனர் எனவும் அது 1791-3ஆம் ஆண்டுகளில் 40,060 துணிகளாக உயர்ந்தது எனவும் குறிப்பிடுகிறது.²⁸⁶ பழவேற்காட்டிலிருந்து டச்சுக் குடியிருப்பு ஆங்கிலேயர் வசம் வந்தபின்னர் அங்கு உற்பத்தி செய்யப்பட்ட துணிகள் சென்னைக்குக் கொண்டுவரப்பட்டன. அதன் பின்னர் மலாக்காவிற்கு மூன்று அல்லது

நான்கு கப்பல்களில் ஒவ்வோராண்டும் துணிகளைத் தமிழ் வணிகர்கள் கொண்டுசென்றனர். அதன் மதிப்பு 40,000 இலிருந்து 80,000 ஸ்பெயின் ரியால் அளவிற்கு இருந்தது.[287] இவ்வணிகம் தொடர்ந்து நிகழ்ந்து வந்தது. 1820களில் மலாக்காவிற்குக் கொணரப்பட்ட துணிகளில் 33 விழுக்காடு துணிகள் தமிழகக் கடற்கரைப் பகுதியிலிருந்து தமிழ் வணிகர்களால் கொண்டுவரப்பட்டவையாக விளங்கின. 1828-29ஆம் ஆண்டு தமிழகம் மலாக்காவுடனான துணி வணிகம் 39 விழுக்காடாக இருந்தது.[288] இவ்வாறு தமிழக வணிகர்கள் மலாக்காவுடன் 1830 வரை தொடர்ந்து வணிக உறவைக் கொண்டிருந்தனர்.

தென்கிழக்காசிய நாடுகள் அல்லாது தமிழகத்தைச் சார்ந்த மரக்காயர்கள் மேலும் கிழக்குப் பகுதிகளுக்கும் சென்றிருந்தனர் என்பதற்கு ஒரு சான்று உள்ளது. பழவேற்காட்டிலிருந்து முகையதின் பக்ஸ் என்பவரின் கப்பல் இந்தோனேசியா வழியாக நியூ கினியா சென்றது.[289] பின்னர் நியூசிலாந்து அருகிலுள்ள சாலமன் தீவுகளுக்குச் சென்றது. நியூசிலாந்தின் வடதீவில் வெலிங்டன் என்னுமிடத்திலுள்ள டொமினியன் அருங்காட்சியகத்தில் ஒரு தமிழில் எழுதப்பட்ட கப்பல் மணி உள்ளது. அந்த மணியில் 'முகையதின் வக்குசுஉடைய கப்பலுடைய மணி' என்ற எழுத்துப் பொறிப்புள்ளது. இதன்வழியாகத் தமிழ் வணிகர்களின் கடல்சார் வணிகக் கட்டமைப்பு மிகச் சிறந்து விளங்கியது என்பதை அறியமுடிவதோடு ஐரோப்பியக் கடல் வணிகமுறையிலிருந்து வேறுபட்டிருந்தது என்பதையும் தெளிவாக அறிந்து கொள்ள முடிகிறது.

தமிழகத்தில் வணிகக் குழுக்களின் எழுச்சி

ஐரோப்பிய வணிகக் குழுமங்களின் வருகையாலும் அக்குழுமங்களின் ஆழ்ந்த வணிக ஈடுபாட்டாலும் 17ஆம் நூற்றாண்டில் தமிழகக் கடற்கரையின் வணிக நடவடிக்கைகளில் புதிய வாய்ப்புகள் உருவாகின. துணி வணிகத்தில் கிடைக்கும் வருமானத்தின்பால் ஈர்க்கப்பட்டு நெசவுத் தொழில் சாராத பிற பிரிவினரும், தனியாரும் இத்தொழிலில் ஈடுபடத்துவங்கினர். இவ்வணிக நடவடிக்கையால் பல குடும்பங்கள் செல்வ வளம்பெற்று வணிகப்போக்கை மாற்றும் சக்தியாக விளங்கினர். இதனால் ஏற்பட்ட செல்வ வளம் அவர்களுக்குச் சமூக முக்கியத்துவத்தை வழங்கியது. இதற்குச் சென்னை, பாண்டிச்சேரிப் பகுதியில் குடியேறிய ஐரோப்பியக் குழுமங்களின் நடவடிக்கைகள் சான்றாக அமைகின்றன. ஐரோப்பிய வணிக ஆர்வத்தின் காரணமாகப் பொருளாதாரத் தளத்தில் பெருத்த மாற்றம் ஏற்பட்டது. இதன் காரணமாக முதலாளித்துவப் பொருளாதாரமான

தனிமனித வளப்பெருக்கம் மற்றும் சந்தைப் போட்டிகள் போன்ற வற்றை இடைக்கால வணிகச் சமூகம் எதிர் கொள்ளவேண்டியிருந்தது. தமிழகக் கடற்கரைப் பகுதிகளின் இடைக்காலப் பொருளாதாரத்தி னின்றும் வேறுபட்டதாக, இம்முதலாளித்துவப் பொருளாதாரம், தனிமனிதச் செல்வப் பெருக்கம் போன்ற தளங்களில் மாற்றம் பெற்றன.[290]

துணி வணிகத்தில் மொத்தக் கொள்முதல் வணிகர்களும் முகவர்களும்

தமிழகத்தில் துணி வணிகர்களைப் பொது வணிகர்கள் எனவும் குறிப்பிட்ட துணி வகை வணிகர் எனவும் இரு பிரிவுகளாகப் பிரிக்க லாம். முதல் வகையான பொது வணிகர்கள் நெசவு மையங்களில் உற்பத்திசெய்யப்பட்ட பலவகையான துணிகளைப் பெற்று வணிகம் மேற்கொள்பவர்கள் ஆவர். இரண்டாம் வகையைச் சார்ந்த வணிகர்கள் வணிகத் தேவைக்கேற்ப ஒரு குறிப்பிட்ட வகைத் துணிகளைக் கொள்முதல் செய்யும் வணிகர்களாவர். ஐரோப்பியக் குழுமங்களின் துணிக் கொள்முதலை மேற்கொள்ள இடைத்தரகர்கள், முகவர்கள், துணி வணிகர்கள், விநியோகஸ்தர்கள் ஆகியோர் பெரும் எண்ணிக்கையில் இயங்கினர்.

வணிக மூலதனத்திற்கு ஈடாக லாபம் காணும் முன்பாகவே முன்பணம் அளித்துத் துணிகளைக் கொள்முதல் செய்வது வழக்க மானது. முகவர்கள், இடைத்தரகர்களைத் துணிக் கொள்முதலுக்குப் பயன்படுத்தியதால் தூரமான ஊர்களிலிருந்து துணிகளைக் கொள்முதல் செய்வதும் அதை வணிக மையத்திற்குக் கொண்டு வருவதும் எளிதானது. முகவர்கள், இடைத்தரகர்களுக்குத் துணி வணிக மூலதனம் முன்பணமாக அளிக்கப்பட்டு அவர்கள் பங்கு துணி வணிகத்தில் முக்கியம் வாய்ந்ததாக அமைந்தது. முகவர்கள் இடைத்தரகர்களுக்கு ஊதியம் அளிக்கப்பட்டது. இவர்கள் சொந்தமாகத் துணியைக் கொள்முதல் செய்ய அனுமதிக்கப்படவில்லை. எனவே, முகவர், இடைத்தரகர்களைத் தெரிவு செய்வதில் அதிகக் கவனம் செலுத்தப்பட வேண்டியிருந்தது. ஏனெனில் அவர்களே சந்தைநிலையைக் கண்டறிந்து செய்தியளிப்பதிலும் தரவேண்டிய வரவு செலவு கணக்குகளை அறியவும் துணிகளைத் தேவையான இடத்திற்குக் கொண்டு வரவேண்டியது உள்ளிட்ட அனைத்துப் பணிகளையும் மேற்கொள்ள வேண்டும்.

துணி வணிகத்தில் முகவர்கள், இடைத்தரகர்களை மூன்று படிநிலைகளில் நோக்கலாம். முதல் படிநிலையில் உள்ள முகவர்கள் தமது உறவினர்கள், நண்பர்களைப் பணிக்கு அமர்த்துவது. இரண்டாம்

நிலை முகவர்கள் முதல்நிலை முகவர்கள் கீழ் பணிபுரிபவர்கள். மூன்றாம் நிலை முகவர்கள் புதிய ஒருவர் பணிக்கு அமர்த்தப்பட்டு துணிக் கொள்முதலைக் கற்றுத் தேர்ச்சிபெறும் வகையில் பணிபுரிவர். சில வேளைகளில் பணிக்கமர்த்தப்படும் முகவர்கள் முன்பணத்தைப் பெற்றுக்கொண்டு தலைமறைவாகிவிடுவதும் உண்டு. அவர்கள் கண்டுபிடிக்கப்பட்டால் தண்டனை மிகவும் கடுமையாக அளிக்கப் பட்டது. தமிழ் ஆவணங்களில் முகவர் எங்குப் பணியமர்த்தப்பட்டார் என்ற விவரமும் முன்பணம் எப்பொழுது திரும்பிப்பெறப்பட்டது என்ற விவரமும் இருக்கும்.[291]

துணி வணிகத்தில் சில்லரை வணிகர்கள், விற்பனையாளர்கள், முகவர்கள்

துணி விற்பனையாளர்களும் சில்லரை வணிகர்களும் தங்களது சொந்த முதலீட்டைப் பயன்படுத்தித் துணிகளைத் தாமாகவே கொள்முதல் செய்து தமது சொந்தப் பொறுப்பில் விற்றனர். விற்பனை யாளர்கள் ஒரு குறிப்பிட்ட எல்லைக்குள் மட்டும் துணிக் கொள் முதலை மேற்கொள்ளலாம். இக்கொள்முதல் ஏற்கெனவே வகைப் படுத்தப்பட்ட, முத்திரையிடப்பட்ட துணிகளை உள்ளடக்கியதாகும். இவ்வகை வணிகர்களைச் சில்லரைச் சந்தைக்கு ஏற்றதாக விளங்கியது. பாண்டிச்சேரியில் துணி விற்பனையாளராக விளங்கிய தாண்டவராயப் பிள்ளை சதுரங்கப்பட்டினத்திலிருந்த டச்சுக்காரர்களுக்குத் துணிகளைக் கொள்முதல் செய்தளிக்கும் முகவராக உயர்ந்தார்.[292] பாண்டிச்சேரியி லிருந்த பிரெஞ்சுக் குழுமத்தில் முகவராக இருந்த சின்னப் பரசுராமன் துணி விற்பனையிலும் துணி சாயப்பணிக்கான கூலியிலும் தில்லுமுல்லு செய்தார். இது பாண்டிச்சேரி ஆளுநர் தூப்ளேயிக்கு தெரியும் என்றாலும் இத்தில்லுமுல்லுவில் தமது பங்கை அவர் பெற்றதனால் சின்னப் பரசுராமன் மீதான எவ்வித நடவடிக்கையும் மேற்கொள்ளவில்லை.[293]

தமிழகக் கடற்கரைப் பகுதியில் நகர மையங்களில் குடியிருந்த தரகர்கள் மற்றும் ஊர்ப்புறங்களில் வாழ்ந்த தரகர்கள் என இரண்டு வகையான தரகர்கள் இருந்தனர். தேவையான துணிகளைப் பெறுவதற்காகப் பல இடங்களிலும் சிறிய அளவில் வணிகம் செய்யும் சில்லரை வணிகர்களை ஐரோப்பியர்கள் பயன்படுத்திக் கொண்டனர். நகர்ப்புறத் தரகர்கள் குழுமத்தின் தரகராகப் பணியாற்றினர். இவர்களுடைய குடியிருப்புகள் வணிக மையங்களிலிருந்தன. இதனால் அவர்கள் பெருமளவிலான துணிகளைக் கொள்முதல் செய்து வணிகக் குழுமங்களின் சேமிப்புக் கிடங்குகளுக்குக்

கொண்டுசெல்வது போன்ற பணிகளை மேற்கொண்டனர். பிரெஞ்சுக் குழுமத் தரகர்கள் சுப்பையன், கோபால அய்யன், ராமச்சந்திர அய்யன் போன்றோர் ஆற்காடு, லாலாபேட்டை ஆகிய பெரிய நெசவு மையங்களில் தங்கியிருந்து துணிகளைக் கொள்முதல் செய்தனர்.[294]

தரகர்களும் துணி கமிஷன் ஏஜண்டுகளும் துணிகளைக் கொள்முதல் செய்து உள்ளூர் வணிகர்களுக்கும் ஐரோப்பிய வணிகக் குழுமங்களுக்கும் கமிஷனுக்கு விற்றனர். கமிஷன் ஏஜெண்ட் தனது சொந்தப் பணத்தில் துணிகளைப் பெற்று லாபத்திற்கு விற்பார். ஆனால் முகவர்கள் ஐரோப்பிய வணிகக் குழுமத்தின் பிரதிநிதியாகப் பணிபுரிந்தனர். கமிஷன் ஏஜெண்டுகள் நஷ்டம் அடையாமல் இருக்க ஒரு குறிப்பிட்ட கமிஷனைப் பெற்றனர். இக்கமிஷன் ஏஜெண்டுகள் துணிகளின் தன்மை, தேவை, சந்தை நிலவரம் குறித்து மிக்க அனுபவத்தைப் பெற்றிருந்தனர். தமிழகக் கடற்கரைப் பகுதித் துணி வணிகம் குறைந்த அளவிலான லாபத்தை ஈட்டித்தந்ததோ அல்லது மிகக் குறுகிய அளவிலோ நடந்தது அல்ல. பலவிதமான வணிக முறைகளும் பணப்பரிமாற்றமும் தமிழகக் கடற்கரை துணி வணிகச் சந்தையில் நிகழ்ந்தன.

ஐரோப்பியக் குழும வணிகர்கள் ஊர்ப்புறங்களில் வாழ்ந்த தரகர்களைப் பயன்படுத்தி ஊர்ப்புறங்களில் உற்பத்தி செய்யப்படும் துணிகளை நெசவாளர்களிடமிருந்து நேரடியாகப் பெற்று குழுமத் தொழிலகங்களுக்கு அனுப்பும் வகையில் ஒப்பந்தம் செய்து கொண்டனர். அனைத்து ஊர்ப்புறங்களில் நெய்யப்படும் துணிகளை கொள்முதல் செய்து தங்களது ஐரோப்பியக் குழுமத் தலைவருக்கு அனுப்பி வைத்தனர். இதுபோல்தான் பிரெஞ்சுக்குழுமத்தின் பிரதிநிதியாக இருந்த ஆனந்தரங்கப்பிள்ளை ஊர்ப்புறத் துணிகளைப் பெற்றுத்தரத் தரகர்களாகப் பாலாஜி பண்டிட் என்பவரையும் ராயல் அய்யன் என்பவரையும் பணிக்கு அமர்த்தியிருந்தார். இவர்கள் ஆற்காடு, லாலாபேட்டை ஆகிய ஊர்களைச் சுற்றியுள்ள நெசவு மையங்களில் உற்பத்தி செய்யப்பட்ட துணிகளைப் பெற்று பாண்டிச்சேரிக்கு அனுப்பி வைத்தனர்.[295] பாண்டிச்சேரியிலிருந்து பிரெஞ்சு அலுவலர் லா பூர்தொன்னெய் மற்றும் லா வெய்லேபாக் ஆகியோருக்கு ஊர்ப்புறத் தரகர்களாகக் குடிக்கரை நைனியப்பப் பிள்ளை மற்றும் வெங்கலக் குமரன் ஆகியோர் சென்னையில் குடியிருந்து தமது பணிகளை மேற்கொண்டனர்.[296] இவர்கள் சில வேளைகளில் ஏற்றுமதி செய்யத் தேவைப்படும் துணிகளின் எண்ணிக்கை குறைவாக இருந்தால் நகர்ப்புற நெசவு மையங்களுக்கும் சென்று துணிகளைக் கொள்முதல் செய்தனர்.

ஐரோப்பிய வணிகக் குழுமங்களால் பணியமர்த்தம் செய்யப் பட்ட முகவர்கள் மாதத்திற்குக் குறைந்தது இருபது நாட்கள் சாலைகள் வழியாகப் பயணித்து நெசவு மையங்களுக்குச் சென்று உற்பத்தி செய்யப்பட்ட பருத்தித் துணிகளைக் கொள்முதல் செய்வர். பல நேரங்களில் ஒரு தரகர் பல வணிகக் குழுமங்களுக்காகத் துணிகளைக் கொள்முதல் செய்ய வேண்டியும் இருந்தது. பாலையூர், பட்டாம்பாக்கம், சென்னப்பநாயக்கன் பாளையம் ஆகிய ஊர்களில் இருந்த தரகர்கள் பிரெஞ்சுக்காரர்களுக்காகத் துணிகளைக் கொள்முதல் செய்து பாண்டிச்சேரிக்கும் ஆங்கிலேயர்களுக்காகக் கடலூருக்கும் அனுப்பி வைத்தனர்.[297] பல தரகர்கள் தமிழகத்தின் உட்பகுதியில் அமைந்திருந்த நெசவு மையங்களான சேலம், உடையார் பாளையம், காஞ்சிபுரம், ஆரணி, ஆற்காடு, லாலாபேட்டை போன்ற ஊர் நெசவாளர்களுடன் தொடர்பு வைத்திருந்தனர். 1741ஆம் ஆண்டு சேலம், சென்னப்ப நாயக்கன்பாளையம், உடையார் பாளையம் ஆகிய இடங்களிலிருந்து தரகர்கள் கொள்முதல் செய்தனுப்பிய துணிகளை ஆங்கிலேயர்கள் நிராகரித்தனர். ஆனால் அத்துணிகள் பிரெஞ்சுக் காரர்களுக்கு அனுப்பப்பட்டன.[298]

தரகர்கள் பொதுவாகப் பெருமளவிலான துணிகளைக் கொள் முதல் செய்வதில் அக்கறை காட்டினர். நெசவாளர்களுக்குத் துணிக்கான விலையை அளித்து அத்துடன் தரகு கூலியையும் சேர்த்து வணிகக்குழுமங்களுக்கு விற்றனர். ஒவ்வொரு துணிக் கொள் முதலுக்கும் 3 பகோடாக்கள் தரகு என நிர்ணயித்தனர்.[299] நெசவாளர்களை நம்பி ஊர்ப்புறத் தரகர்கள் இருந்தார்கள். குறிப்பிட்ட காலத்தில் குறிப்பிட்ட எண்ணிக்கையிலான துணிகளை நியாயமான விலையில் பெற மொத்தக் கொள்முதல் வணிகர்கள் ஊர்ப்புறத் தரகர்களை நம்பி இருந்தார்கள். தரகர்கள் தமது லாபத்தை அதிகரிக்க நெசவாளர், மொத்தக்கொள்முதல் வணிகருடன் பேரம் பேசினர்.

நெசவுத்தொழில் மற்றும் வணிகம் குறித்த அனைத்துச் செயல்பாடுகளையும் தரகர்கள் கண்காணித்துக் கொண்டனர். பாண்டிச்சேரியில் வெளுக்கும் தொழிலுக்கான பணத்தைத் தரகர்கள் பிரெஞ்சுக்காரர்களிடம் பெற்று அவற்றை வெளுக்கும் தொழில் நுட்பாளருக்கும் வண்ணார்களுக்கும் கஞ்சி வாங்குவதற்கும் முன்பணமாக அளித்துத் தம் தேவைகளை நிறைவுசெய்தனர்.[300] இது தவிர துணிகளை வண்டிகளில் ஓரிடத்திலிருந்து வேறோரிடத்திற்குக் கொண்டு செல்ல மாட்டு வண்டி வைத்திருப்பவர்கள் இருந்தார்கள். மாட்டு வண்டியாளர்களைப் பாண்டிச்சேரியில் தரகர் பரசுராமப் பிள்ளைக்கு உதவியாளராக ஆறுமுகப்பண்டாரம் பணி செய்தார். தமது

தலைவரின் சார்பாகப் பிரெஞ்சுக் குழுமத்திற்காகத் துணிகளைப் பாண்டிச்சேரியைச் சுற்றியுள்ள ஊர்களுக்குச் சென்று பெற்றுவர 1000 எருதுகளை விலைக்கு வாங்கினார். இதன் மூலம் பரசுராமப் பிள்ளை உரூ 5,000 வரை சம்பாதித்தார்.[301] தரகர்கள் நெசவாளர்களுக்கும் கொள்முதல் செய்வோருக்கும் பாலமாக விளங்கியதால் அவர்கள் அக்காலத் துணி வணிகத்தில் முக்கியப் பங்காற்றினர் என்பதை அறியமுடிகிறது.

தமிழகத் துணி வணிகர்களின் வணிக நடைமுறைகளும் நடத்தைகளும்

தமிழக வணிகர்கள் தமிழகத்தில் விளங்கிய வணிக அறத்துடனும் நடத்தைகளுடனும் நடந்துகொண்டனர். சென்னையில் இருந்த ஆங்கிலேயக் குடியிருப்பில் அனைத்துப் பணியாளர்களும் சீருடை அணிந்தனர். இதே முறையைப் பாண்டிச்சேரி ஆளுநர் தூப்ளே பின்பற்ற முயன்றார் ஆனால் சரிவர மேற்கொள்ளமுடியவில்லை.[302] துணியைக் கொள்முதல் செய்பவரும் உற்பத்தி செய்பவரும் வணிகத்தை மேற்கொள்ளும்போது இடையில் தரகர்கள் எவரும் குறுக்கிடுவதில்லை. கொள்முதல் செய்பவர் தரகரிடம் கருத்தைக் கேட்டாலும் அவர்கள் எவ்வித பதிலும் அளிப்பதில்லை.[303] எனவே, கொள்முதல் செய்பவருக்கும் துணி உற்பத்தியாளருக்கும் இடையே யான செயல்பாடுகள் நேரிடையாகவும் குறுக்கீடுகள் இன்றியும் நடைபெற்றன. துணி வணிகத்தில் பணம் கொடுக்கல் வாங்கலில் உள்ளூர் வணிகருக்கும் உற்பத்தியாளருக்கும் ஏதேனும் சிக்கல் ஏற்பட்டால் பேசித் தீர்த்துக்கொள்வார்கள். இதில் உடன்பாடு எட்டவில்லையெனில் நீதிமன்றத்திற்குச் செல்வார்கள். வணிகத்தில் நம்பகத்தன்மையின்றி ஏமாற்றுபவர்களுக்குச் சிலவேளைகளில் உடல்ரீதியான தண்டனைகளும் வழங்கப்பட்டன. ஆதிமூல செட்டிக்குத் தரவேண்டிய தொகையைத் திருப்பிச் செலுத்தாத காரணத்தால் ஆண்ட செட்டி என்பவரைத் தூணில் கட்டி 20 கசையடி தரவேண்டும் எனத் தீர்ப்பு வழங்கப்பட்டது.[304] பாண்டிச்சேரியிலிருந்த பிரெஞ்சு ஆளுநரிடம் இவ்வழக்கை விசாரிக்குமாறு கோமுட்டி செட்டிகள் முறையிட்டனர். இவ்வழக்கு விசாரிக்கப்பட்டு 250 பகோடாக்கள் பணத்தை மூன்று தவணைகளில் 1761 சனவரி 14ஆம் நாளுக்குள் செலுத்தவேண்டும் என்று தீர்ப்பு வழங்கப்பட்டது. மேலும் ஒரு வழக்கில் சுன்னம்பேடு ராமு செட்டி செலுத்த வேண்டிய தொகையைத் திருப்பிச் செலுத்தாததால் அவரது சொத்துகள் பறிமுதல் செய்யப்பட்டன. அவரது வீடு அடமானம் வைக்கப்பட்டுத் திருப்பி

அளிக்கவேண்டிய தொகையான 324 பகோடாக்கள் இயேசு சபையினருக்கு வழங்கப்பட்டது.[305]

கடல் கடந்த துணி வணிகம், கப்பல் போக்குவரத்தில் ஆசிய அரசர்களின் செயல்பாடுகள்

கடல்கடந்த துணி வணிகத்தை மேம்படுத்த இந்திய, தென்கிழக்காசிய அரசர்கள் ஆசிய வணிகர்களையும் ஐரோப்பியக் குழுமங்களையும் ஊக்குவித்தார்கள். நாகபட்டினத் துறைமுகத்தின் போர்த்துக்கீசியத் தலைவராக இருந்தவரிடம் 1624ஆம் ஆண்டு டிசம்பர் மாதம் தஞ்சாவூர் நாயக்கராக ஆட்சிபுரிந்த ரகுநாத நாயக்கர் (1580-1630) தமது கப்பல்களுக்கு வணிக உரிமம் ஏன் வழங்கவில்லை என்பதற்கான விளக்கத்தைக் கேட்டிருந்தார். இதனால் 1625ஆம் ஆண்டு நாகபட்டினம் வந்த போர்த்துக்கீசியர் கப்பலைச் சிறை பிடித்தார்.[306] ஷேர்கான் லோடி கடல்கடந்த வணிகத்தில் ஆர்வ மிகுந்திருந்தார். 1630களில் டச்சுக்காரர்கள் அவரது கப்பல்களுக்குத் தென்கிழக்காசிய நாடுகளுடன் வணிகம் மேற்கொள்ள உரிமம் வழங்கினர். ஷேர்கான் பிரெஞ்சுக்காரர்களை பாண்டிச்சேரியில் குடியேற அனுமதித்ததால் இலங்கையின் காலே துறைமுகத்தில் டச்சு கிழக்கிந்தியக் குழுமத்தினர் சிறைபிடித்தனர். இதை அறிந்த ஷேர்கான் தேவனாம்பட்டினத்திலிருந்த டச்சுத் தொழிலகத்திலிருந்த தலைவரிடம் தமது கப்பல் எவ்விதச் சேதமுமின்றி வரவேண்டும் என்று கோரினார்.[307] இந்தியக் கப்பல்களின் வணிகத்தை ஐரோப்பியர் தடுக்க எடுக்கப்பட்ட முயற்சிகள் இந்திய ஆட்சியாளர்களின் அரவணைப்பால் தோல்வியுற்றனர். பிரெஞ்சு ஆளுநர் துமாவும் ஆற்காட்டு நவாபின் இராணுவத் தலைவர் இமாம் சாஹிப்பும் கூட்டாகக் கப்பல்களை வைத்திருந்தனர். அக்கப்பல்களில் ஒரு கப்பல் 1739ஆம் ஆண்டு துணிகளுடன் பரங்கிப்பேட்டையிலிருந்து மோகாவிற்குச் சென்றது.[308] எனவே தமிழகத்தை ஆட்சி புரிந்த மன்னர்கள் தென்கிழக்காசிய நாடுகளுடனான வணிக முக்கியத்துவத்தையும் செயல்பாடுகளையும் நன்கு அறிந்திருந்தனர் என்பதை அறியலாம்.

ஆசியக் கண்டத்தின் பல பகுதிகளிலிருந்து தமிழகக் கடற்கரைப் பகுதிக்குப் பல கப்பல்கள் துணி வணிகத்திற்காக வந்து சென்றன. மலாக்கா சுல்தான், வடமேற்கு சுமத்ராவிலுள்ள பசை துறைமுகத் தலைவர் ஆகியோர் சொந்தக் கப்பல்களைத் தமிழகத்திற்கு அனுப்பித் துணி வணிகத்தை ஊக்குவித்தனர். பல கப்பல்கள் வங்காள விரிகுடாவின் பிற துறைமுகங்களுக்குச் செல்லாமல் தமிழகத்திற்கே வந்து சென்றன. 1512ஆம் ஆண்டு பழவேற்காட்டிற்கு வந்த மலாக்கா சுல்தானின் கப்பல் போர்த்துக்கீசியர்களால் சிறைபிடிக்கப்பட்டது.[309]

பசை துறைமுகத்தலைவரின் கப்பல் *1526*ஆம் ஆண்டு கூனிமேடு துறைமுகத்திற்கு வந்து துணிகளைக் கொள்முதல் செய்து சென்றது.[310] இவ்வணிகம் போர்த்துக்கீசியர்களின் கடல் ஆளுமையால் குறைந்து சிறிது காலத்திற்குப் பின்னர் வளர்ச்சியடைந்தது.[311] பழவேற்காட்டிற்கு துணி வணிகத்திற்காக *1625*ஆம் ஆண்டு ஏப்ரல் *19*ஆம் நாள் சீனச் சோங்குக் கப்பல் வந்தது.[312] அரகான் மன்னர் திருதுண்டம்மா *(1622-38)* தமது கப்பல்களைத் துணி வணிகத்திற்காகப் பழவேற்காட்டிற்கு *1626*ஆம் ஆண்டு அனுப்பிவைத்தார்.[313] மேற்கு ஜாவாவிலுள்ள பாந்தம் துறைமுகத்தலைவர் மைலாப்பூரிலிருந்து துணி வணிகம் மேற்கொள்ளத் தமிழ் வணிகர்களை ஊக்குவித்தார்.[314]

சுல்தான் இஸ்கந்தர் முதா *(1606-36)* அச்சே துறைமுகத்திலிருந்து தமிழகக் கடற்கரையுடனான துணி வணிகத்தை ஊக்குவித்தார்.[315] அச்சே உடனான கப்பல் போக்குவரத்தையும் துணி வணிகத்தையும் மரக்காயர்கள் விருப்புடன் மேற்கொண்டனர். அச்சேயுடனான நேரடி கப்பல்தொடர்பும் இருதரப்பு வணிக உடன்பாடுகளும் வளர்ச்சியுற்றன. அச்சேயின் அரசி ஷபியாதுதின் *(1641-75)* மரக்காயர்களை ஊக்குவித்தார். அச்சேயை ஒரு வரியற்ற வணிகமுமாக நடத்த மிகவும் பாடுபட்டார். இங்குச் சுங்கவரியாகப் பொருள்கள் மீது *8* விழுக்காடு வசூலிக்கப் பட்டது.[316] அச்சே துறைமுகத்திலிருந்து பெறப்பட்ட குதிரைகள் தமிழ் மன்னர்களுக்குத் தேவைப்பட்டன. அச்சேயிலிருந்து வந்த கப்பல்கள் குதிரைகளுடன் வந்து துணிகளுடன் திரும்பிச் சென்றன என ஆவணங்கள் குறிப்பிடுகின்றன.[317] ஆரகான் தமிழகத்துடனான துணி வணிக உறவு மன்னர் சந்ததுஹம்மா *(1652-84)* காலத்திலும் தொடர்ந்தது. அவாவின் அரசர் *1685*ஆம் ஆண்டு பெகுவைப் பிடித்தமையால் ஒருவித அரசியல் குழப்பம் நிகழ்ந்தது. இதனால் தமிழகத்திலிருந்து வந்த துணிகளைப் பெகு வழியாக இறக்குமதி செய்யவேண்டியதானது.[318] *1690*களுக்குப் பிறகு ஆரகான்-தமிழகத்துடனான துணி வணிகம் தொடர்ச்சியாக நடைபெறாமல் வீழ்ச்சியுற்றது.

சென்னை-பெகு உடனான கடல் வணிகம் *1690* முதல் *1725* வரை தொடர்ந்து இருந்து வந்தது. அதன் பின்னர் இவ்வணிகம் தொடர்ச்சியற்று நிகழ்ந்தது. *1736* முதல் *1740* வரை மீண்டும் தொடர்ந்து நிகழ்ந்தது. ஆனால் ஆரகானுக்கு சென்ற கப்பல்கள் அக்கால கட்டத்தில் மிகக்குறைந்த அளவே சென்றுவந்தன. ஆவணங்கள் *1713, 1714, 1718, 1723, 1726, 1729* ஆகிய ஆண்டுகளில் கப்பல்கள் சென்று வந்ததாக மட்டுமே குறிக்கின்றன. பெகுவிலிருந்து வணிகர்கள் கப்பலில் துணிகளைக் கொள்முதல் செய்து சென்றதோடு மரக்காயர், செட்டி வணிகர்களும் பெகுவிற்கு பயணித்துப் பெருமளவிலான துணி வணிகத்தை மேற்கொண்டனர்.[319]

இக்காலகட்டத்தில் புதிய கப்பல் வழித்தடங்கள் கண்டறியப் பட்டுத் துணி வணிகம் மேற்கொள்ளப்பட்டது. பிலிப்பைன்சிலுள்ள இரண்டாம் பெரிய தீவான மிண்டானோ என்னும் தீவிற்கு முதன் முறையாக 1680ஆம் ஆண்டு கப்பல் சென்றது. அதேபோல் அங்கிருந்து 1686 ஆம் ஆண்டு மே 14ஆம் நாள் சென்னைத் துறைமுகத்திற்கு ஒரு கப்பலும் 1690ஆம் ஆண்டு பிப்ரவரி 3ஆம் நாள் மற்றொரு கப்பலும் வந்தது. இதன் பின்னர் மணிலாவிலிருந்து பல கப்பல்கள் சென்னைக்கு வந்து துணிகளுடன் சென்றன.[320]

கேதாவிலிருந்து புறப்பட்ட கப்பல்கள் மார்ச் மாதம் இரண்டாம் வாரத்திலிருந்து ஏப்ரல் இறுதிவரையிலான காலத்தில் சென்னையை வந்தடைந்தன. இவை யானைகளை ஏற்றி வந்தன.[321] கேதாவுடன் மரக்காயர்களும் வணிகத்தை மேற்கொண்டனர்.[322] ஆற்காட்டு நவாபு தாவூத் கான் கேதாவுடனான கப்பல் போக்குவரத்து மற்றும் துணி வணிகத்தை ஊக்குவித்தார். 1703ஆம் ஆண்டில் பிரெஞ்சுக்காரர்களுக்கு அவர் எழுதிய கடிதத்தில் அவர்கள் பிடித்துவைத்திருக்கும் க்லொமிகா மரக்காயரின் கப்பலை விடுவிக்குமாறும் அக்கப்பலைப் பரங்கிப்பேட்டையிலிருந்து துணிகளுடன் வணிகத்திற்குக் கேதாவிற்கு அனுப்ப உள்ளதாகவும் அக்கப்பல் திரும்பி வரும்போது யானைகளை இறக்குமதி செய்யப்போவதாகவும் குறிப்பிட்டிருந்தார்.[323] 1717ஆம் ஆண்டு கேதாவிலிருந்து மைலாப்பூர் துறைமுகம் வழியாக 7,600 பகோடாக்கள் மதிப்புள்ள 19 யானைகள் இறக்குமதி செய்யப்பட்டன. அதேபோல் 1712ஆம் ஆண்டு 3,000 பகோடாக்கள் மதிப்புள்ள 12 யானைகள் இறக்குமதி செய்யப்பட்டன.[324] 1739ஆம் ஆண்டு கேதா மன்னரின் கப்பல் பரங்கிப்பேட்டைக்கு 11 யானைகளுடன் வந்தது.[325] கேதாவின் சுல்தான் முகமது ஜிவா அபிதின் ஷா (1720-78) மரக்காயர் களை கேதாவில் குடியேறுமாறு கேட்டதோடு அயலக வணிகத்தை ஊக்குவித்தார். 1739ஆம் ஆண்டு பரங்கிப்பேட்டையை மராத்தியர்கள் சூறையாடியதால் சில மரக்காயர்கள் கடலூருக்குக் குடிபெயர்ந்தனர். இதனால் கடலூர் தென்கிழக்காசிய நாடுகளுடன் வணிகம் மேற்கொள்ளும் மையமானது. கேதா சுல்தானின் கப்பல் 11 யானை களுடன் கடலூருக்கு வந்து பெருமளவிலான துணிகளுடன் சென்றது.[326] தமிழக வணிகர்களின் கப்பல்களும் கேதாவிற்கு மிகுந்த அளவிலான துணிகளைக் கொண்டு சென்றன.

சென்னைத் துறைமுகத்திற்கு 1689 ஆம் ஆண்டு மார்ச் 14, 1693 பிப்ரவரி 28, 1695 சூன் 20, 1696 மே 4 ஆகிய நாட்களில் ஐந்து வடக்கு வியட்நாமிலுள்ள ஹனோய் (தொன்கின்) என்னுமிடத்திலிருந்து வணிகர்களின் கப்பல்கள் வந்திருந்தன. பின்னர் தொன்கின் மற்றும் தமிழக வணிகர்கள் துணி வணிகத்தில் ஈடுபாடு கொண்டதால் பல

முறை சென்னைக்கும் ஹனோய் துறைமுகத்திற்கும் கப்பல் வந்து சென்று துணி வணிகத்தை மேற்கொண்டன.³²⁷

போர்னியோ வணிகர்களும் துணி வணிகத்திற்காகத் தமிழகக் கடற்கரைக்கு கப்பலில் வந்து சென்றனர். ஹனோய் துறைமுகத்திலிருந்து சென்னை வந்த கப்பல்கள் தாய்லாந்தின் உஜாங் செலாங் துறைமுகத்தைத் தொட்டுச் சென்றன. அங்குப் பருத்தி துணிகள் அதிக லாபத்திற்கு விற்பனை செய்யப்பட்டு மீதமுள்ள துணிகள் தொன்கினுக்குக் கொண்டு செல்லப்பட்டன. போர்னியோ, தொன்கின் ஆகிய இடங்களிலிருந்து தங்கம், வைரம், பெஜோர் கல், சூடம் ஆகிய பொருள்களோடு சென்னைக்கு வந்தன.

தாய்லாந்து மன்னர் நரை (1656-88) மரக்காயர்களின் வணிகத்தின் பால் ஈர்க்கப்பட்டார். அக்காலகட்டத்தில் தமிழ் இசுலாம் வணிகர்கள் உஜாங் செலாங் (புகெட்) பகுதியில் அரசின் முக்கியப் பதவிகளை வகித்தார்கள். ஒரு மரக்காயர் உஜாங் செலாங் பகுதியின் ஆளுநராகக் கூட நியமிக்கப்பட்டார்.³²⁸ சென்னையிலிருந்து சொந்த ஊர் திரும்பிய போர்னியோ, தொன்கின் வணிகர்கள் உஜாங் செலாங் வழியாகச் சென்றனர். அவ்வணிகர்கள் 1687 சனவரி 23, 1701 சூலை 6, 1702 சூலை 5, 1710 ஆகஸ்டு 27, 1718 செப்டம்பர் 11 ஆகிய நாட்களில் உஜாங் செலாங் வந்திருந்தனர் என ஆவணங்கள் குறிக்கின்றன.³²⁹

தாய்லாந்து மன்னர் பெட்ராசா (1688-1702) தென்னசரிம், உஜாங் செலாங்கிலிருந்து சென்னைக்குத் துணி வணிகம் மேற்கொள்வதை ஆதரித்தார். அவர் மறைந்த பிறகு அவரது மூத்த மகன் இளவரசர் சரசக் ஆட்சிக்கு வந்தார். அவர் ஏழாம் சன்பெட் என அழைக்கப்பட்டார். சோழமண்டலக் கடற்கரையுடனான துணி வணிகம் தடைபடாமல் நிகழ அனைத்து உதவிகளையும் செய்தார். தாய்லாந்து மன்னர்களும் மரக்காயர் வணிகர்களும் பல கப்பல்களை அனுப்பித் தாய்லாந்து-சென்னை வணிகம் தடைபடாதவகையில் மேற்கொண்டனர்.³³⁰

சென்னையிலிருந்து கப்பல்வழி ஆசியத் துணி வணிகமும், கப்பல் வழிகளும்

தமிழகக் கடற்கரையுடனான தென்கிழக்காசிய நாடுகளின் துணி வணிகம் 17ஆம் நூற்றாண்டின் இரண்டாம் பகுதியில் புதிய முறைக் கப்பல் போக்குவரத்தும் வணிக முறையும் உருவானது. அச்சே, கேதா, தென்னசரிம், பெகு, மலாக்கா, உஜாங் செலாங் ஆகிய தென்கிழக்காசிய துறைமுகங்களிலிருந்து கப்பல்கள் சென்னைக்கு வந்ததோடு அருகிலுள்ள துறைமுகங்களையும் தொட்டுச் சென்றன.

இதனால் பல நாடுகளில் இருந்த வணிகர்கள் கூட்டாகத் துணி வணிகத்தை மேற்கொண்டனர். எனவே, இது இருதரப்பு வணிகமாக இல்லாமல் பல வேளைகளில் முத்தரப்பு வணிகமாக நிகழ்ந்தது. ஆசியாவின் பல பகுதிகளிலிருந்து தமிழகக் கடற்கரைக்குத் துணி வணிகத்திற்காக வந்த வணிகர்கள் துணிகளைக் கொள்முதல் செய்து தமது சொந்தத் துறைமுகங்களுக்கு மட்டும் செல்லாது வழியிலுள்ள பிற துறைமுகங்கள் வழியாகச் சென்று வணிகப்பரிமாற்றத்தை மேற்கொண்டனர். கப்பல் புறப்படுமிடமும் சேருமிடமும் வெவ்வேறாக இருந்தமையால் வணிகர்கள் பல துறைமுகங்களுக்கும் தமது பொருள்களுடன் சென்று பரிமாற்றம் நிகழ்த்த இயன்றது. தேவையான துணிகளைப் பெறுவதற்காகச் சென்னையில் மூன்றிலிருந்து ஐந்து மாதங்கள் வரை கப்பல்கள் தங்கியிருந்தன.[331]

சென்னைக்குத் துணி வணிகம் மேற்கொள்ளவரும் கப்பல்கள் 17ஆம் நூற்றாண்டின் இறுதிப் பகுதியில் தென்கிழக்காசிய நாட்டுத் துறைமுகங்களுக்குத் திரும்பும்போது வழியில் நான்கு துறைமுகங்களைத் தொட்டுச் சென்றன. 1691ஆம் ஆண்டு ஃபிரான்சிஸ் என்னும் கப்பல் அச்சே, சென்னை, உஜாங் செலாங், கேதா ஆகிய துறைமுகங்களைத் தொட்டுச் சென்றது. அதேபோல் 1691ஆம் ஆண்டு ஏப்ரல் 1ஆம் நாள் சென்னையிலிருந்து கிளம்பிய ரூபி என்னும் கப்பல் மலாக்காவிற்கு முதலில் சென்று பின்னர் போர்னியோ சென்றது. 1708ஆம் ஆண்டு பெகுவிலிருந்து கிளம்பிய சிந்தாதிரி என்னும் கப்பல் சென்னை, உஜாங் செலாங், கேதா ஆகிய துறைமுகங்களுக்குச் சென்றது. சென்னையிலிருந்து 1725ஆம் ஆண்டு அக்டோபர் 7ஆம் நாள் லோர்ட்டா என்னும் கப்பல் சென்னையிலிருந்து கிளம்பிப் பெங்குளு வழியாகத் திமோர் சென்றடைந்தது. மேற்காணும் செய்திகளை நோக்கும்போது பெரிய அளவிலான துணி வணிகத்தை மேற்கொண்ட கப்பல்களில் பல ஒன்றுக்கும் மேற்பட்ட துறைமுகங்களுக்குச் சென்று வணிகப்பரிமாற்றத்தை மேற்கொண்டன என்பதை அறியமுடிகிறது.

துணி வணிகத்தின் அளவு வளர்ச்சியுறத் துவங்கியதால் கடல் வணிகக் காப்பீட்டு முறையும் இருந்தது. தயால் தாஸ், சம்புதாஸ் ஆகியோர் 1740களில் சென்னையில் கடல் வணிகக் காப்பீட்டுக்குழும முகவர்களாக இருந்தனர். 1740ஆம் ஆண்டு ஹாஜி அப்துல் ஹாதி என்னும் கப்பல் உரிமையாளர் கப்பல் காப்பீட்டுத் தொகையாக 1,500 பகோடாக்களை முகவர்கள் தயால் தாஸ், சம்புதாஸ் ஆகியோரிடம் வழங்கினர். 8 விழுக்காடு காப்பீட்டு தொகையையும், 1¼ விழுக்காடு முகவர் கட்டணத்தையும், 3½ விழுக்காடு சுங்கத்தொகையையும் 8 விழுக்காடு தள்ளுபடித்தொகையையும் உள்ளடக்கியது.[332] 1743ஆம்

ஆண்டு சென்னையிலிருந்து பெராக் சென்ற கப்பல் 1,500 பகோடாவிற்குக் காப்பீடு செய்யப்பட்டது. கப்பல் திரும்பி வரும் வரையில் இக்காப்பீடு செல்லுபடியாகும். இக்கப்பல் தென்னசரிம் துறைமுகத்தில் எரிந்துபோனது. கப்பலின் உரிமையாளர் சென்னை மேயர் நீதிமன்றத்தில் முறையிட்டார். காப்பீட்டு நிறுவனத்தார் கப்பல்காப்பீடு கடலில் செல்லும்போதுதான் செல்லுபடியாகும் என்றும் அது துறைமுகத்திலிருக்கும்போது ஏதேனும் நிகழ்ந்தால் காப்பீடு தர இயலாது எனவும் கப்பல் செல்லவேண்டிய வழியில் செல்லாமல் தென்னசரீமுக்கு சென்றதால் காப்பீடு தர இயலாது எனவும் முறையிட்டார். அதனால் அக்கப்பலுக்குக் காப்பீடு வழங்கப்படவில்லை.[333]

தமிழகப் பகுதியை ஆட்சி செய்தோர் துணிகளை ஏற்றுமதி செய்ய ஒரு குறிப்பிட்ட அளவு சுங்கவரியை வசூலித்தனர். நாகபட்டினத் துறைமுகத்தில் நாயக்க மன்னர்கள் 2½ விழுக்காடு வசூலித்தனர். பழவேற்காட்டில் சுங்கவரி 2 விழுக்காடாக இருந்தது. பின்னர் 1712ஆம் ஆண்டு மாதம் 4 விழுக்காடாக உயர்த்தப்பட்டது. பாண்டிச்சேரியில் 1674ஆம் ஆண்டு 1½ விழுக்காடாக இருந்தது ஒவ்வோர் ஆண்டும் ¼ பங்காக உயர்த்தப்பட்டது 2½ விழுக்காடாக ஆனபின்னர் நிறுத்தப்பட்டது. பரங்கிப்பேட்டையில் 2½ விழுக்காடு இறக்குமதி செய்யும் பொருள்களுக்கு மட்டும் வசூலிக்கப்பட்டது. ஏற்றுமதி பொருளுக்குச் சுங்கவரி வசூலிக்கப்படவில்லை. 1684 ஆம் ஆண்டு மைலாப்பூரின் சாந்தோமில் $2^1/_8$ விழுக்காடு சுங்கவரியாக வசூலிக்கப்பட்டது. சென்னையில் துணிகள் ஏற்றுமதிக்கு 3 விழுக்காடு சுங்கவரி வசூலிக்கப்பட்டது. பின்னர் 1684 ஆம் ஆண்டு சனவரி மாதம் 5 விழுக்காடாக உயர்த்தப்பட்டது. கடலூரில் சுங்கவரி 3 விழுக்காடாக இருந்தது.

காலப்போக்கில் சுங்கவரியானது பொதுவாகத் துணிகளுக்கு என்றில்லாமல் ஒவ்வொரு வகைத்துணிக்கும் வெவ்வேறு சுங்கவரிகள் வசூலிக்கப்பட்டன. ஆலம்பரவையில் 1698ஆம் ஆண்டு ஒவ்வொரு நூறு உருப்படிகள் கொண்ட நீளங்களுக்கும் ஒரு பகோடா சுங்கவரியாக வசூலிக்கப்பட்டது. பழவேற்காட்டில் 20 எண்ணிக்கை கொண்ட கைக்குட்டைகளுக்கு முக்கால் பகோடா சுங்கவரியாக வசூலிக்கப்பட்டது. துணி உற்பத்திக்கான மூலப்பொருள்களுக்கும் நீலநிறச் சாயத்திற்கும் சுங்கவரி வசூலிக்கப்பட்டது. ஒரு மாட்டுவண்டி எடையுள்ள நீலநிறச் சாயத்திற்கு ஒரு பணமும் ஆறு காசுகளும் சுங்கவரியாக வசூலிக்கப்பட்டன. பரங்கிப்பேட்டை நீலநிறச் சாய

உற்பத்திக்குப் பெயர்போன இடம் என்பதால் 11 பணம் சுங்கவரியாக வசூலிக்கப்பட்டது.³³⁴

தென்கிழக்காசிய நாடுகளிலிருந்து இறக்குமதி செய்யப்பட்ட நறுமணப்பொருள்கள், மருந்துப்பொருள்கள், ஒப்பனைப் பொருள்கள், வாசனைப் பொருள்களுக்குத் தமிழகக் கடற்கரைப் பகுதிகளில் நல்ல வரவேற்பிருந்தது. அச்சேயிலிருந்து வந்த சந்தனம் உடலுக்குக் குளிர்ச்சியூட்டியதால் தமிழர் அதைப் பயன்படுத்தினார்கள். வெள்ளை மற்றும் மஞ்சள் நிறச் சந்தனம் ஜாவாவிலிருந்தும் திமோரிலிருந்தும் வந்தது. திமோரிலிருந்து வந்த சந்தனக் கட்டை திமோரியன் பச்சை என வழங்கப்பட்டது. இது குங்கிலியம் மரத்திலிருந்து வரும் ஒருவகைப் பிசின் ஆகும். இது ஜாவாவிலிருந்தும் சுமத்திராவிலிருந்தும் இறக்குமதி செய்யப்பட்டது. தமிழர்களுக்கு உடையில் நறுமணமூட்ட அச்சேயிலிருந்து அகில் மரங்கள் இறக்குமதி செய்யப்பட்டன. தாய்லாந்துப் பகுதியில் திமிங்கலமீனிலிருந்து எடுக்கப்பட்ட ஒருவகை நறுமண எண்ணெய் தமிழகத்திற்கு இறக்குமதி செய்யப்பட்டது. ஆரகானிலிருந்து மானிலிருந்து பெறப்பட்ட கஸ்தூரி இறக்குமதி செய்யப்பட்டது.³³⁵ கேசவ செட்டி என்பவரின் இரண்டு கப்பல்கள் 1639ஆம் ஆண்டு அச்சேவுக்கும் கேதாவுக்கும் சென்று 1640ஆம் ஆண்டு மார்ச் மாதம் திரும்பின. அக்கப்பல்களில் 17 புனுகுப்பூனைகள் கொண்டுவரப்பட்டன. 1640ஆம் ஆண்டு மார்ச் 25ஆம் நாள் கேதா சுல்தானின் கப்பல் ஒன்று 25 புனுகுப்பூனைகளைக் கொண்டு வந்ததோடு 1,200 கிலோ மிளகையும் கொண்டுவந்திருந்தது.³³⁶ புனுகுப் பூனையின் கழிவுகள் மருத்துவப் பயன்பாட்டிற்காகச் சேகரிக்கப் பட்டன. சூடம் இந்து, இசுலாம் மக்களால் பயன்படுத்தப்பட்டதோடு சவங்களைப் பதப்படுத்தவும் பயன்படுத்தப்பட்டது. சூடம் தெனசரிம், ஜப்பான், போர்னியோ ஆகிய பகுதிகளிலிருந்து தமிழகத்திற்குக் கொணரப்பட்டது.³³⁷ அலுமினியம் சல்பேட், பொட்டாசியம் சல்பேட்டில் உருவாகும் படிகாரம் சுமத்திரா, போர்னியோ ஆகிய பகுதிகளிலிருந்து கொண்டுவரப்பட்டு மருத்துவத்திற்குப் பயன்படுத்தப் பட்டது. பழவேற்காட்டில் படிகாரத்திற்கு மிகுந்த தேவை இருந்தது. டேனியல் ஹாவர்த் என்னும் டச்சு கிழக்கிந்தியக் குழுமப் பணியாளர் பருத்தித்துணிகளில் வண்ணமேற்றப் படிகாரம், பால் மற்றும் பதனீட்டு உப்பு ஆகியன பயன்படுத்தப்பட்டன எனக் குறிப்பிடுகிறார். அச்சேயிலிருந்து கொணரப்பட்ட சம்பங்கி மரம் துணிகளைச் சாயம் ஏற்றப் பயன்படுத்தப்பட்டன. நெசவுத்தொழிலில் பயன்பட்ட மெழுகு தாய்லாந்திலிருந்து பெறப்பட்டது.³³⁸ இவ்வாறு மருத்துவ, சமயச் சடங்கு, தொழிற்சாலைப் பயன்பாட்டிற்குத் தேவையான பொருள்கள்

தென்கிழக்காசிய நாடுகளிலிருந்து தமிழகத்திற்குக் கொண்டுவரப்
பட்டன.

செட்டி, முதலி, பிள்ளை, மரக்காயர் துணி வணிகர்களின் செல்வ வளம்

17-18ஆம் நூற்றாண்டுகளில் போர்த்துக்கீசியர்களும் டச்சுக்காரர்
களும் கடல் வழி வணிகத்தைப் பெருமளவு தமது கட்டுப்பாட்டில்
வைத்திருந்தனர். ஆங்கிலேயர்களும் பிரெஞ்சுக்காரர்களும் உள்ளூர்
வணிகர்களை வணிகம் மேற்கொள்ளவும் கப்பல் செலுத்தவும் எவ்வித
நிபந்தனைகளையும் விதிக்காது தமது வணிகத்தையும் தொடர்ந்தனர்.
எனவேதான் செட்டி, முதலி, பிள்ளை, மரக்காயர் வணிகர்கள்
சென்னையிலும் பாண்டிச்சேரியிலும் குடியேறினர். பாண்டிச்சேரியில்
தங்கியிருந்து வணிகம் மேற்கொண்ட நைனியப்பப் பிள்ளையின் அசை
மற்றும் அசையாச் சொத்துகள் மட்டும் 40,000 பகோடாக்கள் ஆகும்.[339]
1746ஆம் ஆண்டு பெடரோ கனகராய முதலியார் இறந்தபோது
அவருடைய சொத்துகளின் மதிப்பை 36,000 பகோடாக்கள் எனப்
பிரெஞ்சுக்காரர்கள் மதிப்பிட்டனர்.[340] அவர் தோட்டங்களையும்,
சேமிப்புக் கிடங்குகளையும், வீட்டையும் வைரங்கள் உள்ளடக்கிய
நகைகளையும் வைத்திருந்ததாகக் குறிப்பிடுகின்றனர். கனகராய
முதலியாரின் வயல்கள் மட்டும் குறைந்த பட்சம் 100,000 பகோடாக்கள்
மதிப்பிருக்கும் என நகரத்திலிருந்த மக்கள் கருத்து தெரிவித்தனர்.
ஆனால், பிரெஞ்சு ஆளுநர் தூப்ளே அதன் மதிப்பை 200,000
பகோடாக்கள் அளவிருக்கும் என மதிப்பிட்டார்.[341] நாகபட்டினத்தைச்
சார்ந்த கோச்சா மரக்காயர் 1716ஆம் ஆண்டு இறந்தபோது அவர் உயில்
ஏதும் எழுதாமல் இறந்தமையால் குடும்ப உறுப்பினரிடையே பிணக்கு
ஏற்பட்டது. இப்பிணக்கை ஆற்காட்டு நவாப் தீர்த்து வைத்தார்.[342]
நாகபட்டினத்தைச் சார்ந்த சையது பிள்ளை மரக்காயர் 1755ஆம் ஆண்டு
இறந்தபோது 130,000 பகோடாக்கள் மதிப்புள்ள சொத்துகளை
வைத்திருந்தார். அவர் அச்சே, மலாக்கா, கேதா, உஜாங் செலாங் ஆகிய
இடங்களுக்கு வணிகம் செய்து பெருஞ்செல்வந்தரானார்.[343] அவர்
இறக்கும் முன்பாக அச்சொத்துகளைத் தமது மனைவி யூசுப் நாச்சியார்
என்ற பெரிய உம்மாளுக்கும் தனது மகன் முகையதீன் சாஹிப்புக்கும்
எழுதி வைத்தார். இந்த உயிலுக்குச் சாட்சியாளராகப் பெரிய சேரன்
முதலியார், சையது பிள்ளை மரக்காயர் ஆகியோரை நியமித்தார்.[344]
தமிழக வணிகர்கள் தமது சொத்தின் மதிப்பைப் பிறருக்குத் தெரிவிக்க
விரும்பவில்லை. அவர்களுடைய சொத்துமதிப்பு வெளியாருக்குத்
தெரியாமல் மறைத்து வைக்கப்பட்டது. தமிழ் வணிகர்களின் சொத்து

மதிப்புகள் ஒரு சில வேளைகளில் மட்டும் சான்றுகள் மூலம் அறியமுடிகிறது.

வணிகக் குழுக்களில் சாதிய வேறுபாடு தலையெடுக்கத் துவங்கியது. துணி வணிகம் மேற்கொண்டவர்கள் பலர் சாதியத்தைப் பயன்படுத்திப் பெருஞ்செல்வந்தரானார்கள். துறைமுகப் பயனிலப் பகுதியிலிருந்தோருள் துணி வணிகத்திற்காகப் பலர் ஐரோப்பியக் குடியிருப்புப் பகுதிகளுக்குச் சென்று குடியேறினர். பயனிலப்பகுதியில் இருந்த நெசவு மையங்களுக்கும் துறைமுகப் பகுதிகளுக்கும் தேவையான பணப் பரிமாற்றத்திற்குக் கேட்போலை (உண்டி) முறை பயன்படுத்தப்பட்டது. ஐரோப்பிய வணிகக் குழுமங்கள் உள்ளூர் வணிகர்களைத் தங்களது சொந்த முதலீட்டைத் துணி வணிகத்திற்குப் பயன்படுத்தத் தூண்டினர். இவ்வணிகத்திற்கு நாணயமாகத் தங்க நாணயமான பகோடா, வெள்ளி, பணம், ஆற்காட்டு ரூபாய்கள் போன்றன பயன்படுத்தப்பட்டன. 18ஆம் நூற்றாண்டின் முதற்பகுதியில் மரக்காயர்களின் வணிகம் ஐரோப்பியத் தனியர் வணிகம் காரணமாக வீழ்ச்சியடைந்தது என அரசரத்தினம் குறிப்பிடுகிறார்.[345] ஆனால் இக்கால கட்டத்தில் பரங்கிப்பேட்டை, நாகூரிலிருந்து மரக்காயர்கள் மேற்கொண்ட வணிகம் குறித்த பல சான்றுகள் உள்ளதால் இக்கருத்து மீளாய்வுக்குரியது. மரக்காயர்கள் ஐரோப்பியரிடமிருந்து விலகித் தனித்து வணிகம் மேற்கொண்டனர் என்ற அசின் தாஸ் குப்தாவின் கருத்தும் மீளாய்விற்குரியது.[346] ஏனென்றால் பரங்கிப்பேட்டை, நாகூர், காரைக்கால், பாண்டிச்சேரி ஆகிய இடங்களில் ஐரோப்பியரின் உதவியுடன் குறிப்பாகப் பாண்டிச்சேரியில் பிரெஞ்சுக்காரர்களுடனும் நாகபட்டினத்தில் டச்சுக்காரர்களுடனும் சேர்ந்து வணிகத்தை மேற்கொண்டனர். மேலும் பரங்கிப்பேட்டை-கேதா, பரங்கிப்பேட்டை-தென்னசரிம், பரங்கிப்பேட்டை-பாந்தம், நாகூர் பினாங்கு ஆகிய புதிய கடல்வளங்கள் கண்டுபிடிக்கப்பட்டன. இந்தோனேசியக் கடல் பகுதியில் டச்சுக்காரர்கள் தங்களது ஆளுமையைப் பயன்படுத்தி மரக்காயர்களின் வணிக வளர்ச்சிக்குத் தடையாக இருந்தனர். இதனால் மரக்காயர்கள் தங்களது வணிக நடவடிக்கைகளை மலேசியா, தாய்லாந்து பகுதிகளுக்கு மாற்றிக் கொண்டனர். மரக்காயர்கள் தென்கிழக்காசிய நாடுகளில் குடிபெயர்ந்து அங்குள்ள மக்களுடன் ஒன்றித் தங்களது திறமையால் வணிகத்தை வளர்த்தனர்.

இக்கால கட்டத்தில் வணிகம் சாராத பிற உள்ளூர் சமூகப் பிரிவுகளான பிள்ளை, முதலியார் ஆகியோர் வணிகத்தை மேற்கொள்ளத் துவங்கினர். வணிக மூலதனத்தில் உறவினர்களைப் பங்குதாரராகச் சேர்த்து வணிகம் மேற்கொள்ளும் முறை தமிழக

வணிகரிடையே விளங்கியது. ஆனால் ஐரோப்பிய வணிகக் குழுமங்கள் கூட்டு சரக்கக வணிகக் குழுமங்களை உருவாக்கி உள்ளூர் வணிகர்களைப் பங்குதாரராகக் கொண்டு இயங்க முயற்சித்தனர். இதனால் தனி மனித வணிகத்தை அவர்கள் ஊக்குவிக்கவில்லை. ஐரோப்பிய வணிகக் குழுமங்களின் நடவடிக்கையால் தமிழகத்தில் பல புதிய துறைமுகங்கள் தோன்றித் துணி வணிகத்தில் முக்கியப் பங்காற்றின. தொடக்க முதலாளித்துவம் மற்றும் பொருளாதார மூலதனம் ஆகிய கூறுகள் சென்னை, பாண்டிச்சேரி பகுதியில் தோன்றின. இதனால் தொழில்முனைவோர் பலர் உருவாகி விரிவான பொருளாதாரத் தளம் உருவானது. மேக்ஸ் வெபர் முதலாளித்துவப் பொருளாதார உருவாக்கத்திற்குச் சமயம் மற்றும் பண்பாட்டுக் கூறுகள் முக்கிய காரணிகளாக அமையும் என்னும் கூற்று கேள்விக் குள்ளாகிறது. ஏனெனில் தமிழக வணிக வளர்ச்சிக்கு அரசியல் மற்றும் பொருளாதாரம் போன்றன முக்கிய காரணிகளாக அமைந்தனவே ஒழியச் சமயம் மற்றும் பண்பாட்டுக் கூறுகள் அல்ல. ஐரோப்பியக் குழுமங்களின் வணிகப்போட்டிக்கு தகுந்தாற்போல் தங்களது வணிகச் செயல்பாடுகளை மாற்றிக்கொண்டனர். கடல்சார் வரலாற்றில் தனி வணிகர்களின் செயல்பாடுகள் முன்னிலைப்படுத்தப்படவேண்டும். மறுபுதிய பொருளாதாரக் கொள்கையின் படி பெரும்பாலும் ஒரு தனிமனிதனின் விருப்ப வெறுப்புகளை அடியொட்டிப் பொருளாதார வளர்ச்சி அமைகிறது. நவீனக் கடல்சார் வரலாறு மற்றும் வணிகமுறைமைகள் தனிமனித மற்றும் குழுக்களின் தொடர்புகளால் எவ்வாறு சிறப்பாய் உருவாக்கப்படுகின்றன என்பதை அறிய முடிகிறது.

சான்றெண் விளக்கம்

1. K. K. Pillai, A Social History of the Tamils, Madras, 1975, vol. I, p. 248.
2. S. Jeyaseela Stephen, ed., Literature, Caste and Society: The Masks and Veils, Delhi, 2006, p. 23.
3. Annual Report on South Indian Epigraphy, Madras, 1887-1955 (இனி ARE), 256 of 1912. *கவரைகள் தானிய வணிகர்களாக இருந்தனர். பார்க்க,* Meera Abraham, The Two Medieval Merchant Guilds of South India, Delhi, 1988, p. 77. *கவரை நாயக்கன் பாடி 1564, 1567ஆம் ஆண்டுக் கல்வெட்டுகளிலும் காணப்படுகிறது. பார்க்க,* Meera Abraham, The Two Medieval , *முன்னர் சுட்டியது,* pp. 188-9.
4. David Rudner, 'Religious Gifting and Inland Commerce in Seventeenth Century South India', Journal of Asian Studies (இனி JAS), vol. 46, no. 2, 1987, pp. 361-79.
5. ARE, 243 of 1939. *செங்கம் பகுதியில் புதுப்பாளையத்தில் உள்ள இக்கல்வெட்டு 1494ஆம் ஆண்டில் வெட்டப்பட்டது.*
6. ARE, 41 of 1922.
7. *மேலது.*

8. ARE, 372 of 1912. ஆரணிக்கருகில் உள்ள தேவிகாபுரம் கல்வெட்டு 1510இல் வெட்டப்பட்டது.
9. ARE, 31 of 1934.
10. இச்செப்புப்பட்டயம் கடலூரில் கண்டுபிடிக்கப்பட்டது. ARE, CP 11(a) of 1935. வெள்ளாளர்களில் தொண்டைமண்டல வெள்ளாளர், கார்காத்த வெள்ளாளர், நாசில்நாட்டு வெள்ளாளர், கொங்கு வெள்ளாளர், சோழிய வெள்ளாளர். துளுவ வெள்ளாளர் என்னும் கிளைப்பிரிவுகள் இருந்தன. இப்பிரிவுகள் அவர்கள் வாழ்ந்த இடம், முன்னர் வாழ்ந்திருந்த இடத்தின் அடிப்படையாக இக்கிளைப் பெயர்கள் உருவாகின.
11. தந்தை பல்தஸ்ர் த கோஸ்தா அவர்களின் கடிதம் 1646; பார்க்க Jean Castes, L'Ancienne Mission du Madure des Origin et ses Histoire, மதுரை மண்டல இயேசு சபை ஆவணக்காப்பகத்திலுள்ள தட்டச்சுசெய்யப்பட்ட ஆவணம் (இனி MPJA), Shenbaganur, pp. 116-22. மேலும் பார்க்க J. Bertrand, La Mission du Madure d'apres de Documents in Edits, 4 vols., Paris, 1850-54, vol. II, pp. 340-48.
12. J. Bertrand, La Mission du Madure, முன்னர் சுட்டியது; பார்க்க, vol. II, தந்தை இமானுவேல் மார்ட்டின் அவர்களின் 1626 அக்டோபர் 14ஆம் நாளிட்டக் கடிதம்.
13. Francis Buchanan, A Journey from Madras through the Countries of Mysore, danara and Malabar, 3 vols., Madras, 1870, vol. I, p. 474.
14. William Hedges, Diary of William Hedges, ed., H. Yule, London, 1887-89; பார்க்க vol. III.
15. Edmond Gaudart and Alfred Martineau, eds., Correspondance du Conseil Superieur de Pondicherry avec le Conseil de Chandernagor de 30 September 1728 au 10 Fevrier 1757, 3 vols., Paris, 1915-19 (இனி CCSP), vol. I, pp. 179-80.
16. Ludo Rocher, 'Jacob Mossel's Treatise on the Customary Laws of the Vellala Chettiars', Journal of the American Oriental Society, vol. 89, no. 1, January-March 1969, pp. 27-50.
17. Frederick Price, H. Dodwell and V. Rangachari, The Private Diary of Ananda Ranga Pillai, 12 vols., repr., Delhi, 1980 (இனி ARP Diary), vol. VII, pp. 326-27.
18. William Foster, ed., The English Factories in India: A Calendar of Documents in the India Office, British Museum and Public Record Office, 13 vols., Oxford 1906-27 (இனி EFI), vol. II, p.105.
19. தொடக்கத்தில் தயக்கத்துடன் இருந்த ஆங்கிலேயர் வெகுமதியின் அரைச் செலவினத்தை ஏற்றுக்கொள்வதாக உறுதியளித்தனர். Nationaal Archief, Den Haag (இனி NA), Overgekomen Brieven en Papieren (இனி OBP), Verenigde Oost-Indische Compagnie (இனி VOC) 1080, fls. 336-339.
20. NA, OBP, VOC 1089, fls. 84v-88, 105-105v.
21. Om Prakash, The Dutch Factories in India: A Collection of Dutch East India Company Documents Pertaining to India, 2 vols., New Delhi, 1984-2007, vol. II p.74.
22. NA, OBP, VOC 1087, fls.164-169 V; பார்க்க படாவியா பொதுஆளுநருக்கு பழவேற்காட்டிலிருந்து 16 அக்டோபர் 1623ஆம் நாள் ஸ்பிரான்ட்ஸ் எழுதிய கடிதம்.
23. EFI, vol. II, p. 128.

24. NA, OBP, VOC 1135, fl. 724v, fl. 423v.
25. JA. Van der Chijs et al., Dagregister Gehouden into Casteel Batavia van het Passerende doerleer Plaetse als Over Geheel Nederlands-India, 1628-1682, 31 vols, The Hague-Batavia, 1887-1928 (இனி Dagregister), 1642, p. 122.
26. NA, OBP, VOC 1070, fls. 288-290.
27. NA, OBP, VOC 1109, fls. 246-247.
28. NA, OBP, VOC 1242, fls.791-818; *பார்க்க* Memorie van Overgave: Governor Laurens Pith to Cornelius Speelman, 25 June 1663.
29. Tamilnadu State Archives (*இனி* TNSA), Dutch Coromandel Records, serial no. 1634, The Memoir of Laurens Pit, Senior, 1663, fls. 4-5.
30. NA, OBP, VOC 1243-1244, fl. 2174. Memorie van Overgave: Governor Laurens Pith to Cornelius Speelman, July 1663.
31. NA, OBP, VOC 1242, fl. 792.
32. TNSA, Dutch Coromandel Records, serial no. 1635, The Memoir of Cornelius Janszoon Speelman, 1665, fls. 35-39; *மேலும் பார்க்க*, NA, OBP, VOC 1254, fls. 650-712. Memorie van Overgave: Governor Cornelius Speelman to Anthonij Paviljoen, 17 October 1665, VOC 31, fl. 668.
33. NA, OBP, VOC 1070, fls. 288-290.
34. Daniel Havart, Open Ondergang van Coromandel, Amsterdam, 1693, p. 84.
35. TNSA, *டச்சு ஆவணங்கள், டச்சுக்கிழக்கிந்தியக் குழுமத்தின் இந்தியப் பிரதிநிதி தனது பெயரில் உள்ளூர் மேல்குடிகளுடன் மேற்கொண்ட ஒப்பந்தங்களின் சுருக்கம்.* Corpus Diplomaticum Neerlando-Indicum இலிருந்து மொழிபெயர்ப்பு செய்யப்பட்டது (*இனி* Abstracts); *பார்க்க*, 17, 24, 27 and 30 April 1665. Tapan Raychaudhuri, Jan Company in Coromandel, 1605-1690: A Study in the Interrelations of European Commerce and Traditional Economies, The Hague, 1962, p.65.
36. NA, OBP, VOC 904, fl.1122 (2 October 1680).
37. TNSA, *டச்சு ஆவணங்கள்*, 9789-38, fls. 30-31; *டச்சு ஆவணங்கள்*, 9790-39, fls. 399-401, Anthonisz-Pieters, Memoir of Thomas van Rhee, Governor and Director of Ceylon for his Successor Gerrit de Herre, 1697, Colombo, 1905, pp. 34-7.
38. NA, OBP, VOC 1468 fls. 239-325, *பார்க்க* fls. 274v; VOC 1369, fls. 1389-1398. *தூத்துக்குடியிலிருந்த வணிகர்கள் சிவகாசி, ஸ்ரீவில்லிபுத்தூர், சங்கரன்கோயில் ஆகிய இடங்களிலிருந்தும் ஆழ்வார்திருநகரி வணிகர்கள் ஸ்ரீவைகுண்டம், பாளையம் ஆகிய இடங்களிலிருந்தும், 1682 ஆம் ஆண்டு மணப்பாடு ஊரைச்சேர்ந்த வணிகர்கள் களக்காடு, வீரவநல்லூர், கல்லிடைக் குறிச்சி, தென்காசி போன்ற இடங்களிலிருந்தும், கீழக்கரையைச் சேர்ந்த வணிகர்கள் அதிராம்பட்டினம், புதுக்கோட்டை போன்ற இடங்களிலிருந்தும் கோட்டார் வணிகர்கள் திருவனந்தபுரம் பகுதிகளிலிருந்து துணிகளை விலைக்கு வாங்கினார்கள்.*
39. British Library, London (இனி BL), OIOC (Oriental and India Office Collections (hereater OIOC, Mackenzie Collection, Private, no. 72, pp. 17-19.
40. NA, OBP, VOC 2822, fl. 136.
41. C.R Boxer, Fidalgos in the East, 1590-1750, The Hague, 1948, p. 281; S.D. Quiason, *முன்னர் சுட்டியது*, p. 84.
42. Records of Fort St. George, Minutes of the Proceedings in the Mayor Court of Madraspatnam, 11 vols., Madras, 1918-27, *பார்க்க* entries dated 22 March 1717, 8 May 1717, 12 September 1727 and 10 October 1727; Pleadings in the Mayor's

Court, 7 vols., Madras, 1936-47, பார்க்க entries dated 22 August 1732, 19 June 1733 and 12 May 1742.
43. S. Arasaratnam, Merchants, Companies and Commerce on the Coromandel Coast, 1650-1740, Delhi, 1980, pp. 277-8.
44. S.D. Quiason, முன்னர் சுட்டியது, pp. 85-7.
45. Records of Fort St. George, Minutes of the Proceedings in the Mayor Court, முன்னர் சுட்டியது, பார்க்க the entries dated 6 May 1718 and 7 May 1718.
46. Minutes of the Proceedings in the Mayor Court, முன்னர் சுட்டியது, பார்க்க the entries dated 29 January; 17 June 1718.
47. Minutes of the Proceedings in the Mayor Court, முன்னர் சுட்டியது, 10 October 1727; பார்க்க Records of Fort St. George, Public Consultations, 1672-1750, 36 vols., Madras, 1910-38 (இனி PC), 12 and 21 February 1727-8; பார்க்க Records of Fort St. George, Diary and Consultation Book, 1672-1746, 1749-1757, ed. C.M. Schmidt et al., 90 vols., Madras, 1910-53 (இனி DCB), 3 January 1727, pp. 18-19.
48. Records of Fort St. George, Dispatches from England, ed. C.M. Schmidt, H. Dodwell et al., 61 vols., Madras, 1911-52 (இனி DFE), 25 October 1738, para 50.
49. S.D. Quiason, முன்னர் சுட்டியது, p. 95.
50. ARP Diary, vol. I, pp. 13, 118 and 192.
51. ARP Diary, vol. I, p. 269.
52. NA, OBP, VOC 2426, fls, 1067-69.
53. NA, OBP, VOC 2716, fls. 6a-7a.
54. NA, OBP, VOC 2760, fls. 7-7a.
55. NA, OBP, VOC 2778, fl. 5a.
56. Records of Fort St. George, Anjengo Consultations, Madras, 1958, vol. I, pp. 100-2; மேலும் பார்க்க vol. II, pp. 49-50.
57. S. Jeyaseela Stephen, Portuguese in the Tamil Coast: Historical Explorations in Commerce and Culture, 1507-1749, Pondicherry, 1998, p. 139.
58. H.D. Love, Vestiges of Old Madras, 1640-1800: Traced from the East India Company's Records preserved at Fort St. George and the India Office and from Other Sources) 3 vols., London, 1913, repr., Delhi, 1988, vol. II, pp. 259-61.
59. Records of Fort St. George, Public Despatches to England, 1644-96, 1701-51, 18 vols., Madras, 1919-32 (இனி PDTE), 1727-33, 28 August 1732, p. 103.
60. Records of Fort St. George., Fort St. David Consultations, 17 vols., Madras, 1933-1936 (இனி FSDC), 1733, p. 54.
61. PDTE, 1741, 26 September 1741, p. 11.
62. NA, OBP, VOC 3259, fl. 45.
63. NA, OBP, VOC 3259, fls. 235-39 (28 December 1769).
64. NA, OBP, VOC 3842, fl. 45.
65. C.S. Srinivasachari, 'The First Indian Courtiers of the French East India Company', in Proceedings of the Indian Historical Records Commission, Baroda, 1939, vol. XII, pp. 22-32; மேலும் பார்க்க 'The Later Representatives of a Great Family of Courtiers of Pondicherry', in Proceedings of, முன்னர் சுட்டியது, vol. XIII, 1941.

66. S. Jeyaseela Stephen, 'Socio-Economic Role of Pedro Kanagaraya Mudaliar in the French Colony of Pondicherry, 1711-1746', in Revue Historique de Pondicherry, vol. XVIII, 1995, pp. 15-32.
67. ARP Diary, vol. I, p. 45.
68. Edmond Gaudart, ed., Proces-verbaux des Deliberations du Conseil Superieur de Pondicherry du ler Fevrier 1701 au 31 December 1739, 3 vols., Pondicherry, 1913-1915, vol. II, pp. 103-4.
69. Paul Olangier, Les Jesuites a Pondicherry et l'affaire Naniappa, 1705-1720, Paris, 1932, p. 26.
70. Cojande Dairiandin, Memoire de Pedro Canagaraya Moudaliar, Pondicherry, 1984, p. 14.
71. Edmond Gaudart, Proces-verbaux, *முன்னர் சுட்டியது*, vol. II, pp. 103-4. *குருவப்ப பிள்ளை குடும்பத்தார் புகாரின் பேரில் பிரெஞ்சு அலுவலர்கள் கனகராய முதலியாரை துபாஷி (இரு மொழி தெரிந்தவர்) பதவியிலிருந்து விலக்க கடிதம் அனுப்பினர்.*
72. CCSP, vol. I (1728-1737), p. 65.
73. ARP Diary, vol. IV, pp. 247-8.
74. Edmond Gaudart, Proces-verbaux, *முன்னர் சுட்டியது*, vol. II, pp. 336-7. *1738-39ஆம் ஆண்டில் பாண்டிச்சேரியில் பஞ்சம் நிலவியது. ஏற்றுமதிக்கான துணியை வெளுக்கப் பணியமர்த்தம் செய்யப்பட்ட பணியாளர்கள் தண்ணீரில்லாததால் அப்பணியைச் செய்ய இயலவில்லை. அவர்களுக்கு அளிக்கப்பட்ட முன்பணம் திரும்பத்தரத் தேவையில்லை என இரத்து செய்யப்பட்டது. இச்செயலில் கனகராய முதலியாரின் பங்கு முக்கியமாக இருந்தது.*
75. ARP Diary, vol. I, p. 217.
76. Edmond Gaudart, Proces-verbaux, *முன்னர் சுட்டியது*, vol. II, pp. 336-7. *ஒரு பகோடா மூன்றரை ரூபாய்களாகும். பார்க்க,* ARP Diary, vol. VII, pp. 48, 188.
77. Edmond Gaudart, Proces-verbaux, *முன்னர் சுட்டியது*, vol. III, pp. 130-1.
78. CCSP, vol. I, p. 30, pp. 78-9 and 146.
79. Cojande Diarianadin, *முன்னர் சுட்டியது*, p. 86 (1 July 1746).
80. மேலது., pp. 83-4 (27-28 July 1739). *மராத்திய மன்னரிடமிருந்து காரைக்கால், அதைச் சுற்றியுள்ள பகுதிகளை விலைக்கு வாங்க பேச்சுவார்த்தை நடத்தினார். மே 1738ஆம் ஆண்டு பாண்டிச்சேரி ஆளுநர் பென்வா துமாஸுடன் பேச்சுவார்த்தை மேற்கொள்ள மூன்று பேர் கொண்ட குழுவினரை பாண்டிச்சேரிக்கு மன்னர் அனுப்பினார். காரைக்காலையும் அதன் ஐந்து ஊர்களையும் காருங்காலச்சேரி கோட்டையையும் 40000 சக்கரம்/25,000 பகோடாக்களுக்கும் தர இசைவு தெரிவித்தார். பார்க்க,* ARP Diary, vol. I, pp. 54-5. *பிரெஞ்சுக்காரர்கள் மராத்திய மன்னரிடமிருந்து காரைக்காலையும் அதன் ஐந்து ஊர்களையும் காருங்காலச்சேரி கோட்டையையும் 40000 சக்கரம் விலைகொடுத்து வாங்கினர். திருமலைராயன் பட்டினமும் இதில் சேர்த்துக் கொள்ளப்பட்டது.*
81. ARP Diary, vol. I, p. 199.
82. மேலது., p. 240.
83. மேலது., pp. 239-40.

84. Bibliotheque Nationale, Paris (இனி BNP), MSS Indien, no. 156, fls. 125v-126.
85. MSS Indien, no. 139.
86. மேலது.
87. S. Jeyaseela Stephen, The Diary of Rangappa Thiruvengadam Pillai, 1761-1768: Translated from Original Tamil with Notes, Pondicherry, 2001, pp. 272, 277.
88. BNP, MSS Indien, no. 156, fl. 122.
89. மேலது., fl. 140.
90. Susan Neild Basu, 'The Dubashes of Madras', Madern Asian Studies, vol. XVIII, no. 1, 1984, p. 6.
91. BL, OIOC, Boards' Collections (இனி BC), no. 2210, Lionel Place Report, 1799, para 185.
92. BL, OIOC, BC, no. 7177, பார்க்க the letter of 22 April 1807.TNSA, Jaghir Records (இனி JR), vol. V, 20 December 1785.
93. TNSA, JR, vol. V, 26 November 1795.
94. NA, VOC, 2764, fls. 540-1. பிராமணர்கள் வேளாண்மையில் நில வருவாய் பெற்றிருந்தனர். பரமசிவ அய்யன்(1740-1), வெங்கடேச அய்யன் (1742-3) கணபதி அய்யன் போன்ற சிலரைக் குறிப்பிடலாம். முதலியார், பிள்ளை போன்றோர் நாகூர் பகுதியில் பெற்ற நிலவருவாயைவிட பிராமணருடைய வருவாய் குறைவாக இருந்தது.
95. பிள்ளை சாதியைச் சேர்ந்தவர்கள் வலங்கைப் பிரிவினராக இருந்தனர். இவர்கள் நடுநிலை வகித்தனர் என ஆனந்தரங்கப்பிள்ளை கூறுவது சரியல்ல.; ARP Diary, vol. X, pp. 42-3 (13 March 1756). மேலும் விவரங்களுக்குப் பார்க்க, Government Oriental Manuscripts Library(hereafter GOML), Madras, MSS Idangai Valangai Jaityar Varalaru, R.7749.
96. மேலது.
97. PC, 19 September 1681, 26 September 1681, 8 February 1682.
98. PC, 26 July 1688, 18 August 1688.
99. Records of Fort St. George, Minutes of the Proceedings in the Mayor Court, முன்னர் சுட்டியது, பார்க்க, June-December 1689. தெலுங்குச் செட்டியார்களின் சட்டம், வழக்கம், நடைமுறை, செயல்முறைகளைக் குறித்து அறிவுரை வழங்க முத்துவீரண்ணா என்பவர் மாநகரத் தலைமை நீதிமன்றத்தில் பணியமர்த்தப்பட்டார்.
100. DCB, 1689, p. 50.
101. PC, 29 December 1692.
102. PDTE, vol. I, 31 January 1695-6.
103. PC, 14 May 1696, 19 May 1696.
104. ARP Diary, vol. III, p. 24.
105. Edmond Gaudart, Proces-Verbaux, முன்னர் சுட்டியது, vol. II, pp. 103-4. நைனியப்பாவைப் பற்றி பாண்டிச்சேரியின் உச்ச ஆலோசனைக்குழு

கொண்டிருந்த கருத்தை இங்கு தருவது பயனுள்ளதாக அமையும். அவர் நேர்மையான, ஒழுக்கமான, நுண்ணறிவுள்ள, அனுபவமுள்ள, செல்வாக்குள்ள ஒருவராக விளங்குகிறார். அயராது பணிசெய்வர், தன்கீழ் பணிசெய்பவர்களைத் தனது கட்டுப்பாட்டில் வைத்திருப்பவர் என்பதோடு இந்து மக்களின் எண்ணங்களை நம்மிடம் கூறுவதில் ஆர்வமுள்ளவர்.

106. Paul Olangier, Les Jesuites, *முன்னர் சுட்டியது*, p. 26.

107. H. Closet d' Errey, L' Histoire de L'Inde Française, Pondicherry, 1918, pp. 54-7.

108. Paul Olangier, Benoit Dumas: Un Grand Colonial Inconnu, Paris, 1936, p. 26.

109. பாண்டிச்சேரியில் தங்கியிருந்த மதபோதகர் பாதிரியார் தெசியர் து குவராலே அவர்கள் விற்பனை குறித்த விவரங்கள் கொண்ட 1716 ஆகஸ்ட் 4 ஆம் நாளிட்ட கடிதத்தை பாரிசு அயல்நாட்டு சமயப்பணிக் கழகத்திலிருந்த பாதிரியார் திபெர்க் அவர்களுக்கு அனுப்பினார். விவரங்களுக்குப் பார்க்க, H. Closet d' Errey, L'Histoire..., *முன்னர் சுட்டியது*, p. 62.

110. Archives Nationales, Paris (இனி AN), Serie C2, Inde et Compagnie des Indes (microfilms), no. 25, fl. 54v & 180.

111. Edmond Gaudart, Proces-Verbaux, *முன்னர் சுட்டியது*, vol. I, p. 214. *பாண்டிச்சேரிக்குள் பல்லக்கில் நுழைய நரசப்பாவிற்கு உரிமையளிக்கப்பட்டது.*

112. ஜெயசீல ஸ்டீபன், எஸ்., ரங்கப்ப திருவேங்கடம் பிள்ளை நாட்குறிப்பு தொகுதி-1 (1760-2), தொகுதி-2 (1762-6), பாண்டிச்சேரி, 2000; ஜெயசீல ஸ்டீபன், எஸ்., ரங்கப்ப திருவேங்கடம் பிள்ளை நாட்குறிப்பு 13.06.1767விருந்து 29.12.1769, தொகுதி-3, சென்னை, 2006; ஜெயசீல ஸ்டீபன், எஸ்., முத்து விஜய திருவேங்கடம் பிள்ளை நாட்குறிப்பு 1794-1796, பாண்டிச்சேரி, 1999.

113 BNP, MSS Indien, no. 158, fls. 1-34. மேலும் பார்க்க, Bernadette Oubagarasamy, Un Livre de Compte du Ananda Ranga Pillai, Pondicherry, 1947.

114. ARP Diary, vol. II, pp. 248-9.

115. மேலது., vol. I, p. 224.

116. மேலது., ARP Diary, vol. III, p. 430.

117. மேலது., vol. II, p. 73.

118. PDTE, vol. V, pp. 10-11, 20-1.

119. ARP Diary, vol. I, pp. 325-6.

120. DFE, 1733-1735, 1 October 1733, para 45, p. 7.

121. ARP Diary, vol. V, p. 422; vol. III, p. 119; vol. VII, p. 196.

122. மேலது., vol. VII, p. 378.

123. மேலது., vol. IV, pp. 441-2.

124. Bernadette Oubagarasamy, Un Livre de Compte, *முன்னர் சுட்டியது*, p. 10.

125. மேலது., pp. 16, 18.

126. ARP Diary, vol. II, pp. 154-5.

127. மேலது., p. 290.
128. ARP Diary, vol. III, p. 21, 25.
129. ARP Diary, vol. XII, pp. 254, 269.
130. மேலது., vol. I, p. 55.
131. மேலது., vol. III, p. 71.
132. மேலது., vol. I, pp. 325-6.
133. மேலது., vol. V, p. 228.
134. மேலது., vol. I, pp. 325-6, vol. III, p. 430, vol. II, p. 73; DFE, 1733-35, vol. V, pp. 10-11, 20-1.
135. DFE, 1733-35, vol. V, 1 October 1733, para 45, p. 7.
136. ARP Diary, vol. VII, pp. 281-6; vol. XI, p. 102.
137. மேலது., vol. VII, p. 318. *100 பகோடாக்களை செய்ய 350 ரூபாய் செலவானது. பாண்டிச்சேரியில் அச்சடிக்கப்பட்ட பகோடா நாணயங்கள் எட்டு எடைகொண்டதாக இருந்தன. பழவேற்காட்டில் அச்சடிக்கப்பட்ட நாணயங்கள் எட்டேகால், ஏழேமுக்கால், ஏழரை மடங்கில் போர்த்துக்கீசிய மொழியில் வழங்கப்படும் டயேல் என்னும் எடையில் இருந்தன.*
138. ARP Diary, vol. VIII, p. 30.
139. மேலது, vol. IV, p. 404.
140. மேலது, vol. I, p. 118, vol. II, pp. 73-5; vol. I, p. 201; vol. VII, p. 113, vol. I, p. 62; vol. VII, p. 294.
141. மேலது., vol. I, p. 118; vol. II, pp. 73-5; vol. I, p. 62; vol. I, p. 201; vol. VII, p. 294; vol. VII, p. 113.
142. BNP, MSS Indien, no. 158, fls. 1-34, fls. 20-34.
143. கணக்குப் புத்தகத்தை ஆர்.பி. பெர்னாதெத் உபகாரசாமி பிரெஞ்சு மொழியில் மொழிபெயர்த்தார். ஆனால் நூலாக வெளியிடும்போது துப்ளேயின் கடன் விவரங்களைத் தவிர்த்துள்ளார். பார்க்க, R.P. Bernadette Oubagarasamy, Un Livre de Compte, முன்னர் சுட்டியது, p. 9. மேலும் பார்க்க, entry dated 1 October 1746.
144. Gnanou Diagou, Arrets du Conseil Superieur de Pondicherry, 8 vols., Pondicherry, 1935-41, vol. II, pp. 135-6.
145. R.P. Bernadette Oubagarasamy, முன்னர் சுட்டியது, pp. 36-7.
146. National Archives of India, Pondicherry (இனி NAIP), MSS Tribunal de la Chaudrie: Sentences et Droit Civils, 1791-99, Folder No. 231, Sheet No. 23.
147. ARP Diary, vol. II, p. 369.
148. மேலது., vol. III, pp. 110-11.
149. மேலது., vol. IX, p. 145.
150. மேலது., vol. II, p. 60.
151. மேலது., vol. IX, p. 45.

152. C.S. Srinivasachari, Ananda Ranga Pillai: The Pepys of French India, Madras, 1940, pp. 447-50.
153. R.P. Bernadette Oubagarasamy, முன்னர் சுட்டியது, p. 13.
154. மேலது., pp. 1, 9.
155. மேலது., p. 22.
156. R.Vivekananda Gopal, Modi Documents in the Thanjavur Saraswati Mahal Library, vol. I, Thanjavur, 1999, Serial no. 11, Bundle no. 18, Document no. 42.
157. மேலது., p. 3.
158. R.P Bernadette Oubagarasamy, முன்னர் சுட்டியது, p. 35.
159. Gino Luzatto, 'Small and Great Merchants in the Italian Cities of the Renaissance', in Enterprise and Secular Change, ed. Frederick C. Lane, Homewood, 1953, p. 52.
160. ARP Diary, vol. V, p. 20.
161. மேலது., vol. VI, p. 263.
162. மேலது., vol. II. pp. 103-4; vol. V, pp. 132, 141.
163. மேலது., vol. VI, p. 222; vol. V, pp. 132-5, 141, 168.
164. மேலது., vol. I, p. 243; vol. V, p. 20.
165. மேலது., vol. VI, p. 116; Gnanou Diagou, ed., Prathiyegamana Ananda Ranga Pillai Avargalin Sostha Ligitha Thinappadi Seythikurippu, 8 vols., Pondicherry, 1948-1954; Alalasundaram, ed., Ananda Ranga Pillai Naatkuripuu, vols. 9-12, Pondicherry, 2005 (இனி Tamil Diary of Ananda Ranga Pillai), vol. I, p. 183.
166. மேலது., vol.VI, p. 283; vol.VI, pp. 383-4; vol.VII, p. 356; vol.VI, p. 221; vol. III, p. 229; vol. X, p. 185.
167. மேலது., vol. X, p. 394; vol. X, p. 376.
168. BL, OIOC, PI283179, Madras Board of Revenue Proceedings (இனி MBORP), 1 August 1786, fls. 375, 385, 593.
169. S. Jeyaseela Stephen, 'The Role of the Tamil Muslim Mercantile Community of the Marakkayars in the Late Medieval Maritime Trade on the Coromandel Coast: A study chiefly based on Portuguese sources, AD 1506-1537', Islamic Culture, vol. LXIX, no. 4, October 1995, pp. 59-71; நாகபட்டினம் கேதாவிற்கிடையேயான வணிகம் குறித்து மேலும் பார்க்க, S. Jeyaseela Stephen, The Coromandel Coast and Hinterland: Economy, Society and Political System, 1500-1600, New Delhi, 1997, p. 149. நாகபட்டினத்தில் குடியிருந்த குவாஜா மரக்காயர் நாகபட்டினத்தில் சொந்தக்கப்பல் வைத்திருந்ததாகக் குறிப்பிடப்படுகிறது. போர்த்துக்கீசியர்கள் தமிழ் வணிகர்களின் கப்பல்களைத் தங்கள் வணிகத்திற்குப் பயன்படுத்தினர். பார்க்க, S.Jeyaseela Stephen, Portuguese in the Tamil Coast, முன்னர் சுட்டியது, pp. 109, 210.

170. NA, OBP, VOC 1066, fls. 170-17v, பார்க்க பழவேற்காட்டிலிருந்த அடோஃப் தோமாஸ் ஆம்ஸ்டர்டாமிலிருந்த டச்சுக் கிழக்கிந்திய குழும இயக்குநர்களுக்கு 8 மே 1617 அன்று அனுப்பிய கடிதம்.
171. Dagregister, vol. I, p. 129.
172. H. Terpstra, De Vestiging van de Nederlanders aan de Kust van Coromandel, Groningen, 1911, pp. 117-18.
173. NA, OBP, VOC 1087, fls.174-174v; 179-211v.
174. Thomas Bowrey, A Geographical Account of the Countries Around the Bay of Bengal, 1669-1679, ed. Sir Richard Temple, Cambridge, 1905, pp. 257-8.
175. Lotika Varadarajan, India in the, முன்னர் சுட்டியது, vol. I, pt. I, p. 360.
176. மேலது., vol. I, p. 158; Alfred Martineau, ed., Memoires de François Martin, Fondateur de Pondicherry, 1665-1694, 3 vols., Paris, 1932-4, vol. I, p. 583.
177. Lotika Varadarajan, India in the, முன்னர் சுட்டியது, p. 340.
178. மேலது., pp. 312-13.
179. J.E. Heeres and EW Stapel, eds., Corpus Diplomaticum Nederlando-Indicum Verzameling van Poitieke Contracten en verdure Verdragen door de Nederlanders in let Oosten geslaten van Privilege brieven aanhen verhend en, 6 vols., 'S. Gravenhage, 1907-1955, vol. I, p. 520.
180. Alfred Martineau, Memoires de, முன்னர் சுட்டியது, vol. I, p. 602.
181. Lotika Varadarajan, India in the, முன்னர் சுட்டியது, vol. I, pt. I, p. 417.
182. மேலது., p. 328.
183. மேலது., p. 158.
184. EL, OIOC, Mackenzie Collection, Private, no. 40, பார்க்க the Memoir of Paviljoen entry dated 5 September 1676. மேலும் பார்க்க, நெதர்லாந்து இயக்குநருக்கு 13 பிப்ரவரி 1679 ஆம் நாளிட்ட குழும ஆளுநரின் கடிதம். J.K.J de Jonge, ed., De Opkomst van het Nederlandsch Gezag in Oost Indie, 1595-1844, 17 vols., The Hague and Amsterdam, 1862-1909, vol. IV, p. 15.
185. Lotika Varadarajan, India in the, முன்னர் சுட்டியது, vol. I, pt. I, p. 360.
186. Corpus Diplomaticum, முன்னர் சுட்டியது, vol. III, pp. 125-6.
187. ARE, 1944-5, p. 67 (1689).
188. Corpus Diplomaticum, முன்னர் சுட்டியது, vol. III, pp. 125-6.
189. Charles Fawcett, EFI, vol. IV, p. 721.
190. Alfred Martineau, Memoires de, முன்னர் சுட்டியது, vol. II, p. 361.
191. Charles Fawcett, EFI, vol. IV, p. 728.
192. மேலது., p. 729.
193. Records of Fort St. George, Letters from Fort St. George, 40 vols., Madras, 1915-41 (இனி LTFSG) , 1685, p. 54.

நெசவாளர்களும் துணிவணிகர்களும் / 165

194. மேலது., பார்க்க பழவேற்காட்டிலிருந்த கோபால் தாதாஜி பண்டிட் 16 மே 1682ஆம் நாள் சென்னை ஆங்கிலேய ஆளுநருக்கு அனுப்பிய கடிதம்.
195. BL, OIOC, G/14/3, Porto Novo Consultations, பார்க்க 29 மார்ச் 1685-6ஆம் நாளின் பதிவு. இதில் 15 ஜூலை 1685ஆம் நாள் கப்பல் புறப்பட்டதாகக் குறிப்பிடப்பட்டுள்ளது.
196. Alfred Martineau, Memoires de, முன்னர் சுட்டியது, p. 659.
197. TNSA, Public Department, Sundries, vol. III, பார்க்க 4 ஆகஸ்ட் 1688ஆம் நாள் கடிதம்.
198. Lotika Varadarajan, India in the, முன்னர் சுட்டியது, vol. I, p. 109. பழவேற்காட்டில் இறக்குமதி சுங்கவரி இரண்டரை விழுக்காடாகவும் ஏற்றுமதி வரி இல்லாமலும் 1718 வரை தொடர்ந்து இருந்து வந்துள்ளது. பார்க்க, DCB, 1718, p. 13, entry dated 17 October 1718.
199. LTFSG, 1685, p. 54.
200. Lotika Varadarajan, India in the, முன்னர் சுட்டியது, p. 255.
201. மேலது., p. 418.
202. மேலது., p. 662.
203. NA, OBP, VOC, fls. 326-328 (18 November 1742). கமால் லெவ்வை மரக்காயர் என்பவர், தான் நாகூரில் குடியிருப்பதாகத் தெரிவித்து 1742ஆம் ஆண்டு டச்சுக்காரர்களிடம் வணிக உரிமம் பெற்றார்.
204. S. Jeyaseela Stephen, 'Port Administration and Maritime Trade of Porto Novo on the Coromandel Coast of India, Cir. 1733-1767', Proceedings of the Indian History Congress, Calcutta, 1991, pp. 517-23; Sanjay Subrahmanyam, 'Staying On: The Portuguese of Southern Coromandel in the late Seventeenth Century', Indian Economic and Social History Review (இனி IESHR), vol. 22 no. 4, 1985, p. 456.
205. Dagregister, 14 March 1663.
206. J.K.J. De Jonge, De Opkomst, முன்னர் சுட்டியது, vol.VI, pp. 129-30 (28 February 1675).
207. Holden Furber, Rival Empires of Trade in the Orient, 1600-1800, Minneapolis, 1976, p. 271.
208. Dagregister, 18 January 1675 and 23 January 1675.
209. மேலது., 6 January 1675 and 11 January 1675.
210. மேலது., 12 November 1667.
211. BL, OIOC, Factory Records, G/21/4, 23 February 1675.
212. Dagregister, 23 October 1675.
213. மேலது., 6 January 1675, 11 January 1675 and 27 November 1675.
214. S. Arasaratnam, Merchants, Companies, முன்னர் சுட்டியது, p. 144.
215. Dagregister, 11 June 1680.
216. R. Bonney, முன்னர் சுட்டியது, pp. 53-5; D. Lewis, 'Kedah: The Development of a Malay State', in Pre-Colonial State Systems in South-East Asia, ed. Anthony Reid and L. Castelle, Kuala Lumpur, 1975.

217. EFI, vol. II, p. 320.
218. Dagregister, 1640-1, pp. 204-5; S.Arasaratnam, Merchants, Companies, முன்னர் சுட்டியது, pp. 122, 126, 147-9.
219. Dagregister, 1640-1, p. 206.
220. EFI, vol. III, p. 22; LTFSG, 1684-5, vol. III, p. 84.
221. NA, OBP, VOC 1377, fl. 2083v (1680); Lotika Varadarajan, India in the, முன்னர் சுட்டியது, vol. II, p. 689; DCB, 1682-3, p. 44.
222. LTFSG, 1692, p. 39.
223. Thomas Bowrey, முன்னர் சுட்டியது, pp. xxxi-xxxvi.
224. Lotika Varadarajan, India in the, முன்னர் சுட்டியது, p. 700.
225. NA, OBP, VOC 1377, fl. 2083v (1680); Lotika Varadarajan, India in the, முன்னர் சுட்டியது, p. 689; DCB, 1682-3, p. 44.
226. PDTE, 1741-2, p. 11.
227. LTFSG, 1685, p. 192.
228. Thomas Bowrey, முன்னர் சுட்டியது, p. xxxi.
229. Lotika Varadarajan, India in the, முன்னர் சுட்டியது, vol. I, p. 177.
230. மேலது., vol. II, pp. 1259-60.
231. மேலது., vol. I, p. 704.
232. மேலது., p. 712.
233. LTFSG, 1689, pp. 2, 4, 37.
234. Lotika Varadarajan, India in the, முன்னர் சுட்டியது, vol. I, p. 131; DCB 1687, p. 11; DCB 1690, p. 23; Lotika Varadarajan, India in the, முன்னர் சுட்டியது, vol. II, p. 1222.
235. DCB 1691, p. 14.
236. DCB 1698, p. 4; Nicolau Manucci, Storia do Mogur or Mogul India, ed., William Irvine, 4 vols., repr. New Delhi, 1981 (இனி Nicolau Manucci), vol. III, pp. 352, 376, 378, 380.
237. S. Jeyaseela Stephen, Port Administration, முன்னர் சுட்டியது, pp. 519-21.
238. NA, OBP, VOC 1855, fls. 7-10, 115-16, 213-14, பார்க்க, நாகபட்டினத்திலிருந்த டேனியல் பெர்னாட் மற்றும் குழுமத்தின் 6 செப்டம்பர் 1714 நாளிட்ட படாவியாவிற்கு அனுப்பப்பட்ட கடிதம்., OBP, VOC, *1884*, fls. *84-6, 247-9*, பார்க்க நாகபட்டினத்திலிருந்த டேனியல் பெர்னாட் மற்றும் குழுமத்தின் 2 பிப்ரவரி 1769 மற்றும் 30 ஏப்பிரல் 1716 அன்று படாவியாவிற்கு அனுப்பப்பட்ட கடிதங்கள்.
239. NA,OBP,VOC 1926, fl.10, பார்க்க, சோழமண்டலத்தின் டச்சு ஆளுநர் 29 அக்டோபர் 1719 அன்று படாவியா ஆளுநர் மற்றும் படாவியா குழுமத்திற்கு அனுப்பிய கடிதம்.
240. NA, OBP, VOC 3198, fls. 6-10.
241. NA, OBP, VOC 3135, fls. 523-9.

நெசவாளர்களும் துணிவணிகர்களும் / 167

242. NA, OBP, VOC 3197, fls. 458-60.
243. TNSA, South Arcot Collectorate Records, Cuddalore Consultations, vol. 66, fl. 24.
244. NA, Overgekomen Brieven van Coromandel 1781, VOC 3568, பார்க்க 29 ஜூலை 1780 அன்று வான் வ்லிசின்ஜென் படாவியாவிற்கு அனுப்பிய கடிதம்.
245. NA, Hoge Regering te Batavia (இனி HRB), no. 362, fls. 36-37 (28 December 1792).
246. BL, OIOC, Madras Public Proceedings (இனி MPP), Range 239, vol. 84, fls. 132-39, 156-58 (16 December 1708 and 6 January 1709).
247. Edmond Gaudart, Proces-Verbaux, முன்னர் சுட்டியது, vol. I, pp. 9-13.
248. ARP Diary, vol. II, pp. 10, 214.
249. Lotika Varadarajan, India in the, முன்னர் சுட்டியது, vol. I, p. 363.
250. மேலது., p. 370.
251. BL, OIOC, Factory Records: Cuddalore, G/14/2 (29 March 1686); OIOC, Porto Novo Consultations, 1685-6.
252. மேலது.
253. Lotika Varadarajan, India in the, முன்னர் சுட்டியது, vol. I, pt. I, p. 723; The money paid was equivalent to 1700 French crowns.
254. மேலது., p. 1068.
255. LFFSG, 1688, p. 50.
256. Lotika Varadarajan, India in the, முன்னர் சுட்டியது, p. 700.
257. ARP Diary, vol. II, p. 214.
258. மேலது., vol. XII, p. 19.
259. NA, OBP, VOC 2861, fl. 24 (19 June 1755).
260. NA, HRB 341 (unfoliated), பார்க்க the report by Jacob van der Wayen dated 25 November 1757.
261. NA, OBP, VOC 3043, fl. 135 (11 December 1762);VOC 3107, fls. 251-252.
262. NA, HRB 341 (unfoliated), பார்க்க 25 நவம்பர் 1757 அன்று யாகோப் வான் தெ வேயென் அளித்த அறிக்கை.
263. BL, OIOC, Dutch Records, R/9/36116 and R/9/36/17.
264. ARP Diary, vol. I, pp.15, 60 and 129; vol. III, p. 323.
265. Gnanou Diagou, Arrets du Conseil, முன்னர் சுட்டியது, vol. III, Document no. 443.
266. மேலது., vol. III, Document no. 538.
267. NA, OBP, VOC 1156, fl. 643.
268. NA, OBP, VOC 1156, fl. 128, பார்க்க, Verhael van Malacca December 1644.
269. NA, OBP, VOC 2631, fl. 9.

270. NA, OBP, VOC 2652, fls. 431-433.
271. NA, OBP, VOC 1630, fl. 305, பார்க்க, ஆளுநர் மற்றும் குழுமம் டச்சுக் கிழக்கிந்திய குழும இயக்குநர்களுக்கு 1 திசம்பர் 1700 அன்று அனுப்பிய கடிதம்.; BL, OIOC, Mackenzie Collection, Private no. 55, பார்க்க the memoir of Jacob Mossel dated 20 February 1744.
272. NA, OBP, VOC 2574, fls. 326-328 (18 November 1742).
273. NA, OBP, VOC 2244, fls. 689-696, பார்க்க பழவேற்காட்டில் கப்பல் பொருள் விவரம் 1732.
274. NA, OBP, VOC 2574, fl. 417 (31 August 1742).
275. NA, OBP, VOC 2652, fls. 431-433 (7 January 1745).
276. NA, OBP, VOC 2431, fls. 966-969.
277. NA, VOC 3135, fls. 918-920.
278. அப்துல்காதர், சர் ஸ்டேம்ஃபோர்ட் ரேபில்ஸ்யின் செயலராக இருந்த முன்சி அப்துல்லாவின் (1796-1854), கொள்ளுத் தாத்தா ஆவார். பார்க்க, 'The Hikayat Abdulla: An Annotated Translation by A.H. Hill', Journal of the Malaysian Branch of the Royal Asiatic Society (இனி JMBRAS), Singapore, vol. XXVIII, pt.III, 1955, no. 171, p. 41.
279. NA, OBP, VOC 1764, fl. 203 (2 April 1750).
280. NA, OBP, VOC 3135, fl. 401 (18 August 1765).
281. NA, OBP, VOC 3229, fl. 22.
282. ARP Diary, vol. II, pp. 182-3.
283. BL, OIOC, P/240/63, MPP, பார்க்க 11 ஜூலை 1786ஆம் நாள் நாகூரில் குடியிருந்தோர் குழும ஆளுநருக்கு எழுதிய கடிதம்.
284. BL, OIOC, Factory Records: Straits Settlements, G/34/3, G/34/6.
285. மேலது., G/34/3, fls. 3, 4 and 5.
286. Nordin Hussin, Dutch Melaka and English Penang, 1780-1830, Singapore, 2007, pp. 36-7.
287. BL, OIOC, Factory Records: Straits Settlements, G/34, vol. IX. பார்க்க ஆளுநர் மகாலிஸ்டர் 7 நவம்பர் 1808 அன்று நிறுவனத்தலைவருக்கும் துணைத்தலைவருக்கும் எழுதிய கடிதத்தின் சுருக்கம்.
288. BL, OIOC, Factory Records: Straits Settlements, G/34/123, vol. 162, பார்க்க வேல்ஸ் தீவின் இளவரசரின் சிங்கப்பூர், மலாக்கா, கார்ன்வாலிஸ் அரண்மனையின் மூன்று வணிக தீர்வு குறித்த 29 ஏப்பிரல் 1830 நாளிட்ட அறிக்கை.
289. Government Oriental Manuscripts Library, Chennai, Mackenzie Manuscripts: Pazhaverkadu Kaifiyat, D.3082.
290. Frank Perlin, 'Proto-Industrialisation and Pre-Colonial South Asia', Past and Present, vol. 98, 1983, pp. 30-95.
291. ARP Diary, vol. I, p. 217. கோர்னெ 3200 பகோடாக்களுக்கு இணையாக பணமாக அளித்தமைக்கு கனகராய முதலியாரின் முகவர் கணபதி பிள்ளை

இரசீது அளித்தார். பொதுவாக வழங்கப்படும் வெள்ளியிலான ரூபாய்க்கு மாற்றாக செம்பிலான பணம் அளிக்கப்பட்டமையால் அப்பணத்தை திரும்பிக் கொடுத்துவிட கனகராய முதலியார் கணபதி பிள்ளையிடம் கட்டளையிட்டார். கணபதி பிள்ளை சுப்பையன் என்பவரின் மூலமாக அப்பணத்தை திரும்பி அனுப்பியதால் 2000 பகோடாக்களை சுப்பையன் பெற்றுக்கொண்டு கணக்கை சரிசெய்தார்.

292. ARP Diary, vol. II, p. 325.
293. ARP Diary, vol. III, p. 27.
294. ARP Diary, vol. II, p. 250; vol. III, p. 99; vol. IV, p. 18; vol. VIII. p. 300.
295. ARP Diary, vol. I, p. 118; vol. II, pp. 73-5.
296. ARP Diary, vol. III , pp. 4, 10-11.
297. Edmond Gaudart, Proces-verbaux, முன்னர் சுட்டியது, vol. II, p. 415; ARP Diary, vol. III, p.240.
298. PDTE, 1741-2, p. 10.
299. ARP Diary, vol. II, p. 12.
300. Edmond Gaudart, Proces-verbaux, முன்னர் சுட்டியது, p. 415.
301. ARP Diary, vol. II, p. 69.
302. Gnanou Diagou, ed., Prathiyegamana Ananda Ranga Pillai, முன்னர் சுட்டியது vol. II, p.216.
303. ARP Diary, vol. III. p. 26.
304. ARP Diary, vol. XII, pp. 133, 183.
305. ARP Diary, vol. VI, p. 77.
306. S. Jeyaseela Stephen, Expanding Portuguese Empire and the Tamil Economy, 16th-18th Centuries, Delhi, 2009, p. 126.
307. Lotika Varadarajan, India in the, முன்னர் சுட்டியது, vol. I, pp. 359-60,376.
308. ARP Diary, vol. I, pp. 11 and 99.
309. IANTT, Corpo Cronologico, 1-22-80.
310. Jorge M. dos Santos Alves, 'Nayinar Kuniyappan: Un Tamoul, Syahbandar de Samudera-Pasai au debut du XVle Siecle', Archipel, vol. 62, 2001, pp. 127-42.
311. S. Jeyaseela Stephen, The Role of, முன்னர் சுட்டியது.
312. Dagregister, vol. I, p. 146.
313. NA, OBP, VOC 1095, fl. 30v; பார்க்க பழவேற்காடு தினசரி குறிப்பேடு நாள் 23 ஏப்பிரல் 1626 fls. 28-47, fl. 38.
314. S. Jeyaseela Stephen, Portuguese in the Tamil Coast, முன்னர் சுட்டியது, p. 207.
315. S. Jeyaseela Stephen, 'Pulicat Based Shipping and Trade, 1500-1530', Purabilekha-Puratatva, vol. IX, pt. 2, 1991, pp. 1-16.
316. Thomas Bowrey, முன்னர் சுட்டியது, p. 303.

317. DCB 1693, pp. 23-59.
318. DCB 1703, p. 20.
319. DCB 1694-1739.
320. DCB 1686-1697.
321. DCB 1700, pp. 24, 27.
322. PC, vol. XXIX, 10 March 1699-1700.
323. ARP Diary, vol. 11, p.l0.
324. PC, 26 November 1733.
325. NA, OBP, VOC 2505, fl. 1534.
326. *மேலது.*
327. DCB 1710-1712.
328. WP. Coolhas, ed., Generale Missiven van de Gouverneurs-General en Raden Aan de Heren XII der Verenigde Oostindische Compagnie, 7 vols (இனி GM), 'S Gravenhage, 1960-84, vol. IV, p. 283; *மேலும் பார்க்க,* Thomas Bowrey, *முன்னர் சுட்டியது,* p. 257.
329. DCB 1687-1718.
330. DCB 1686-1733.
331. *அன்னபூர்ணா என்னும் கப்பல் தென்னசரீமிலிருந்து சென்னைக்கு 26 ஜனவரி 1686 அன்று புறப்பட்டு சென்னையிலிருந்து மணிலாவிற்கு 4 ஏப்பிரல் 1686 அன்று புறப்பட்டது. திருவொட்டியூர் என்னும் கப்பல் மக்காவோவில் புறப்பட்டு சென்னைக்கு 14 மே 1686 அன்று வந்தடைந்தது. மீண்டும் 11 ஜூன் 1686 அன்று மணிலாவிற்குச் சென்றது. மீரா மதுத் என்ற கப்பல் கேதாவிலிருந்து புறப்பட்டு 16 ஏப்பிரல் 1708 அன்று சென்னை வந்தடைந்து பின்னர் ஆரகானுக்கு 8 செப்டம்பர் 1708 அன்று புறப்பட்டது. முகம்மது என்னும் கப்பல் கேதாவிலிருந்து புறப்பட்டு 1 ஏப்பிரல் 1711 அன்று சென்னையை அடைந்து பெகுவிற்கு 15 ஏப்பிரல் 1711 அன்று புறப்பட்டது.* DCB 1697-1739.
332. TNSA, Mayor's Court Records: Minutes, vol. VIII, *பார்க்க* 5 September 1745.
333. Pleadings in the Mayor's Court, 5 June to 1 December 1744.
334. Paul Kaeppelin, La Compagnie des Indes Orientales et Francois Martin, 1664-1789, Paris, 1908, p. 539; Charles Fawcett, EFI, 1678-84, p. 79, EFI, 1681-84, 19 January 1684; TNSA, Report on the Farm of Fort St. David, 21 October 1775.
335. S. Jeyaseela Stephen, Portuguese in the Tamil Coast, *முன்னர் சுட்டியது,* p. 221.
336. NA, OBP, VOC 1130, fl. 978; VOC 1133, fls. 435-436; NA, OBP, VOC 1133, fls. 435-436.
337. Om Prakash, The Dutch Factories in India, vol. II, p. 102.
338. NA, OBP, VOC, 1596, fl. 53, VOC 1066, fl. 121. Daniel Havart, Open Ondergang van Coromandel, Amsterdam, 1693.

நெசவாளர்களும் துணிவணிகர்களும் / 171

339. Paul Olangier, Le Jesuites, *முன்னர் சுட்டியது*, pp. 54-7.
340. David Annoussamy, 'Kanakaraya Mudaliar's Estate', Revue Historique de Pondicherry, vol. XVIII, 1995, pp. 5-14, *பார்க்க* pp. 7-8.
341. *மேலது.*, p. 12.
342. NA, OBP, VOC 1852, fl. 322 (30 November 1716).
343. Bhaswati Bhattacharya, 'The Chulia Merchants of Southern Coromandel in the Eighteenth Century', in Commerce and Culture in the Bay of Bengal, ed. Denys Lombard and Om Prakash, Delhi, 1998, pp. 285-305, *பார்க்க* p. 305.
344. NA, OBP, VOC 2876, fls. 127-128; fl. 136.
345. S.Arasaratnam, 'The Chulia Muslim Merchants in South-East Asia, 1650-1800', Moyen Orient et Oecan Indien, vol. IV; 1987, pp. 125-43; *மேலும் பார்க்க* 'The Dutch Commercial Policy and Interest in the Malay Peninsula, 1750-1795', The Age of Partnership, eds., B.B. Kling and M.N. Pearson, 1979, pp. 159-90.
346. Ashin Das Gupta and M.N. Pearson, India and the Indian Ocean, Calcutta, 1990; Catherine Manning, 'French Interests in Asian Trade, 1719-1748', .'Moyen Orient et Ocean Indien, vol. VII, 1990, pp. 145-6; S. Arasaratnam, Merchants, Companies, *முன்னர் சுட்டியது*, pp. 218-10.

4

முடிவுரை

கைக்கோளர், சாலியர், தேவாங்கர் ஆகிய மூன்று வகைப்பட்ட நெசவாளர்கள் கிராமப்புறங்களிலும், நகர்ப்புறங்களிலும் நெசவுத் தொழிலை சிறப்பாக மேற்கொண்டு வந்தனர். மாநகரங்களிலும் நெசவு வளர்ச்சியடையலாயிற்று. இதர அனைத்துத் தொழில்களைக் காட்டிலும் நெசவுத் தொழில் சிறப்புற்று, பல இடங்கள் முன்னணி துணி உற்பத்தி மையங்களாக உருவாகின. கொம்புத் தறி, சட்டித் தறி, வடிவத் தறி மற்றும் கீழ்த் தறி போன்ற பல வகைகள் நெசவில் பயன்படுத்தப்பட்டன. துணி உற்பத்தியினால் நாயக்க மன்னர்களின் அரசாங்க வருமானமும் அதிகரித்தது. தறி வரியாக ஆண்டுக்கு குறைந்தது ஒன்றே கால் பணமும், அதிகபட்சமாக ஆறு பணமும் நேரடியாக வசூலிக்கப்பட்டு, சாய மையங்களுக்கும் தனியே வரி விதிக்கப்பட்டது. முதன்மை நெசவாளர், திறன் அதிகரிக்கப்பட்ட இயந்திரங்கள் மற்றும் கருவிகள், புதிய வகை நெசவுத் தறிகள் மற்றும் கூலிக்கு பணியமர்த்தப்பட்ட நெசவாளர் போன்ற புதிய மாற்றங்கள் தமிழகத்தில் ஏற்பட்டன. பழவேற்காடு பகுதியில் சில போர்ச்சுக்கீசிய வணிகர் தங்கள் கட்டுப்பாட்டில் பன்னிரண்டு நெசவாளர் குடும்பங்களை வைத்திருந்து உள்ளனர். உள்நாட்டு வணிகத்திற்கான துணி உற்பத்தியும், அதிகரித்த அயல்நாட்டு துணி வணிகமும், நெசவாளர்களின் சமூக அந்தஸ்தை உயர்த்தியது. கோவில் சடங்குகளுடன் கைக்கோள நெசவாளர்கள் தொடர்புடையவராக இருந்ததால், கோவில்களும் நாயக்க மன்னர்களும் சிறப்பு சலுகைகளை வழங்கினர். சில முக்கியமான பொறுப்புகளையும் அவர்கள் பெற்றிருந்தனர். நெசவாளர்களிடையே ஒற்றுமை உணர்வு இருந்தது. ஒரு இடத்தில் சில சலுகைகளையும் உரிமைகளையும் பெற்றிருந்த நெசவாளர் மற்ற இடங்களில் இருந்த நெசவாளரும் அவற்றைப் பெற அரும்பாடுபட்டனர்.

தமிழகத்தில் உற்பத்தி செய்யப்பட்ட துணி வகைகளை இந்தியாவின் இதர பகுதிகளில் தயாரிக்கப்பட்ட வகைகளோடு ஒப்பிட்டுப் பார்க்கையில் தனித்துவம் வாய்ந்ததாக அறியப்படுகிறது. சாதாரண குடிமக்கள் மற்றும் உயர்குல பிரபுக்கள் தேவைகளைக் கருத்தில் கொண்டு உள்ளூர் மற்றும் அயல்நாட்டு ஏற்றுமதிக்கான

துணிகள் உற்பத்தி நடைபெற்றது. நெசவாளர்கள் கைத்தேர்ந்தவர்களாக இருந்தபடியால் இது சாத்தியமாயிற்று. துணி வணிகர்கள் சில்லரை மற்றும் மொத்த வியாபாரத்தில் ஈடுபட்டு லாபம் சம்பாதிக்கலாயினர். நெசவாளர்களோடு துணியில் வண்ணம் தீட்டுவோர், சாயம் முக்குவோர், துணியில் அச்சு செய்வோர் மற்றும் தையல்காரர்கள் ஆகியோரும் தத்தம் திறமையை வெளிப்படுத்தியதால் ஆசியாவின் பல சந்தைகளுக்கு தமிழகத்திலிருந்து துணிகள், ஆடைகள் ஏற்றுமதியாகின. தமிழ் வணிகர்கள் தங்களின் கப்பல்களில் மூட்டை மூட்டையாக துணிகளை ஏற்றுமதி செய்யலாகினர். பல வணிகக் குடும்பங்கள் துணி வியாபாரத்தினால் பொருள் ஈட்டி செல்வந்தர் களாகத் திகழ்ந்தனர். இந்த நிகழ்வுகள் எல்லாம் ஐரோப்பியர்களின் வருகைக்குப் பின்னர் நிகழ்ந்ததை ஆவணங்கள் மூலம் நாம் அறிகிறோம்.

அல்லேஜாஸ், ஆர்கண்டிஸ், பஃப்டாஸ், பாலாட்டியோஸ், பாசின், பீத்தில்ஹாஸ், பெஜடபௌட்ஸ், போர்னியோ லயா, பூலாங்க் பிராந்தம், பிரவுலேஸ், பைராமி, கச்சை, கைன், கலாதரீஸ், காலிக்கோ ஆர்டினரி, கல்லோவேபூஸ், கேரிகம், கட்டவாணி, சவோனி, செலா (சீலை/சேலை), சின்டேஸ், சின்ட்ஸ், கொட்டோனிஸ், கம்மும்ஸ், சுட்டன்னேஸ், தெரியாபடேஸ், டையாபெர்ஸ், டிமிட்டீஸ், டோரியா, டிராகன், ட்ரோன்காங் மலாயா, ட்ரோங்கம், டுங்கரீஸ், கோபர், கூலாங்க், கின்னீ, ஜிங்காம்ஸ், குல்டார்ஸ், குன்னியெஸ், இஸாரீஸ், ஜம்டானிஸ், கயேப்லா, கைன் குலுங், கன்னேகின், லாங்க் குலோத், லெமன்னீஸ், மடாஃபியூஸ், மெகானிஸ், மெதாபொன்ஸ், மல்மல்ஸ், மூரிஸ், மஸ்லின், மூசுவார்ஸ், மெகாபௌட்ஸ், நிக்கநீஸ், பலம்போர்ஸ், பட்டாஸ், பெலாங், பெர்கல்லேஸ், பின்டாடோஸ், பூலாங்க் கோபர், ரம்புஸ்தான், ருமால்ஸ், சகேர்குண்டிஸ், சடேருஞ்சேஸ், செய்ல் குலோத், சலெம்போர்ஸ், சல்லலோ, சரஸ்ஸா, சரஸ்ஸா கோபயர், சரோங், சாட்டின், செம்பாகி, சுகடுன்ஸ், டஃபாசெலா, டபேசின்டேஸ், டப்சீல், டப்டெல்போகண்ட், டெர்னேட்ஸ், தபிஸ், தபிஸ் சரஸ்ஸா, துலுபகன், துரியாஸ் இட்சு, துரியாஸ் மீரா, ஆக 84 துணி வகைகள் தமிழகத்தில் உற்பத்தி செய்யப்பட்டன.

ஐரோப்பிய கூட்டுக் குழுமங்கள் செயல்பாடுகளின் அடிப்படையில் தமிழ் வணிகர்களும் செயல்பட ஆரம்பித்தனர். இடைக்காலத்தில் துணி வணிகர்கள் முன்பணத்தை நெசவாளர்களுக்கு வழங்கினார்கள். ஆனால், நெய்வதற்கு தேவைப்படும் கச்சாப் பொருட்களை வழங்கவில்லை. ஆனால், ஐரோப்பியர்களின் வருகைக்குப் பின்னர்

ஏற்றுமதித் தேவைக்கேற்ப முதலீடும், கச்சாப் பொருட்களும், முன் பணமும் கொடுத்து உற்பத்தியை முதலாளிகள் தங்கள் கையில் எடுத்துக் கொண்டனர். தமிழகத்தில் டச்சுக்காரர்கள் துணிகளை வாங்குவதற்காக வணிகர்களை ஒன்று திரட்டி கம்பெனி வியாபாரிகள் என்ற அமைப்பை உருவாக்கினர். இதற்கான மூலதனத்தை பங்குகளாக தமிழக வணிகர்களையே திரட்ட வைத்து நிர்வாக செயல்பாடுகளை மேற்பார்வை செய்தனர். வணிக லாபம் அவர்கள் செலுத்திய முதலீடு மூலதனத்தைச் சார்ந்து பிரித்து வழங்கப்பட்டது. இவ்வாறாக, நாளது தேதிவரை தனி வணிகர்களாக துணி வியாபாரம் செய்தவர்கள் ஒன்று குழுமி தொழிலைப் பெருக்க உதவிற்று. இந்த முறையை சிறிய வணிகர்கள் மட்டுமே ஏற்றுக் கொண்டனர். பெரும் வணிகர்கள் தங்களின் விருப்பப்படியே குடும்ப பாரம்பரியத்தை விட்டு விடாமல் பாதுகாத்து, தனியே வணிகம் புரிந்தனர். இதனால், வணிக மூலதனம் தொழில் மூலதனமாக மாற வாய்ப்பில்லாமல் போயிற்று. துணி வணிகத்தில் செட்டியார், பிள்ளை, முதலியார் சாதியைச் சார்ந்த இந்துக்களும், தமிழ் இசுலாமிய மரக்காயர் வணிகர்களும் பெருமளவில் ஈடுபட்டனர். இதனால், கைக்கோளர்கள் நெசவுத் தொழிலில் மட்டுமே தங்கள் கவனத்தைச் செலுத்தி, ஈடுபாட்டுடன் செயல்பட்டு, முந்தைய காலங்களில் வியாபாரம் செய்ததை பெரும்பாலும் தவிர்த்தனர். துணி உற்பத்தியை கைக்குள் வைத்திருப்பதற்கு கூலி உற்பத்தி முறையை வணிகர்கள் ஊக்குவித்தனர். துறைமுகங்கள் துணி கொள்முதல் மையங்களாக செயல்பட ஆரம்பித்தபடியால் துணி வணிகர்கள் அங்கேயே குடி பெயர்ந்தனர். வணிகத்தைப் பெருக்கும் நோக்கில் தரகர்கள், முகவர்கள் மூலம் பலவகை பருத்தி, பட்டுத் துணிகளைப் பெற்று வணிகம் புரிந்தனர். துணி வணிகத்தில் ஈடுபட்ட ஐரோப்பியர்கள் தமிழகத்தில் இருந்த துணி வணிகர்களுடன் அனுசரித்து செல்வது கட்டாயமாகி விட்டது. காலனிய தொடக்கம் மற்றும் வளர்ச்சிக் காலத்தில் தமிழக துணி வணிகர்களே ஆதிக்கம் செலுத்தியதை நாம் அறிய வருகிறோம்.

சொல்லடைவுகளும் விளக்கங்களும் - 1

தமிழகக் கடற்கரைப் பகுதித் துணி வகைகள்

அல்லேஜாஸ் (allejas): சிகப்பு, வெள்ளை, நீல வண்ணங்களில் கோடிட்ட அல்லது கட்டங்கள் வரையப்பட்ட 16-17 கஜம் நீளமும் 11/4 கஜம் அகலமும் கொண்ட துணி. அல்லேஜியாஸ் (allegias) எனவும் வழங்கப்பட்ட இத்துணி பருத்தி நூலினால் பட்டு அல்லது தங்க நூலிழை கொண்டு நெய்யப்பட்டிருக்கும்.

அவுரோராஸ் (auroras) இங்கிலாந்திலிருந்து தமிழகத்துக்கு இறக்குமதி செய்யப்பட்ட கம்பளித்துணி.

ஆர்கண்டிஸ் (organdis): மென் துகிலாலான மிகுந்த இழைநயம் கொண்ட, உறுதியான நூலால் நெய்யப்பட்ட கைக்குட்டை அல்லது கழுத்துக் கச்சை.

பஃப்டாஸ் (baftas) பாரசீக மொழியில் நெய்யப்பட்ட என்னும் பொருள் கொண்ட துணி. வழக்கமாக கருப்பு அல்லது வெள்ளை நிறத்தில் 15 அடி நீளம் கொண்டதாக இருக்கும்.

பாலாட்டியோஸ் (ballatios): வெள்ளை, கருப்பு, நீல நிறத் துணிகள்.

பாசின் (basins): வண்ணப் புடைப்புடன் கூடிய பருத்தித் துணி. ஆடைகள், மிதியடிகள், மேசைவிரிப்புகள், கைக்குட்டைகள், படுக்கை விரிப்புகள் செய்யப் பயன்பட்ட இத்துணி கடலூர், நாகூர், தரங்கம்பாடி பகுதிகளில் உற்பத்தி செய்யப்பட்டது.

பீத்தில்ஹாஸ் (beatilhas): போர்த்துக்கீசிய மொழியில் முக்காடு அல்லது முகத்திரை என்னும் பொருள் கொண்டது. கழுத்துப் பட்டைகளாகப் பயன்பட்ட இத்துணிகளுக்கு ஐரோப்பாவில் மிகுந்த வரவேற்பிருந்தது. மெல்லிய பருத்தி நூலிலும் தடிமனான நூலிலும் நெய்யப்பட்டது. 14-15 கஜம் நீளமும் 11/4 கஜம் அகலமும் கொண்டது. எளிய வெள்ளை நிறத்திலும் சாயமேற்றப்பட்டுமிருக்கும்.

பெஜ்டபௌட்ஸ் (bejtapauts): பிரான்சு நாட்டிற்கு ஏற்றுமதி செய்யப்பட்ட துணி.

போர்னியோ லயா (borneo laya): போர்னியோ நாட்டிற்கு ஏற்றுமதி செய்யப்பட்டது. 1½ பாகம் நீளமும் 4½ கை அகலமும் கொண்டது.

பூலாங்க் பிராந்தம் (boulong brandam): கருப்புச் சாயமிடப்பட்ட துணி.

பிரவுலேஸ் (brawles): நீல, வெள்ளை வண்ணங்களில் கோடிடப்பட்டு தறியில் சாயல் வேலைகள் செய்யப்பட்ட துணி. கிண்ணி (guinee) என வகைப்படுத்தப்பட்டு அடிமைகள் பயன்பாட்டிற்கு மலிவு விலையில் விற்கப்பட்டது.

பைராமி (byrami): சிகப்பு, நீலம், கருப்பு சாயமேற்றப்பட்ட மெல்லிய பருத்தித் துணி

கச்சை (cachchai): சொரசொரப்பான பருத்திநூலினால் நெய்யப்பட்ட இடுப்புத் துணி. மலாய் மொழியில் சுற்றுத் துணி என்னும் பொருள் கொண்டது.

கைன் (cain): துணியைக் குறிக்கும் பொதுவான சொல். கைன் கூலாங்ஸ் (cain goulongs) என்பது ஏற்றுமதிக்கான துணிச் சுருளாகும்.

கலாதரீஸ் (caladaris): கலம்காரித் துணி.

காலிக்கோ ஆர்டினரி (calico ordinary): முனையில் சிவப்புக் கோடிடப் பட்ட வெள்ளைத் துணி.

கல்லோவேபூஸ் (callowaypoos): பூவின் படங்கள் வரையப்பட்ட திரைச்சீலைகள். பூக்கலவை என்னும் பொருள் கொண்ட சொல்.

கேரிகம் (carycam): சிகப்பு, நீல நிறத் துணிகள்.

கட்டவாணி (cattawany): கட்டங்கள் அச்சடிக்கப்பட்ட துணி.

சவோனி (chavoni): பட்டுநூலினால் பூவேலை செய்யப்பட்ட மென்மையான வெள்ளைத்துணி.

செலா (chela): மலிவு விலைப் பருத்தித் துணி. இத்துணி கோடுகளிட்டோ கட்டங்களிடப்பட்டோ தலைப்புகளிலும் விளிம்புகளிலும் வண்ணம் அச்சடிக்கப்பட்டோ இருக்கும்.

சின்டேஸ் (chindes): தையல் வேலைப்பாடு இல்லாத சொரசொரப்பான நூலிலான துணி. இது சரோங் எனவும் வழங்கப்பட்டது.

சின்ட்ஸ் (chintz): படக்கட்டையில் வண்ணம் பூசப்பட்டு அச்சடிக்கப்பட்ட பருத்தித்துணி. இப்பெயர் தமிழ் மொழியில் வழங்கும் சிட்டா (chitta) என்னும் சொல்லால் உருவானது. மலேய மொழியில் வண்ணமேற்றப்பட்டத் துணி என்பதைக் குறிக்கும் காலிக்கோ என்று வழங்கப்பட்டது. இது சரோங்

என்றும் வழங்கபட்டது. இது படுக்கை விரிப்பாகப் பயன்படுத்தப்பட்டது. சின்ட்ஸ் வகைத்துணி உற்பத்தியில் நிறம்நிறுத்திப் பொருளும் நிறமெதிர்ப்புப்பொருளும் பயன்படுத்தப்படும். நிறம்நிறுத்தி, சாயத்தை துணியில் ஏற்றுவதற்குப் பயன்படுகிறது. அது பிற வண்ணங்களை உறிஞ்சாது. நிறமெதிர்ப்புப் பொருளாக மெழுகு அல்லது பிறபொருள்கள் பயன்படுத்தப்படும்.

கொட்டோனிஸ் (cottonis): பருத்தி, பட்டு ஆகிய இருநூல்களும் கலந்து பூக்களின் படங்களுடன் கட்டங்களிட்டு நெய்யப்படும் சிறிய துணி.

கம்மும்ஸ் (cummums): ஒரு குறிப்பிட்ட வகை மென்துகில்.

சுட்டன்னேஸ் (cuttannes): இச் சொல் பாரசீக மொழியிலிருந்து பிறந்தது. கோடிடப்பட்டு சில நேரங்களில் பூக்களின் படங்களுடன் பருத்தியும் பட்டும் கலந்து பளபளப்புடன் நெய்யப்பட்ட துணி. இது அய்யம்பேட்டையில் உற்பத்தி செய்யப்பட்டது.

தெரியாபடேஸ் (deriabades): எளிமையான வெள்ளைநிறக் காலிக்கோ துணி. 13-14 கஜம் நீளமும் 3/4 கஜம் அகலமும் கொண்டது.

டையாபெர்ஸ் (diapers): எளிமையான வெள்ளைநிறத் துணி. 9-10 கஜம் நீளமும் 21/2 கஜம் அகலமும் கொண்டது. கைக்குட்டைகளாக இது பயன்படுத்தப்பட்டது.

டிமிட்டீஸ் (dimitties): புடைப்புக் கோடுகளுடன் கூடிய பருத்தித் துணி.

டோரியா (doreas): பருத்தியும் பட்டும் கலந்து, கோடிட்டோ, கட்டங்களிடப்பட்டோ, பூவேலைப்பாடுகளுடனோ உற்பத்தி செய்யப்பட்டு பல வடிவங்களில் கிடைத்தத் துணி.

டிராகன் (dragons): சிகப்பு-வெள்ளை, சிகப்பு-பச்சை, சிகப்பு-ஊதா வண்ணங்களில் உற்பத்தி செய்யப்பட்ட மலிவு விலைத் துணி.

ட்ரோன்காங் மலாயா (drongang malaya): காவி அல்லது கருஞ்சிகப்பு நிறத்திலான பருத்தித் துணி.

ட்ரோங்கம் (drongham): ஜாவா மொழியில் இரண்டு நிறம் என்னும் பொருள் கொண்டது. சிகப்பு-கருப்பு, சிகப்பு-வெள்ளை என்ற இரு வண்ணங்களைக் கொண்டது.

டுங்கரீஸ் (dungarees): திரைச்சீலைகள் செய்யவும், மெத்தை உறை செய்யவும், கப்பலுக்கு பாய் செய்யவும் பயன்பட்ட எளிய வெள்ளைத் துணி. 12 கஜம் நீளம் கொண்டது.

கோபர் (gobar): திரைச்சீலை என்னும் பொருள் கொண்ட மலாய் மொழியிலிருந்து பிறந்தது. சரஸ்ஸாகோபர் (Sarassagobar) என்பது நீலக் காவி வண்ணத்திலிருக்கும் பளபளப்பான பட்டாலான சாயல் வேலைகள் நிறைந்த பூக்கள், பறவைகள் உருவங்களையும் கொண்ட துணி.

கூலாங்க் (goulong): தறியில் சாயல்வேலை செய்யப்பட்ட தங்க நூலிழைகள் கொண்ட துணி. தரம் வாய்ந்த இத்துணிகள் மலேய சந்தைக்காகப் பழவேற்காட்டில் உற்பத்தி செய்யப்பட்டன.

கின்னீ (guinee): ஆப்பிரிக்காவின் மேற்குக் கடற்கரையிலிருந்த அடிமைகளின் பயன்பாட்டிற்காகத் தயாரிக்கப்பட்ட துணி. சாயமேற்றப்பட்டு கோடிடப்பட்டோ, கட்டங்களிடப்பட்டோ இருக்கும்.

ஜிங்காம்ஸ் (ginghams): மலேய மொழியில் கோடிடப்பட்ட என்னும் பொருள் கொண்டது. நீலம், வெள்ளை, சிகப்பு சாயமேற்றப் பட்ட நூல்களைக் கொண்டு சாயல்வேலைகளுடன் தறியில் நெய்யப்பட்டது. 21 கஜம் நீளமிருக்கும்.

குல்டார்ஸ் (guldars): பாரசீக மொழியில் புள்ளி அல்லது பூக்கள் வடிவம் கொண்ட மென்துகிலாலான துணி என்னும் பொருள் கொண்டது. தலைப்பாகையாகப் பயன்படுத்தப்பட்டது.

குன்னியெஸ் (gunnies): துணிமூட்டைகள் கட்டுவதற்காக சொரசொரப் பாக தயாரிக்கப்பட்ட உறுதியான காலிக்கோ துணி.

இஸாரீஸ் (izarees): தெலுங்கு மொழியில் அமுக்குவது என்னும் பொருள் கொண்ட இஸ்திரீ என்னும் சொல்லிலிருந்து பிறந்தது. 8 கஜம் நீளமும் 1 கஜம் அகலமும் கொண்டது.

ஜம்டானிஸ் (jamdanis): மென்துகில் அல்லது பருத்தியாலான குட்டைத்துணி. வெள்ளை நூல் அல்லது வண்ணப் பட்டுநூல் புடைப்புடன் நெய்யப்பட்டிருக்கும். பொதுவாக பூவேலைப் பாடுகளுடன் இருக்கும்.

கயேப்லா (kaepla): மலேய மொழியில் சரோங்கின் மேல் அணியப்படும் அழகூட்டப்பட்ட துணி என்னும் பொருள் (பார்க்க சரோங்க்) கொண்டது.

கைன் குலூங் (kain glung): தங்க நூலிழைகள் கொண்டு நெய்யப்பட்ட சாயல்வேலைகள் கொண்ட இது துணிச்சுருள்களாக ஏற்றுமதி செய்யப்பட்டது.

கன்னேகின் (kannekin): பருத்தியாலான வெள்ளைத்துணி. 8 பாகம் (1 பாகம் 1.8 மீட்டர்) நீளமும் 7 பாகம் அகலமும் கொண்டது.

கெர்சே (kerseys): இங்கிலாந்து நாட்டில் சஃபோக் மாகாணத்திலிருக்கும் கெர்சே என்னுமிடத்தில் நெய்யப்பட்டு தமிழகத்திற்கு இறக்குமதி செய்யப்பட்ட கம்பளி மயிரிலான துணி.

லாங்க் குலோத் (long cloth): பருத்தியாலான எளிய வெள்ளைத் துணி. 37 கஜம் நீளமும் 1 1/4 கஜம் அகலமும் கொண்டது. ஐரோப்பாவிற்கு படக்கட்டைச் சாயமேற்ற ஏற்றுமதி செய்யப்பட்டது.

லெமன்னீஸ் (lemanees): ஃபிரான்சு நாட்டிற்கு ஏற்றுமதி செய்யப்பட்ட துணி.

மடாஃபியூஸ் (matafious): கோடிட்டு நெய்யப்பெற்ற துணி.

மெகானிஸ் (mecanis): பருத்தியாலான மெல்லிய வெள்ளைத்துணி.

மெதாபொன்ஸ் (medhapons): சென்னையில் கோடுகளுடன் நெய்யப்பெற்ற துணி.

மல்மல்ஸ் (mulmuls): மென்துகிலில் தையல் பூவேலைகள் சிறு கூட்டங்களாக இருக்கும் வண்ணம் உற்பத்தி செய்யப்பட்ட துணி.

மூரிஸ் (muris): திரைச்சீலைகள் செய்யவுதவும் மூலத்துணி. உயர்வகைப் பஞ்சினால் நீலநிறத்தில் உற்பத்தி செய்யப்பட்டது. 9-10 கஜம் நீளமும் 1 கஜம் 8 அங்குலம் அகலமும் கொண்டது. போர்த்துக்கீசிய அளவில் 15½ லிருந்து 16 கோவேடோக்கள் (covados, 1 கோவேடோ 45.72 சென்டிமீட்டர்) நீளமிருக்கும். இது மொரின் (morins) என்றும் வழங்கப்படும். தரம் வாய்ந்த மெல்லியப் பருத்தி நூலால் நெய்யப்பட்டது.

மஸ்லின் (muslin): நன்கு முறுக்கேற்றப்பட்ட நூலிலான மெல்லிய துணி.

மூசுவார்ஸ் (mouchoirs): கோடுகள், கட்டங்கள், நூல்வேலைகள், விளிம்புகள் தங்கம், வண்ண நூல்களால் அழகு செய்யப்பட்டு உற்பத்தி செய்யப்பட்ட கைக்குட்டைகள்.

மெகாபௌட்ஸ் (megapauts): பிரான்சு நாட்டிற்கு ஏற்றுமதி செய்யப்பட்ட துணி.

நிக்கநீஸ் (nickanees): கோடிடப்பட்டு சாயல்வேலைகள் செய்யப்பட்ட காலிக்கோ துணி. மலிவு விலையில் அடிமைகளுக்காகத் தயாரிக்கப்பட்டது. $14\frac{1}{4}$ கோவேடோக்கள் நீளமும் $1\frac{1}{8}$ கோவேடோக்கள் அகலமும் கொண்டது.

பலம்போர்ஸ் (palampores): பாரசீக மொழியில் படுக்கை விரிப்பு என்னும் பொருளுடையது.

பட்டாஸ் (pattas): அரை பாகம் நீளமுள்ள சிகப்பு அல்லது பச்சை வண்ணத்தில் சிகப்பு அல்லது நீலக் கோடுள்ள அடுக்களைத் துணி.

பெலாங் (pelongs): 3 பாகம் நீளமும் 5 கை அகலமும் கொண்ட துணி.

பெர்கல்லேஸ் (percalles): உயர்தர எளிய வெள்ளை நிறப் பருத்தித்துணி. அச்சடிக்க ஏற்றது. 8 கஜம் நீளமும் 1 கஜம் அகலமும் கொண்டது.

பெர்பெச்சுவானோஸ் (perpetuanoes): பளபளப்பு கூடிய இலேசான சாய்சரிவுப் பின்னலுடன் நெய்யப்பட்ட இலண்டனிலிருந்து இறக்குமதி செய்யப்பட்ட கம்பளித் துணி. துணியின் உறுதித்தன்மையைக் குறிப்பதாக இச்சொல் அமைகிறது.

பீஸ் குட்ஸ் (Piece-goods): விரைவுச் சாய நுட்பத்தில் அழகிய வடிவமைப்புகளுடனும் பல நூல் வகைச் சேர்க்கைகளுடனும் கையால் வண்ணம் பூசப்பட்டதும் படக்கட்டைக் கொண்டு வண்ணம் பூசப்பட்டதுமான துணி. 2 லிருந்து 20 கஜம் நீளமும் 2 கஜம் அகலமும் கொண்டது. மென்துகில், திரைச்சீலை, சலெம்போர்ஸ் (salempores), பஃடாஸ் (baftas), டுங்கரீஸ் (dungarees), அல்லேஜாஸ் (allejas) வகைத்துணிகள் இதில் அடங்கும்.

பின்டாடோஸ் (pintados): சிறிய, பெரிய உருவங்கள் வரையப்பட்ட வண்ணத்துணி.

பூலாங்க் கோபர் (pulang gobars): ஜாவா மொழியில் சிகப்புநிறத் திரைச்சீலையைக் குறிக்கும்.

ரம்புஸ்தான் (rambustans): மலேயாவில் விளையும் ரம்புஸ்தான் என்னும் பழமரம் போல செம்மயிர்களைக் கொண்ட துணி.

நெசவாளர்களும் துணிவணிகர்களும் / 181

இது நாகபட்டினத்திலும் கூனிமேட்டிலும் உற்பத்தி செய்யப் பட்டது.

ருமால்ஸ் (rumals): முக்கால் கஜம் நீளமுள்ள கைக்குட்டையைக் குறிப்பது.

சகேர்குண்டிஸ் (sacerguntis): ஆயிரம் முடிச்சுகளிட்டு சாயமேற்றப் பட்டு நெய்யப்பட்ட புள்ளிகள் கூடிய துணி.

சடேருஞ்சேஸ் (saderunches): சாயல்வேலைகள் கொண்ட சொர சொரப்பான துணி.

செய்ல் குலோத் (sail cloth): இரட்டை நூல்களால் நெய்யப்பட்ட 20 கோவேடோ நீளமுள்ள எளிய வெள்ளை நிறத்துணி.

சலெம்போர்ஸ் (salempores): ஜாவா மொழியில் வெள்ளைக் காலிக்கோவைக் குறிக்கும் முறுக்கேற்றப்பட்ட பருத்தி நூலினாலான இத்துணியின் இரு முனைகளிலும் சிகப்பு அல்லது நீலக் கோடிடப்பட்டிருக்கும். 16 கஜம் நீளமும் 1 கஜம் அகலமும் கொண்டிருக்கும்.

சல்லலோ (sallalo): கருநீலம் மற்றும் கருப்பு நிறத்துணி; தரம் குறைந்த மென்துகிலில் நீலம் அல்லது கருப்பு சாயம் மட்டும் ஏற்றப்பட்ட துணி. சராசரியாக 5 கையகல நீளமும் 1 கஜம் அகலமும் இருக்கும்.

சரஸ்ஸா (sarassa): சரஸா (sarsa) எனவும் வழங்கப்படும் இப்பருத்தித் துணியில் வண்ணம் பூசப்பட்டிருக்கும்; பட்டிலோ, பஞ்சிலோ உயர்தர பலவண்ணச் சாயல்வேலைகள் செய்யப்பட்ட துணி.

சரஸ்ஸா கோபயர் (sarassa gobaer): பாந்தம் துறைமுக சந்தைக்காக உற்பத்தி செய்யப்பட்ட வண்ணம் பூசப்பட்ட துணி.

சரோங் (sarong): மலேசிய மற்றும் இந்தோனேசிய ஆடவர் பெண்டிர் இருபாலரும் இடுப்பு அல்லது மார்பிலிருந்து உடலைச் சுற்றி அணிந்துகொள்ளும் துணிவகை.

சாட்டின் (satin): பளபளப்பாகக் கோடிட்டோ அல்லது பூக்களின் படங்களுடனோ உள்ள மிருதுவான துணி.

செம்பாகி (sembagi): தென்கிழக்காசிய தலைநிலப் பகுதியில் வழங்கிய மலேய மொழியில் சௌதாகிரி (saudagiri) என்று வழங்கப் பட்ட இச்சொல் அச்சடிக்கப்பட்ட துணிகள் என்னும்

பொருள்கொண்டது. நிறமேற்றிகளுடன் அச்சடிக்கப்பட்ட பருத்தித்துணி.

சுகடூன்ஸ் (sucatoons): பட்டு அல்லது பட்டும் பஞ்சும் கலந்து கோடுகளிடப்பட்ட அல்லது கட்டங்கள் வரையப்பட்ட துணி. 10 கஜத்திலிருந்து 20 கஜம் வரை பல்வேறு அளவுகளிலும் இருக்கும். மொத்தமாக இருக்கும் இவ்வகை சுகடூன் துணிகள், மூட்டைகள் கட்டவும் போர்வைகளாகவும் பயன்பட்டன.

டஃபாசெலா (taffachela): கோடிட்ட மெல்லிய வெள்ளைத் துணி.

டபேசின்டேஸ் (tapechindes): இச்சொல் குறிப்பிட்ட வகை நூலினான துணி என்பதைக் குறிக்காமல் ஆடை என்னும் பொருளில் குறிக்கப்படுகிறது. அடிமைகளுக்கு ஆடையாகப் பயன் படுத்தப்பட்டது.

டப்சீல் (tapseel): நெய்வதற்கு முன்பே சாயமேற்றப்பட்ட துணி

டப்டெல்போகண்ட் (taptelpokand): பாவாடை அளவு நீளமுள்ள சிகப்பு அல்லது கருப்பு நிறத்தாலான கோடுகளும் வட்டங்களும் வரையப்பட்ட துணி.

டெர்னேட்ஸ் (ternates): பிரான்சு நாட்டிற்கு ஏற்றுமதி செய்யப்பட்ட துணி.

தபிஸ் (tapis): விளிம்பு அல்லது ஓரத்தைக் குறிக்கும் ஜாவா மொழிச்சொல். தென்கிழக்காசியப் பகுதியில் ஆண்களும், பெண்களும் அணியும் சாயல்வேலைகளுடன் கூடிய ஆடை

தபிஸ் சரஸ்ஸா (tapis sarassa): இலைகள், பறவைகளின் வண்ணம் பூசப்பட்ட துணி; பலவண்ணங்களிலான பூவுருவச் சாயல் வேலைகளுடன் கூடிய பெண்டீராடை.

துலுபகன் (tulupakan): பாவாடை அளவுள்ள சிகப்பு அல்லது கருப்பு நிறத்தாலான கோடு அல்லது வட்டங்களிடப்பட்ட துணி

துரியாஸ் இட்சு (turias itchu): வண்ணம்/சாயமேற்றப்பட்ட சொரசொரப்பான பச்சை நிறத்துணி.

துரியாஸ் மீரா (turias meera): வண்ணம்/சாயமேற்றப்பட்ட சொரசொரப்பான சிகப்பு கோடுகள், ரோசாப்பூ, வட்ட தாட்டர் வடிவங்கள் கொண்ட துணி. மலேயச் சந்தைக்கு உற்பத்தி செய்யப்பட்டது.

சொல்லடைவுகளும் விளக்கங்களும் - 2

சாயப்பொருள்களும் நெசவுத் தொழில் சொற்களும்

அல் (Al): மொரிண்டா சிட்ரிஃபோலியா (Morinda citrifolia) என்னும் வகை மரவேரின் பட்டையிலிருந்து தயாரிக்கப்படும் சிகப்புச் சாயம்.

அலும் ஆக்ஸைடு (alum oxide): என்னும் அலுமினிய உயிரகை அல்லது அதற்கு இணையான பொருள். இவ்வுலோகக் கனிமம் மஞ்சிட்டியுடன் (madder) உற்பத்தி செய்யப்படும் சிகப்பு நிறச்சாயத்திற்கு நிறமேற்றியாகப் பயன்படுத்தப்படும்.

அரேகா கடேசு (Areca catecheu): சிகப்பு/இளஞ்சிவப்பு வண்ணம் தயாரிக்கப் பயன்படும் கொட்டைப்பாக்கு.

பேல் பேக்கட் (bale packet): *500* துணிகள் கொண்ட ஒரு கட்டு.

பாட்டிக் மலாய் (batik Malay): ஜாவாவில் துணிகளில் செய்யப்பட்ட மெழுகெதிர்ப்பு முறை.

கால் (call): துணியின் தரம் காணும் அளவு; முறுக்கு நூல்களின் எண்ணிக்கை; ஒரு கால் *240* நூல்களைக் கொண்டது.

சர்கா (charka): பஞ்சைச் சுத்தம் செய்யப் பயன்படும் உருளை.

சாய் ரூட் (chay root): ஓல்டென்லான்டியா உம்பெல்லாடா (Oldenlandia umbellata) என்று உயிரியல் பெயர் கொண்ட இது தமிழில் சாயவேர் என்றழைக்கப்படும். தெலுங்கில் த்ஸேரி வெல்லோ என்றழைக்கப்படும். 'சோழமண்டலக் கடற்கரைத் தாவரங்கள்' குறித்த தமது நூலில் வில்லியம் ராக்ஸ்பர்க் 1799 ஆம் ஆண்டளவில் இத்தாவரங்கள் பயிரிடப்பட்டதைக் குறித்துள்ளார். சாய் என்ற சிகப்புச்சாயம் இந்திய மஞ்சிட்டி என வழங்கப்பட்டது. பிரான்ஸ்வா மார்தேன் இது ஆர்மகான் பகுதியில் வளர்க்கப்படுவதாகக் குறித்துள்ளார். இச்செடிகள் மணற்பாங்கான பகுதியில் வளர்ந்ததாகவும் இவை செங்கருநீலப் பூக்கள் பூத்ததாகவும் குறிப்பிடுகிறார்.

கோர்ஜே (corge): *20* எண்ணிக்கை கொண்ட ஒரு துணிக்கட்டு

எபோனி (ebony Diospyros mollis): எபோனி மரப்பழம் கருப்புச் சாயம் தயாரிக்கப் பயன்பட்டது.

ஜிஞ்சலி (gingelly): எள்.

ஹென்னா (henna Lawsonia inermis): ஹென்னா இலைகள் ஆரஞ்சு/ தங்க நிற வண்ணச்சாயம் தயாரிக்கப் பயன்படுத்தப்பட்டன.

இக்கத் (ikat): மலேய மொழியில் பிறந்த சொல். துணி நெய்யும் முன்பே முறுக்கி நெய்த நூல்களில் சாயமெதிர்ப்பு நுட்பத்தில் சாயமேற்றப்பட்டு நெய்யப்படும் துணி.

இண்டிகோ (indigo, Indigofera tinctoria): நீலச் சாயம்; தண்டுப்பகுதியில் வளரும் இலைகளைக் கொண்டு சாயம் தயாரிக்கப்படுகிறது.

கடுக்காய், கடுக்காய் பூ (kadukkai, kadukaipou Phyllanthusemblica aldecai): கடுக்காய் மர இலைகளில் தயாரிக்கப்படும் உறுத்தாத மஞ்சள் சாயம். தெலுங்கில் 'அல்தெகாய' என்று வழங்கப்படும்

மேடர் (madder): Rubia tinctorum (rubai cordifolia) manjistha என்னும் தாவர வேரில் தயாரிக்கப்படும் மஞ்சிட்டிச் சாயம்

மெனகூடு (menakoudou) Morinda citrifolia

மார்டன்ட் (mordant): நிறம்நிறுத்தி. வேதியல் கூட்டிணைப்புடன் சாயத்தை உருவாக்கப் பயன்படும் பொருள்.

மிரோபலன் (myrobalan): Terminalia bellirica, இம்மரத்தின் பட்டைகள்/ பழங்கள் கொண்டு பச்சைநிறச் சாயம் தயாரிக்கப்பட்டது.

மிளகு (pepper): Piper methysticum, மிளகுக் கொடியின் வேர். கருப்புநிறம் தயாரிக்கப் பயன்பட்டது.

புஞ்சம் (punjam): நூல்களின் எண்ணிக்கை. ஐரோப்பியர் இதை கொன்ஜோன் (conjon) என்று அழைத்தனர். துணியின் தரத்தை அறியவுதவும் அளவு. ஒரு புஞ்சம் என்பது 120 நூல்களைக் கொண்டது.

செந்தூரப்பூ (safflower): Carthamustinctorius kusumba or safflower சிகப்பு நிறச்சாயம் தயாரிக்கப் பயன்படுத்தப்படுவது. சிகப்பு ஆரஞ்சு வண்ணமானது 'குசும்பா' அல்லது செந்தூரப்பூவில் உற்பத்தி செய்யப்பட்டது.

சப்பன் மரம் (sapan wood): Caesalpinia sappan பிரேசிலுள்ள பெரனாம்புகோ என்னுமிடத்திலிருந்து தருவிக்கப்பட்ட மரம். சிகப்பு நிறத்தைக் குறிக்கும் சப்பன் என்ற சொல்லால் வழங்கப்பட்டது. இம்மரம் மற்றும் மரப்பட்டைகளைக்

கொண்டு சிகப்பு நிறச்சாயம் தயாரிக்கப்பட்டது. அலுமினிய நிறமேற்றி, பதனீட்டு இரும்புடன் கலக்கப்பட்டு, சிகப்பு சாயத்தைச் சேர்த்துக் கருப்புச் சாயம் தயாரிக்கப்பட்டது.

சோகா பெல்டோபோரம் (soga Peltophorum plerocarpum)

தக்ராவெர் காசியா-டோரா (tagravere Cassia-tora) an acacia tree.

புளி (tamrindus indica): புளிய மர இலைகள். மஞ்சள் நிறச்சாயம் தயாரிக்கப் பயன்படுத்தப்பட்டன.

மஞ்சள் (turmeric): மஞ்சள் வேர்த்தண்டு வெளிர்ந்த மஞ்சள் சாயம் தயாரிக்கப் பயன்பட்டது. குர்குமா லாங்கா (curcuma longa) என வழங்கப்பட்ட மஞ்சள் கிழங்கில் மஞ்சள் சாயம் தயாரிக்கப்பட்டது. இது எளிதில் கரையும் சாயம் என்றாலும் பரவலாகப் பயன்படுத்தப்பட்டது.

சொல்லடைவுகளும் விளக்கங்களும் - 3

பொதுச் சொற்கள்

வோத் (woad): Isatis tinctoria of the cruciferae. இத்தாவரத்தின். இலைகள் நீல, காவி நிறச் சாயங்கள் தயாரிக்கப் பயன்படுத்தப்பட்டன.

அமில்தார் (amildar): வருவாய்த் துறை உதவி அலுவலர்; வருமானத் திற்கான ஒப்பந்தக்காரர், வருவாய் ஆட்சியர்.

அம்முனம் (ammunam): பாக்கு வணிகத்தில் தரப்படுத்தப்பட்ட ஒரு எடை அளவு. ஒரு அம்முனம் எடையில் 20,000 லிருந்து 24,000 பாக்குக் கொட்டைகள் இருக்கும்.

பஹார் (bahar): தெற்காசியா, தென்கிழக்காசியா நாடுகளில் பயன்படுத்தப்பட்ட ஒரு எடை. ஒரு பஹார் 15 நாழிகளாகும்.

பட்டா (batta): நாணயமாற்றத்தில் தரப்படும் ஒரு கழிவு.

பேரிசெட்டி (berrichetti): இடங்கைப் பிரிவைச் சார்ந்த தெலுங்கு வணிகர்.

போட்டோம்ரி (bottomry): கப்பலை பிணையாகப் பெற்றுக்கொண்டு கடல்கடந்த வணிகத்திற்காக ஒருவர் தரும் கடன். கப்பல் மூழ்கிவிட்டால் கடன் கொடுத்தவர் அப்பணம் முழுவதையும் இழந்துவிடுவார்.

கட்ஜன் (cadjan): எழுதுவதற்குப் பயன்படுத்தப்பட்ட ஓலை.

கேண்டி (candy): ஒரு எடை அலகு. ஒரு கேண்டி என்பது 500 பவுண்டு கொண்டது.

சக்கரம் (chakaram) ஒரு பகோடாவில் (pagoda) ஆறில் ஒரு பங்கு (பார்க்க பகோடா).

சௌல்ட்ரி கோர்ட் (choultry Court): சிறிய அளவிலான குற்றங்கள் புரிந்த இந்தியர்களை விசாரிக்கும் 'ஐரோப்பிய குடியிருப்பினுள் அமைந்த' நீதிமன்றம்.

கோவேடோ (covado): நீட்டளலவை 1 கோவேடோ 30 அங்குலம், 65 சென்டிமீட்டர் அல்லது 3 ஜான் அளவு. இதற்கு பன்மை கோவேடோஸ் என்னும் சொல்லாகும்.

கௌல் (cowle): எழுத்துமூலம் உறுதியளிக்கப்பட்ட குத்தகை அல்லது நல்கை.

குருசேடோ (cruzado): கோவாவில் வார்க்கப்பட்ட வெள்ளி நாணயம். 1554ஆம் ஆண்டு இது 420 ரெய்கள் (reis) (செம்பு நாணயம்) என மதிப்பிடப்பட்டது. ஸ்பெயின் நாட்டின் 10 ரியால்களுக்குச் (reals) சமம்

கச்சேரி (cutchery): நீதி மன்றம், நீதிமன்றக் கட்டடம்.

திவான் (diwan): வருமான, சமூக நிர்வாகி.

துபாஷ் (dubash): இரண்டு மொழிகள் தெரிந்தவர் என்று பொருள் படினும் ஐரோப்பியர்களுக்கு ஊழியம் புரிந்தவர்களாகவும், மொழிபெயர்ப்பாளர்களாகவும் ஐரோப்பியரின் சார்பில் வணிகம் மேற்கொண்டவராகவும் விளங்கியவர்.

எஸ்டாதோ தா இண்டியா (Estado da India): தென்னாப்பிரிக்காவிலுள்ள நன்னம்பிக்கை முனையிலிருந்து ஜப்பான் வரையிலான போர்த்துக்கீசியரிடமிருந்த இந்தியப் பகுதி.

எக்கூ (ecu): ஒரு எக்கூ நாணயம் இரண்டு சிக்கா (sicca) ரூபாய்களுக்குச் சமமானது.

ஃபர்மான் (farman): முகலாயர் காலத்தில் அரசரால் எழுத்துவடிவில் அளிக்கப்பட்ட உயர்குடி மக்களென்னும் மதிப்பு.

ஃபௌஜ்தார் (faujdhar): முகலாயப் படை ஆளுநர்.

ஃபஸ்லி (fasli): அறுவடை ஆண்டு.

ஃப்ளோரின் (florin): டச்சுக்காரர்களின் உயர்ந்த மதிப்புள்ள நாணயம். ஒரு ஃப்ளோரின் இரண்டு லிவ்ர் தூர்னாய்க்கு (livre tournai) சமமான்து. இந்நாணயம் ஸ்டுய்வெர் (stuivers) மற்றும் பென்னஜென்களாகவும் (pennigens) பகுக்கப்பட்டன.

குமாஸ்தா (gumastha): வணிகரின் முகவர்.

ஹர்கர் (harkar): தகவலாளி அல்லது திறமையான முகவர்

ஹவில்தார் (havildar): ஒரு நகரத்தையோ ஒரு உட்பிரிவையோ நிர்வகிக்கும் படை அலுவலர்.

இஜ்ரா (ijara): வேளாண் வருவாய்.

இஜார்தார் (ijaradar): வருவாய் தரும் வேளாண் நிலத்தின் உரிமையார்.

இனாம் (inam): மன்னரால் வரிவிலக்கு அளிக்கப்பட்ட நிலம். மிராசி (mirasi) மன்னரால் அளிக்கப்பட்ட வரிவிலக்கு.

ஜகிர் (jagir): அரசுக்கான நில வருவாயில் ஒருவருக்குத் தரப்படும் ஒரு பகுதி. ஆங்கிலக் குழும ஆட்சியின் தொடக்க காலத்தில் சென்னையைச் சுற்றியுள்ள பகுதிகளில் அளிக்கப்பட்ட நில வருவாய்ப் பங்கு. ஒரு குறிப்பிட்ட காலவரையறைக்கு ஒரு அலுவலருக்கு ஒரு நிர்வாகப் பரப்பில் நில வரியை வசூல் செய்ய வழங்கப்பட்ட ஒரு ஊதிய உரிமை.

கணக்குப்பிள்ளை (kanakupillai): கணக்காளர், அல்லது எழுத்தர்.

காணியாட்சி (kaniyatchi): ஒரு நிலத்தின் மேலுள்ள உரிமம்.

காசு (kasu): 18 ஆம் நூற்றாண்டில் பயன்படுத்தப்பட்ட செம்பு நாணயம். 80 காசுகள் 1 பணத்திற்குச் சமம்.

கோபன் (koban): ஜப்பானிய மொழியில் தங்கத்தைக் குறிப்பது.

கோமுட்டி (komati): வலங்கைப் பிரிவைச் சார்ந்த தெலுங்கு வணிகர்.

லிவ்ர் தூர்னே (livre tournai): பிரெஞ்சுப் புரட்சிக்கு முன்பிருந்த நாணயம். பாண்டிச்சேரியில் ஒரு ரூபாய் 2 லிவ்ர் 15 சோல்களுக்குச் (sols) சமமானது.

மகாநாடு (mahanadu): நாட்டார் (nattavars) அல்லது வேளாண்குடித் தலைவரைக் கொண்ட உள்ளூர் நிர்வாகக் குழு.

மகாநாட்டார் (mahanattar): பாண்டிச்சேரியில் சாதிகளின் குழு.

மாமூல் (mamool): வாடிக்கை.

மணியக்காரர் (maniyakkarar): ஊர்த் தலைவர்; சிறு வருவாய் அலுவலர்.

மௌண்ட் (maund): 25 பவுண்டுகள் கொண்ட ஒரு எடை.

மிராசி (mirasi): மரபுரிமையாகப் பெறப்பட்ட சொத்து.

மிராசுதார் (mirasidar): மரபுரிமையாகச் சொத்து பெற்றவர். அரிசி விளையும் நஞ்சை நிலத்திற்கு உரிமை கொண்ட உயர்குடி மக்கள்.

நாடு (nadu): மண்டலக் குழு

நகோடா (nakhoda): கப்பலின் தலைமை மாலுமி.

நாட்டார் (nattar): *மண்டக்குழுவில் சாதிகளுக்கான பிரதிநிதி.*

நவராத்திரி (navarattiri): *செப்டம்பர் 15இலிருந்து அக்டோபர் 15 வரை 9 இரவுகளும் 10 பகல்களும் கொண்ட விழாக் காலம்.*

நசர் (nazar): ‘*மதிப்பான வருகை*’

பகோடா நாணயமதிப்பு சென்னையில்

1 பகோடா= 3 ரூபாய்

36 பணம் = 1 பகோடா

8 லிவ்ர் தூர்னே = 1 பகோடா

84-90 ஸ்டுய்வெர் = 1 பகோடா

4.2 to *4.5 ஃப்ளோரின் = 1 பகோடா*

42 பணம் = 1 நட்சத்திர பகோடா

பணம் (panam) வெள்ளிக்காசு

36 பணம் = 1பகோடா

64 காசு = 1 பணம்

8 துட்டு = 1 பணம்

பர்கானா (pargana): நாட்டின் பரப்பு.

பர்வானா (parwana): *ஆணை; கீழ்ப்பணிபுரியும் அலுவலருக்கு உயரலுவலரால் அளிக்கப்படும் உரிமம் அல்லது கடித ஆணை; கீழ்நிலை அலுவல் ஆவணம்.*

பேஸ்காஸ் (peshkash): *பாளையக்காரர்கள் அரசுக்கு அளித்த* வரி.

குவானுங்கோ (quanungo): *நில ஆவணங்களைப் பராமரிக்கும்* பொறுப்பு *அலுவலர்.*

ரியால் (rial): *ஸ்பெயின் நாட்டு நாணயம். 10 பணம் 1 ரியால்.*

ரிக்ஸ் டாலர் (rix-dollar): *ஜகர்த்தாவில் பயன்படுத்தப்பட்ட டச்சுப் பணம். 1 ரிக்ஸ் டாலர் 4 ஸ்டெர்லிங்குகளுக்குச் சமம்.*

ரியோத் (ryot): வேளாண்குடி, விவசாயி.

ரியோத்வாரி (ryotwari): ஒவ்வொரு நில உரிமையாளரிடமிருந்தும் பெறப்படும் நிலவரி முறை.

சனத் (sanad): அலுவல் ஆவணம், நல்கை, கட்டளை.

சராஃப் (saraaf): பணம் மாற்றுபவர், வங்கியாளர்.

சீர் (seer): 0.625 பவுண்டுள்ள எடை அளவு.

சௌகார் (sowcar): கடன்தருபவர், வங்கியாளர்.

சுபா (subah): ஒரு நிலப்பகுதி.

சுபாதார் (subhadar): மொகலாய அரசில் ஆளுநர்.

தக்காவி (taccavi): வேளாண்மை மேற்கொள்ள அரசு அளிக்கும் முன்பணம் அல்லது கடன்.

தயேல் (tael): மலேய மொழியில் தஹில் (tahil) என்னும் சொல்லிலிருந்து பிறந்தது. சீன எடை மதிப்பான ஒரு தயேல் 48 கிராம் எடையுள்ளது.

உசாவடி (uchavadi): விஜயநகரப் பேரரசின் ஒரு பகுதி.

விரைபர்கெர்ஸ் (virj burghers): உள்ளூர் மக்களைத் திருமணம் புரிந்த டச்சுக்காரர்கள்.

ஆய்வுநூல் பட்டியல்

முதன்மைத் தரவுகள்

I. கையெழுத்துச் சுவடிகள்

போர்த்துக்கல்

1. Instituto Arquiuo Nacionais/Torre do Tombo, Lisboã

Corpo Cronólgico

Followed by Maço and Document Numbers

Part I

16-106;22-62;22-80;59-58;60-17;68-86;68-88;76-102;77-18;77-26.

Part lA

11-50.

Part II

46-98; 53-93.

Part III

7-115.

Chancelarias Reais

D. Sebastiao.Livros 15, 19, 40,

D. Filippe II,Livro 7.

Gavetas

XX-4-15.

Documentos Remetidos da India

Livros 32, 56, 62.

Fragmentos

Caixa 3, Maco 3, Document no. 17.

Nucleo Antigo

No. 808.

2. Arquivo Historico Ultramarino, Lisboã
   Assentos do Conselho da Fazenda
   Codice 281 & 282.
   Caixas da India
   Caixa 9, Document 15; Caixa 1, Document 22.
3. Biblioteca Nacional, Lisboã
   Codice 1540,1814,2702,8358.
4. Biblioteca Municipal de Elvas, Elvas
   Codice 5/381.

   ஸ்பெயின்
5. Archivo General de Simancas, Valladolid
   Secretarias Provinciales: Libro 1966.

   நெதர்லாந்து
6. Naationaal Archief, Den Haag
   Overgekomen Brieven en Papieren
   VOC 904, VOC 1066, VOC 1070, VOC 1080, VOC 1087, VOC 1095, VOC 1109, VOC 1130, VOC 1133, VOC 1135, VOC 1156, VOC 1242, VOC 1243, VOC 1369, VOC 1370, VOC 1377, VOC 1468, VOC 1596, VOC 1630, VOC 1635, VOC 1743, VOC 1764, VOC 1852, VOC 1855, VOC 1884, VOC 1926, VOC 2244, VOC 2426, VOC 2431, VOC 2505, VOC 2574, VOC 2631, VOC 2652, VOC 2716, VOC 2760, VOC 2778, VOC 2822, VOC 2861, VOC 2876, VOC 3043, VOC 3135, VOC 3197, VOC 3198, VOC 3229, VOC 3259, VOC 3842.

   Hoge Regering te Batavia
   No. 308, 340,341,344,362,557

   ஐக்கியக் குடியரசு
7. British Library, London
   Oriental and India Office Collections
   European Manuscripts

MSS Eur. F.1 ,Verbael ujit Mgesonden en Aengekomen Breiven near en van Malacca Anno 1672.

MSS Eur. Mackenzie Collection, Miscellaneous, Vol. 131.

Dutch Records: Hague Transcripts, R 9/36/16, R/9/36/17, R/9/38/2.

Translations of Dutch Records:Letters from India, AD 1630,1659,1695.

Madras Public Consultations

Vol. 73.

Madras Mayor's Court Records

Mayor's Court Proceedings, Range 328, Vol. 41; Range 329, Vol. 42.

Madras Military and Political Proceedings

P/253/34.

Despatches to Madras

Vols. III & IV

Factory Records

Cuddalore, G/14/2 (1681), G/14/2 (1685-86), G/19/2 (1685-86).

Fort St. George, G/19/12 (1702), G/19/13 (1703-1704).

Java, G/21/3 (1659), G/21/4 (1675-76).

Miscellaneous, G/40/9 (1626).

Porto Novo Consultations, G/14/3.

Home Miscellaneous Series

Vols. 37, 113,336,387,399,427,497.

Boards' Collections

Nos. 2110, 2210,7177

Original Correspondence

Nos. 1690, 1718,2446,2865,3171,3853,4216,5911.

Miscellaneous Letters Received

E/1/3.

Mackenzie Collection, Private

Nos. 1,40,47,48,55,60 & 72.

8. British Museum (Manuscript Room), London

   Additional Manuscripts, Nos. 9853, 28432.

9. Victoria & Albert Museum, London

   Water Colour Album, IS 39-1987, IS 53-1991, IS 37-1991, IS 31-2002.

   பிரான்சு

10. Archives Nationales, Paris

    Fonds des Colonies

    Serie C2: Inde et Compagnie des Indes (Microfilms), Nos. 25, 27, 28, 29, 30, 31, 32,56,65,66,67,72,73,76,94,120,196,256,281.

11. Bibliotheque Nationale, Paris

    Nouvelles Acquisitions Francaises, Nos. 117, 118, 8927.

    MSS Indien, Nos. 156, 158.

    இந்தியா

12. தமிழ்நாடு ஆவணக்காப்பகம், சென்னை

    Dutch Records

    Nos. 334, 1134, 9789-38, 9790-39, 9836-85.

    Dutch Translations in English

    General no. 23375, SI. no. 1760A & 1760B.

    Abstracts of all the contracts ... made ... or obtained from various native sovereigns in the name of Governors-General (translated from Corpus Diplomaticum Neerlando- Indicum),1608-65.

    Dutch Coromandel Records

    Serial no. 1634, Memoir of Laurens Pit Senior, 1663.

    Serial no. 1635, Memoir of Cornelius Janszoon Speelman,1665.

    Serial no. 1636, Memoir of Dirck van Cloon, 1730

    Serial no. 1636a, Memoir of Adriaan PIa, 1730.

    Serial no. 1637, Memoir of Elias Guillot, 1738.

Serial no. 1638, Memoir of Jacob Mossel, 1744.

Serial no. 1639, Memoir of Galenus Mersen, 1748.

Serial no. 1640, Memoir of Steven Vermont, 1759.

Serial no. 1641, Memoir of Pieter Haksteen, 1771.

Madras Public Consultations

Vols. 93A, 93B, 94A, 95A, 97B, 98B, 105B.

Madras Public Proceedings

Vol. 106B.

Public Department (Sundries)

Vols. 15, 21, 31, 40, 41.

Public Department (Miscellaneous)

Vol. 2.

Public Department (Consultations)

Vols. 23, 60, 68, 70, 71, 73, 74, 80, 88, 97, 109, 113, 137, 140, 150, 152, 161, 170, 182, 184A, 223, 227, 230, 231, 235, 242, 243,

South Arcot District Records

Cuddalore Consultations, vols. 66, 67, 69, 70, 71, 72, 77, 79, 81, 86.

Tanjore District Records

Factory Records: Nagore, vols. 3325, 3326, 3327.

Jaghir Records

Vols. 2 & 5.

Jaghire Books

Vol. 8.

Mayor's Court Records

Minutes, Vol. VIII.

Wills, Probates, and Letters of Administration, 1735-46.

Board Consultations

Vol. 139.

13. Historical Archives, Panaji, Goa

MSS Monçoes do Reino, Livros 13A, 19A, 19D, 21, 45, 57, 123B, 148B

Livro de Reis Vizinhos, Livro 1.

14. Southern Zonal office of the National Archives of India, Pondicherry

   Tribunal de la Chaudrie: Sentences et Droits Civils, 1791-2, Folder no. 231, Sheet no. 23.

   Archives Sous Verres, Folder nos. 63, 64, 70, 74, 83, 86, 90, 91, 92, 95, 99, 103, 105, 118,119,120,122,126.

   Eighteenth Century Documents, Nos. 91, 342, 361, 365, 438.

15. Government Oriental Manuscripts Library, Chennai

   Mackenzie Manuscripts:Pazhaverkadu Kaifiyat, D.3082. ; MSS Idangai Valangai Jaityar Varalaru, R. 7749; MSS No. D-3014.

II. அச்சு ஆவணங்கள் மற்றும் சமகால நிகழ்ச்சிக் கோவைகள்

போர்த்துக்கீசிய மொழியில்

Albuquerque, Affonso de, Cartas de Affonso de Albuquerque, ed. Raymundo Antonio de Bulhao Pato, 7 vols., Lisboã, 1884-1935.

Baiao, António, Historia quinhista in edito de Segundo cerco de Dio, ilustrada com a correspondencia original tambem in edita de D. Joao de castro, D. Joao de Mascarenhas e outro, Coimbra, 1925.

Barros, Joao de, Da Asia, 8 vols., Lisboã, 1977.

Basilio de Sa, Artur, Documentaçao para a Historia das Missoes do padroado Portugues do Oriente: Insul India, 5 vols., Lisboã, 1954-8.

Boccaro, Antonio, 'Livro das Plantas de Toda as Fortalezas, Cidades, e Povaçoes do Estado da India Oriental', in Arquivo Portugues Oriental, ed. Bragança Pereria, Goa, 1937-8.

Bulhao Pato, R.A., ed., Documentos Remetidos da India ou Livros das Monçoes, Lisboã, 1880-1935.

Coelho, J. Ramos, Alguns Documentos do Archive Nadonal da Torre do Tombo Acerca das Navegaçoes e Conquistas Portuguezas Publicados, Lisboã, 1892.

Correia, Gaspar, Lendas da India, 4 vols., repr., Porto, 1975.

நெசவாளர்களும் துணிவணிகர்களும் / 197

Cortesao, Armando and Luis de Albuquerque, Obras Completas de D. Joao de Castro, 3 vols., Coimbra, 1976.

Couto, Diogo do, Decadas da Asia, Lisboã, 1777-8.

Documentos Remetidos da India ou Livros do Monçoes. vols. 1-5, ed. R. A de Bulhao Pato; vols. 6-10, ed. Antonio da Silva Rego, Lisboã, 1974-82.

Felner, Lima and Jose de Rodrigo, eds., Subsidies para a Historia da India Portuguesa, Lisboã, 1868.

Luz, E.P. Mendes, 'Livro da Cidades e Fortalezas que o Coroa de Portugal tem nas Partes da India, e das Capitanias e mais Cargos que nelas ha, e da Importancia deles' ,Studia, no. 6, July 1960.

Matos, Artur Teodoro de, O Estado da India Nos anos de 1581-8 Estructura.Administrativa, e Economia, Alguns Elementos, para o seu Estudo, Ponta Delagada, 1982.

Pissurlencar, Panduranga, Regimentos das Fortalezas da India, Goa, 1951.

Ribeiro, Luciano, Registo da Casa da India, 2 vols., Lisboã, 1954-5.

Rivara, Cunha, ed., Archivo Portuguez-Oriental, 9 vols., Goa, 1857-76.

Rebello, Jacinto Ignacio de Brito, Livro de Marinharia Tratdo da Agulha de Marear de Joao de Lisboã, Lisboã, 1903.

Sanceau, Elaine, Colecao sao Lourenço, 3 vols., Lisboã, 1973-83.

_____, Cartas de D. Joao de Castro, Lisboã, 1954.

Texeira da Mota, Un Manuscrito Nautico Seis Cartista Re Encontrado Centro do Estudos de Cartografia Antiga, Lisboã, 1975.

Wicki, Jose, Documenta Indica, 18 vols., Roma, 1948-88.

டச்சு மொழியில்

Anthonisz-Pieters, S., Memoir of Thomas van Rhee, Governor and Director of Ceylon for his Successor Gerrit de Herre, 1697, Colombo, 1915.

_____, Memoir of.Gustaaff Willem Baron Vim Imhoff, 1740, Colombo, 1911.

Chijs, J.A. Van der et al., Dagregister Gehouden int Casteel Batavia vant Passerende daer te Plaatse als Over Geheel Nederlandts-India, 1628-1682, 31 vols., The Hague- Batavia, 1887-1928.

Coen,Jan Pietersz, Beschiden Omtrent Zijn Bedirjf in Indie, 7 vols., ed. H.T. Colenbrander, The Hague, 1919-34.

Coolhas, WPh., ed., Generale Missiven van de Couverneurs-Generaal en Raden Aan Heren XVII der Verenigde Oostindische Compagnie, 9 vols., 'S Gravenhage, 1960-84.

Dam, Pieter van, Beschryvinge van de Oostindische Compagnie, ed. F.W. Stapel and C.W. Th. Van Boetzelaer, 7 vols., 'S Gravenhage, 1927-54, repr. 1977.

Groot, P., Ver Klaringeen van Brieven Gezonden van Negapatam (Accompaniments to Letters from Negapatam), 1748-50 and 1757-8, Madras, 1911.

Havart, Daniel, Op-en Ondergang van Coromandel, Amsterdam, 1693.

Heeres, J.E. and F.W Stapel, eds., Corpus Diplomaticum Neerlando-Indicum Verzameling van Politieke Contracten en Verdere Verdraagen door de Nederlanders in het Oosten geslaten van Privilege brieven aan hen Verbend enz, 6 vols., vol. I (1596-1650), vol. II (1650-75), vol. III (1676-91), vol. IV (1691-1725), vol. V (1726-52), vol. VI (1753-59), 's Gravenhage, 1907-55.

Jonge, J.K.J. de, ed., De Opkomst van bet Nederladsch Gezag in Oost Indie 1595-1844, 17 vols., The Hague & Amsterdam, 1862-1909.

Pietres, Sophia, Memoir left by Gustaff Willem Baron Van Imhoff, Governor and director of Ceylon to his successor, Willem Maurits Bruynink, 1740, Colombo, 1911.

___ and R.G. Anthonisz, Memoir left by Jacob Christiaan Pielat to his successor Diederik van Domburg, 1734, Colombo, 1905.

Prakash, Om, The Dutch Factories in India: A Collection of Dutch East India Company Documents Pertaining to India, vol. I (1617-23), vol. II (1624-7), New Delhi, 1984-2007.

Reimers, E., ed., Memoirs of Ryckloff van Goens Adriaengovernor of Ceylon to his successors Jacob Hustaart on 26 December 1663 and Ryckloff van Goens ther Younger on 12 April 1675, Colombo, 1932.

நெசவாளர்களும் துணிவணிகர்களும் / 199

_____ , Memoir of Joan Gideon Loten, 1752-1757, Colombo, 1935.

_____ , Memoir of Jan Schreuder; Governor of Ceylon delivered to his Successor Lubbert Jan Baron van Eck on 17 March 1762, Colombo, 1946.

ஆங்கில மொழியில்

Danvers, F.C and William Foster, Letters Received by the English East India Company from its Servants in the East, Vol. I, 1602-13, Vol. II, 1613-15, Vol. III, 1615, Vol. IV, 1616, vol. V 1617, Vol.VI, 1617, London, 1896-1902.

Fawett, Charles, ed., English Factories in India, 1670-77, 1678-84, New Series, Oxford, 1952-5.

Foster, William, ed., The English Factories in India: A Calendar of Documents in the India Office, British Museum & Public Record Office, Vol. I (1618-21), Vol. II (1622-3), Vol. III (1624-9), Vol. IV (1630-3), Vol. V (1634-6), Vol. VI (1637-41), Vol. VII (1642-5), Vol. VIII (1646-50), Vol. IX (1651-4), Vol. X (1655-60), Vol. XI (1661-4), Vol. XII (1665-7), Vol. XIII (1668-9), Oxford, 1906-27.

Hodges, William, Diary of William Hodges, ed. H. Yule, London, 1887-9.

Records of Fort St. George, Published by Madras Superintendent, Government Press.

(a) Diary and Consultation Book, 1672-1746, 1749-1757, ed. CM. Schmidt, J.J. Cotton, A.V Venkatarama Ayyar, B.S. Baliga et al., 90 vols., Madras, 1910-53.

(b) Dispatches from England, 1670-1677, 1680-1692, 1696-1751, ed. CM. Schmidt, H. Dodwell et al., 61 vols., Madras, 1911-52.

(c) Public Despatches to England, 1694-1696, 1701 to 1751, 18 vols., Madras, 1919-32.

(d) Letters from Fort St. George, 1679, 1688-9, 1693-4, 1696-1704, 1710-11, 1721-3, 1726, 1735-7, 1739-40, 1742-4, 1752-3, 1758, 1760-1, 1764-5, 40 vols., Madras, 1915-41.

(e) Letters to Fort St. George, 1681-2, 1684-7, 1693-4, 1699-1700, 1703-04, 1707,1711-12, 1718-19, 1723, 1729, 1731-3, 1735, 1738-42, 1744-6, 1750, 1752-3, 1757, 1763-5, 45 vols., Madras, 1916-32.

(f) Minutes of the Proceedings in the Mayor Court of Madraspatnam, June to December 1689, July 1716 to March 1719, 1727, 1736-7, 1741-2, 1745-6, 11 vols., Madras, 1918-27.

200 / நெசவாளர்களும் துணிவணிகர்களும்

(g) Pleadings in the Mayor's Court, 1731-3, 1736-7, 1742-5, 7 vols., Madras, 1936-47.

(h) Public Consultations, 1672-1750, 36 vols., Madras, 1910-38.

(i) Fort St. David Consultations, 1696-8, 1701-04, 1706-07, 1709-12, 1716, 1723-50, 17 vols., Madras, 1933-6.

(j) Anjengo Consultations, Madras, 1958.

(k) French Correspondence, 1752, Public Sundry Book, No. 9, Madras, 1916.

(l) Country Correspondence (Public Department), 1740, 1748-9, 1750-1, ed. A.G. Garden, 4 vols., Madras, 1908-10.

(m) Public Department, Sundry Book of 1753-4, Madras, 1943.

(n) Sundry Book of 1677-8, Madras, 1910.

(o) Sundry Books: Public Department, 1735, Madras, 1912.

(p) Letters to Fort St. David, 1747-50, 4 vols., Madras, 1935.

(q) Letters from Fort St. David, 1748-50, 3 vols., Madras, 1935.

Temple, R.C., ed., The Diaries of Master Streynsham, 1675-1680, 2 vols., London, 1911.

பிரெஞ்சு மொழியில்

Diagou, Gnanou, Arrets du Conseil Superieur de Pondichery, 8 vols., Pondicherry, 1935-41.

Gaudart, Edmond and Alfred Martineau, eds., Correspondance du Conseil Superieur de Pondichery avec le Conseil de Chandernagor du 30 Septembre 1728 au 10 Fevrier 1757, 3 vols., Paris, 1915-19.

____, eds., Proces- Verbaux des Deliberations du Conseil Superieur de Pondichery du 1 er Fevrier 1701 au 31 Decembre 1739, 3 vols., Pondicherry, 1913-15.

Martineau, Alfred, ed., Correspondance du Conseil Superieur de Pondichery et al la Compagnie, 1726-1767, 6 vols., 1920-34.

____, ed., Memoires de François Martin, Fondateur de Pondichery, 1665-1694, 3 vols., Paris, 1932-4.

Vardarajan, Lotika, India in the Seventeenth Century: Memoirs of François Martin, 2 vols., New Delhi, 1984.

தமிழில்

ஆலாலசுந்தரம், (ப.ஆ), ஆனந்தரங்கப் பிள்ளை நாட்குறிப்பு, தொகுதி 9 லிருந்து 12 வரை, பாண்டிச்சேரி, 2005

தியாகு, ஞான, (ப.ஆ), பிரத்தியேகமான ஆனந்தரங்கப்பிள்ளை அவர்களின் சொஸ்தலிகித தினப்படி செய்திக்குறிப்பு, 8 தொகுதிகள், பாண்டிச்சேரி, 1948-54

கோபாலகிஷ்ணன், மா இரண்டாம் வீராநாய்க்கர் நாட்குறிப்பு (1778-1792), சென்னை,1992.

___ , ஆனந்தரங்கப் பிள்ளை விரிந்த நாட்குறிப்பு (1751-1752), சென்னை, 2004.

___ , ஆனந்தரங்கப் பிள்ளை விரிந்த நாட்குறிப்பு, ஆங்கீரச ஆண்டு, சென்னை, 2005.

___ , ஆனந்தரங்கப் பிள்ளை விரிந்த நாட்குறிப்பு, சிரீமுக ஆண்டு, 1753-1754, சென்னை, 2008.

ஸ்டீபன், எஸ். ஜெயசீல, ரங்கப்ப திருவேங்கடம் பிள்ளை நாட்குறிப்பு, தொகுதி 1 (1760-2), தொகுதி 2 (1762-6), பாண்டிச்சேரி, 2000.

___ , ரங்கப்ப திருவேங்கடம் பிள்ளை நாட்குறிப்பு 13.06.1767லிருந்து 29.12.1769 வரை, தொகுதி 3, சென்னை, 2006

___ , The Diary of Rangappa Thiruvengadam Pillai, 1760-1768: Translated from Original Tamil with Notes, Pondicherry, 2001.

___ , முத்து விஜய திருவேங்கடம் பிள்ளை நாட்குறிப்பு 1794-1796, பாண்டிச்சேரி, 1999.

Price, Frederick, H. Dodwell and V Rangachari, trs., The Private Diary of Ananda Ranga Pillai, 12 vols., repr., Delhi, 1980.

III. பயணக்குறிப்புகள்

Barbosa, Duarte, The Book of Duarte Barbosa: An Account of the Countries Bordering of the Indian Ocean and their inhabitants, 2 vols., ed. L.M. Dames, London, 1918-21, repr., Delhi, 1989.

Bowrey, Thomas, A Geographical Account of the Countries Around the Bay of Bengal, 1669-1679, ed. Sir Richard Temple, Cambridge, 1905.

Buchanan, Francis, A Journey from Madras through the Countries of Mysore, Kanara and Malabar, 3 vols., London, 1807.

Hirth F. and WW Rockhill, Chau-Ju-Kua: His Work on the Chinese and Arab Trade in the Twelfth and Thirteenth Centuries, entitled Chu-Fan-Chi, St. Petersburg, 1911.

Linschoten, John van, The Voyages of John van Linschoten to the East Indies, ed. A.C. Burnell and P.A. Tiele, London, 1885.

Major, R.H., India in the Fifteenth Century, London, 1857.

Nuniz, Fernao, 'Chronicle of Fernao Nuniz', in The Vijayanagar Empire, ed. Vasundhara Filliozat, New Delhi, 1977.

Pires, Tome, The Suma Oriental of Tome Pires and the Book of Rodrigues, 2 vols., Delhi, 1990.

Polo, Marco, The Travels of Sir Marco Polo, ed. H. Yule, London, 1871.

____, Marco Polo: The Description of the World, ed. A.C. Moule and P Pelliot, London, 1948.

Purchas, Samuel, His Pilgrims, vol. X, Glasgow, 1905.

IV கல்வெட்டுச் சான்றுகள்

Aiyar, Srinivasa, K.R., Inscriptions of the Pudukottai State, 2 parts, Madras, 1929.

Annual Report on South Indian Epigraphy, Madras, 1887-1955.

Epigraphia Indica, Calcutta/Delhi, 1892.

Rangachari, V, A Topographical List of Inscriptions of the Madras Presidency (collected till 1915, with notes and references), 3 vols., Madras, 1919.

Sastry, Sadhu Subrahmanya, Tirumalai- Tirupati Devasthanam Epigraphical Series, 6 vols., Madras, 1931-8.

South Indian Inscriptions, 23 vols., Madras, 1890-1979.

Srinivasan, PR. and Marie Louise Reniche, Tiruvannamalai: A Saiva Sacred Complex of South India, Inscriptions, vols. 1.1, 1.2, Pondicherry, 1990.

Subramanian, T.N., South Indian Temple Inscriptions, 3 vols., Madras, 1953-7.

Travancore Archaeological Series, 9 vols., Madras, 1910-41.

சுப்ரமண்யம், என், பல்லவர் செப்பேடுகள் முப்பது, சென்னை, 1967.

கமால், எஸ்.எம், சேதுபதி மன்னர் செப்பேடுகள், இராமநாதபுரம், 1992.

இரண்டாம் நிலைத் தரவுகள்

Abraham, Meera, The Two Medieval Merchant Guilds of South India, Delhi, 1988.

Abyasinghe, Tikiri, Portuguese Rule in Ceylon, 1594-1612, Colombo, 1966.

Alam, Ishrat, 'A Dutch Memoir of 1603 on Indian textiles', in ed. Irfan Habib, Akbar and His India, Delhi, 1997, pp. 294-7.

Alves, Jorge M. dos Santos, 'Nayinar Kuniyappan: Un Tamoul, Syahbandar de Samudera-Pasai au debut du XVIe Siecle', Archipel, vol. 62, 2001, pp. 127-42.

Andaya, Barbara Watson, 'The Indian Saudagar Raja (The Kings' Merchant) in Traditional Malay Courts', Journal of the Malaysian Branch of the Royal Asiatic Society, vol. LI, part m, 1978, pp. 244-50.

Arasaratnam, S., Merchants, Companies and Commerce on the Coromandel Coast, 1650- 1740, Delhi, 1980.

Arrian, Anabosis Indica, 2 vols., tr. E. Iliff Robson, London, 1954.

Basu, Bhaskatjyothi, The Central Coromandel in the Eighteenth Century, Unpublished Ph.D. Dissertation, Visva-Bharati, 1989.

Basu, Susan M. Neild, 'The Dubashes of Madras', Modern Asian Studies, vol. XVIII, no. 1, 1984, pp. 1-31.

Bertrand, J., La Mission du Madure d' après de Documents in Edits, 4 vols., Paris, 1850-4.

Bhattacharya, Bhaswati, The Dutch East India Company on the Coromandel Coast, 1740- 1780, A Study of its Decline, Unpublished Ph.D. Dissertation, Visva-Bharati, 1992.

Boxer, CR., Fidalgos in the East, 1590-1750, The Hague, 1948.

Brennig, J.J., The Textile Trade of Northern Coromandel: A Study of a Pre-Modern Asian Export Industry, Unpublished Ph.D. Dissertation, University of Wisconsin, 1975.

____, 'Textile Producers and Production in Late Seventeenth Century Coromandel', Indian Economic and Social History Review, vol. XXIII, no. 4, October-December, 1986, pp. 333-56.

Brown, C.C., 'Sejarah Melayu, or Malay Annals', Journal of the Malaysian Branch of the Royal Asiatic Society, vol. XXV; pt. 2 and 3, 1952, pp. 6-276.

Bruijn, J.R., The Dutch-Asiatic Shipping in the Seventeenth and Eighteenth Centuries, 3 vols., The Hague, 1979-87.

Casson, L., The Periplus Maris Erythraei, Princeton, 1989.

Castes, Jean, L' Ancienne Mission du Madure des Origin et ses Histoire, typescripts in Madurai Province Jesuit Archives, Shenbaganur.

Champakalakshmi, R., Trade, Ideology and Urbanization, South India, 300 BC to AD 1300, Delhi, 1996.

Chaudhuri, K.N., The English East India Company: The Study of an Early Joint Stock Company, 1600-1640, London, 1965.

___ , The Trading World of Asia and the English East India Company, 1600-1760, Cambridge, 1978.

___ , Asia before Europe: Economy and Civilization of the Indian Ocean from the Rise of Islam to 1750, Cambridge, 1990.

Chicerov, A. I., India: Economic Development in the 16th-18th Centuries, An Outline History of Crafts and Trade, Moscow, 1971.

Christie, Jan Wisseman, 'The Medieval Tamil-Language Inscriptions in South East Quanzhou from the Tenth to the Thirteenth Century', Journal of South East Asian Studies, vol. 6, no. 1 (Spring) 1995, pp. 49-74.

Clark, Hugh R., 'Muslims and Hindus in the Culture and Morphology of Asia and China', Journal of World History, vol. 29, no. 2, September 1998, pp. 239-68.

Dagleisch, Wilbert Harold, The Perpetual Company of the Indies in the Days of Dupleix, 1722-1756, Philadelphia, 1933.

Dairiandin, Cojande, Memoire de Pedro Canagaraya Moudaliar, Pondichery, 1984.

Das Gupta, Ashin, Indian Merchants and the Decline of Surat, 1700-1750, Wiesbaden, 1979.

___ and M.N. Pearson, India and the Indian Ocean, Calcutta, 1990.

Fosses, Castonnet de, L'Inde Française avant Dupleix, Paris, 1887.

Habib, Irfan, 'Notes on Indian Textile Industry in the 17th Century', in Prof S.C.Sarkar Felicitation Volume, New Delhi, 1976, pp. 181-92.

___ , 'Potentialities of Capitalist Development in the Economy of Mughal India', in Essays in Indian History Towards a Marxist Perception, New Delhi, 2010, pp. 219-20.

Hall, R. Kenneth, 'The Textile Industry in South East Asia, 1400-1800', Journal of the Economic and Social History of the Orient, vol. 39, no. 2, 1996, pp. 87-135.

Iyer, Lalitha, Trade and Finance on the Coromandel Coast, 1757-1853, Ph.D. Dissertation, University of Hyderabad, 1993.

Karashima, N., Y Subbarayalu and P. Shanmugam, Vijayanagara Rule in Tamil Country as Revealed through a Statistical Study of Revenue Terms in Inscriptions, Tokyo, 1988.

Krishnamurthy, B., The French Trade with India, 1664-1754, Ph.D. Dissertation, M.S. University of Baroda, 1984.

Love, Henry Davidson, Vestiges of Old Madras, 1640-1800: Traced from the East India Company's Records Preserved at Fort. St. George and the India Office and from other Sources, 3 vols., London, 1913, repr. Delhi, 1988.

Luzatto, Gino, 'Small and Great Merchants in the Italian Cities of the Renaissance', in Enterprise and Secular Change, ed. Frederic C. Lane, Homewood, 1953, pp. 41-52.

Madhavan, Chitra, History and Culture of Tamilnadu, Delhi, 2005.

Manning, Catherine, Fortunes a Faire: The French in Asian Trade, 1719-48, London, 1996.

Marx, Karl, Capital (1867), London, 1906, 2 vols., 1971.

Minakshi, C., Administration and Social Life under the Pallavas, Madras, 1938.

Mukund, Kanakalatha, The Trading World of the Tamil Merchant: Evolution of Merchant Capitalism in the Coromandel, Hyderabad, 1999.

Olangier, Paul, Les Jesuites a Pondicherry et l'affaire Naniappa, 1705-1720, Paris, 1932.

___, Benoit Dumas: un Grand Colonial Inconnu, Paris, 1936.

Oubagarasamy, Bernadette, Un Livre de Compte du Ananda Ranga Pillai, Pondicherry, 1947.

Parthasarathi, Prasannan, The Transition to a Colonial Economy: Weavers, Merchants and Kings in South India, 1720-1800, Cambridge, 2001.

Perlin, Frank, 'Proto-Industrialisation and Pre-Colonial South Asia', Past and Present, vol. 98, 1983, pp. 30-95.

Quiason, S.D., English Country Trade with the Philippines, 1644-1765, Quezon City, 1966.

Ramaswamy, Vijaya, Textiles and Weavers in Medieval South India, Delhi, 1985.

____, 'Notes on the Textile Technology in Medieval India with Special Reference to the South', Indian Economic and Social History Review, vol. XVII, 1980, pp. 227-41.

____, 'The Genesis and Historical Role of the Master Weavers in South Indian Textile Production', Journal of the Economic and Social History of the Orient, vol. XXVIII, 1985, pp. 294-325.

Raychaudhuri, Tapan, Jan Company in Coromandel, 1605-1690: A Study in the Interrelations of European Commerce and Traditional Economies, The Hague, 1962.

____ and Irfan Habib, The Cambridge Economic History of India, 2 vols., Cambridge, 1982.

Ray, Hari Prasad, Trade and Diplomacy between India and China: A Study of Bengal during the Fifteenth Century, Delhi, 1993.

____, 'Trade between South India and China, 1368-1644', in Commerce and Culture in the Bay of Bengal, 1500-1800, ed. Denys Lombard and Om Prakash, Delhi, 1999, pp. 37-46.

Rocher, Ludo, 'Jacob Mossel's Treati e on the Customary Laws of the Vellala Chettiars', Journal of the Americarn Oriental Society, Vol. 89, no. 1, January-March 1969, pp. 27-50.

Roelosfsz, M.A.P Melink, Asian Trade and European Influence in the Indonesian Archipelago between 1500 and 1630, The Hague, 1962.

Roy, Tirthankar, ed., Cloth and Commerce, Textiles in Colonial India, New Delhi, 1996.

Rudner, David, 'Religious Gifting and Inland Commerce in Seventeenth Century South India', Journal of Asian Studies, Vol. 46, no. 2, 1987, pp. 361-79.

Salomon, Richard, 'Epigraphic Remains of Indian Traders in Egypt', Journal of the American Oriental Society, Vol. 111, no. 4, October-December 1991, pp. 731-6.

Sarkar, H.B., Trade and Commercial Activities of Southern India in the Malayo-Indonesian World (up to AD 1511), Calcutta, 1986.

Sastri, K.A. Nilakanta, The Colas, University of Madras, 1937, repr., 1975.

Sen, S.P., 'The Role of Indian Textiles in South East Asia Trade in the Seventeenth Century', Journal of South East Asian Studies, Vol. 3, no. 2, September 1962, pp. 92-110.

Sen, Tan, 'Maritime Relations between China and the Chola Kingdom, AD 850-1279', in Mariners, Merchants and Oceans, ed. K.S. Mathew, New Delhi, 1995, pp. 25-41.

Sinha, Arvind, The Politics of Trade: Anglo-French Commerce on the Coromandel Coast, 1763-1793, Delhi, 2002.

Srinivasachari, Ananda Ranga Pillai: The Pepys of French India, Madras, 1940.

___, 'The Origin of Right and Left Hand Caste Division', Journal of Andhra Historical Research Society, Vol. IX, nos. 1-2, 1929, pp. 77-85.

___, 'Right and Left Hand Caste Disputes in Madras in the Early Part of the 18th Century', Proceedings of the Indian Historical Records Commission, Gauhati, Vol. XII, 1929, pp. 68-76.

___, 'The First Indian Courtiers of the French East India Company', in Proceedings of the Indian Historical Records Commission, Baroda, Vol. XII, 1939, pp. 22-34.

Stephen, S. Jeyaseela, The Coromandel Coast and its Hinterland: Economy, Society and Political System, 1500-1600, New Delhi, 1997.

___, Portuguese in the Tamil Coast: Historical Explorations in Commerce and Culture, 1507-1749, Pondicherry, 1998.

___, ed., Literature, Caste and Society: The Masks and Veils, Delhi, 2006.

___, Expanding Portuguese Empire and the Tamil Economy, 16th-18th Centuries, Delhi, 2009.

___, 'Pulicat Based Shipping and Trade, 1500-1530', Purabilekha-Puratatva, Vol. IX, pt. 2, 1991, pp. 1-16.

___, 'The Role of the Tamil Muslim Mercantile Community of the Marakkayars in the Late Medieval Maritime Trade on the

Coromandel Coast: A Study Chiefly Based on Portuguese Sources, AD 1506-1537', Islamic Culture, Vol. LXIX, no. 4, October 1995, pp. 59-71.

___, 'Socio-Economic Role of Pedro Kanagaraya Mudaliar in the French :Colony of Pondicherry, 1711-1746', in Revue Historique de Pondicherry, Vol. XVIII, 1995, pp. 15-32.

___, 'Historic Textiles of Pondicherry: Weaving and the Trading World under the French Flag, AD 1720-1747', PILC Journal of Dravidic Studies, Vol. 6.1, January 1996, pp. 93-124.

____, 'The Trade Economy of Melaka Port in the Sixteenth Century', in Rethinking Malaysia, ed. K.S. Jomo, Kuala Lumpur, 1999. pp. 185-202.

___, 'Silk and Cotton Rumals of Coromandel and Bengal: Nature and Pattern of Indo-European Trade in the East-West Commercial Axis, Cir. 1660-1790', Bengal Past and Present, vol. 125, parts I-II, nos. 240-241, January-December 2006, pp. 40-55.

Subrahmanyam, Sanjay, The Political Economy of Commerce, Southern India, 1500-1650, London, 1990.

___, Improvising Empire: Portuguese Trade Settlements in the Bay of Bengal, Delhi, 1990.

Swarnalatha, P., The World of the Weaver in the Northern Coromandel, 1750-1850, Hyderabad, 2005.

Terpstra, Heert, De Vestiging van de Nederlanders aan de Kust van Coromandel, Groningen, 1911.

___, De Nederlanders in Voor-lndie, Amsterdam, 1947.

Thomas, P.J., Mercantilism and the East India Trade, London, 1926.

Thomaz, L.F.F.R., De Malaca a Pegu: Viagens de um Feitor Portugues, 1512-1515, Lisboã, 1966.

___, 'Nina Chatu e o Commercio Portugues em Malaca', Memorias do Centro de Estudos de Marinharia, vol. V. Lisboã, 1976, pp. 3-27.

___, 'Les Portugais dans les mers de l' Archipel au XVIe siecle', Archipel, 18, 1979, pp. 105-205.

Weber, Henry, La Compagnie Française des Indes, 1604-1875, Paris, 1904.

Wild, Peter, John and Felicity Wild, 'Rome and India: Early Cotton Textiles from Berenike, Red Sea Coast of Egypt', in Textiles in Indian Ocean Societies, ed. Ruth Barnes, Abingdon, Oxon, 2005, pp. 11-16.

வரைபடங்களும் படங்களும்

வெற்றிக்கு பத்து படிகள்

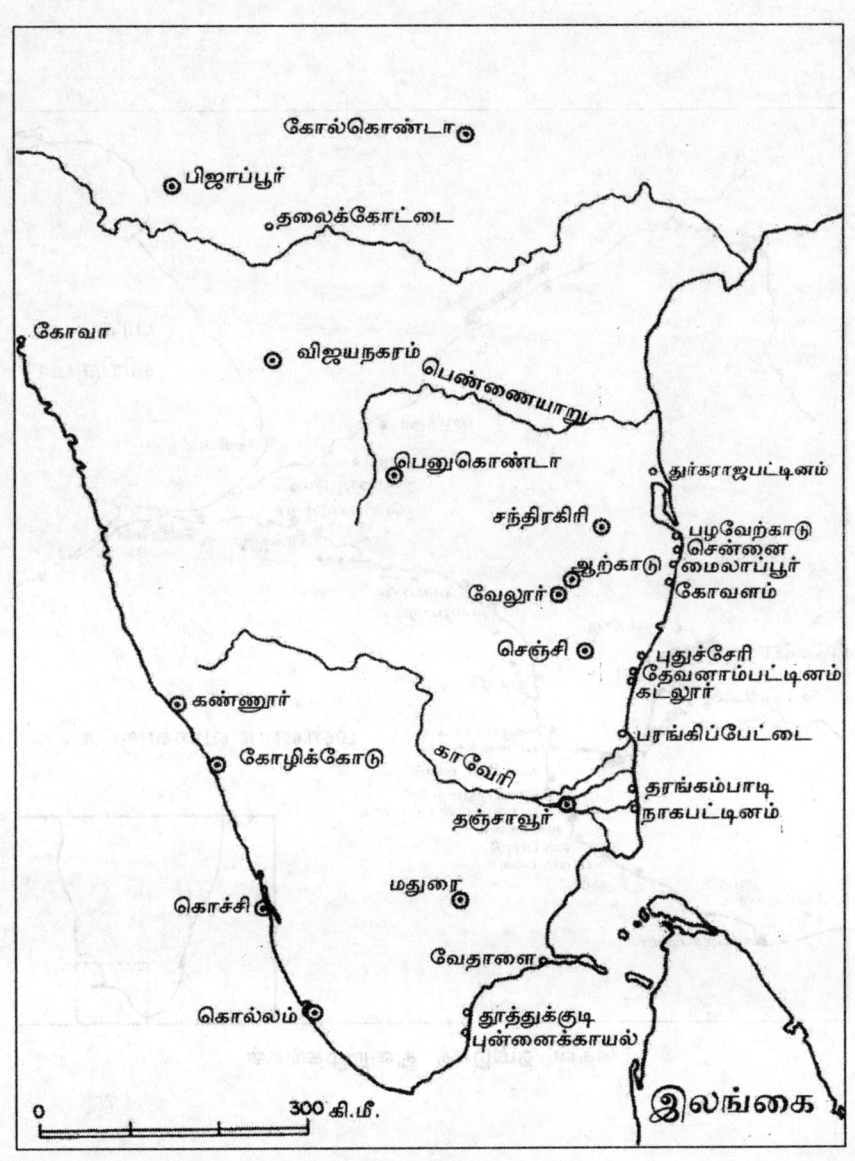

தமிழகத் துறைமுகங்கள்

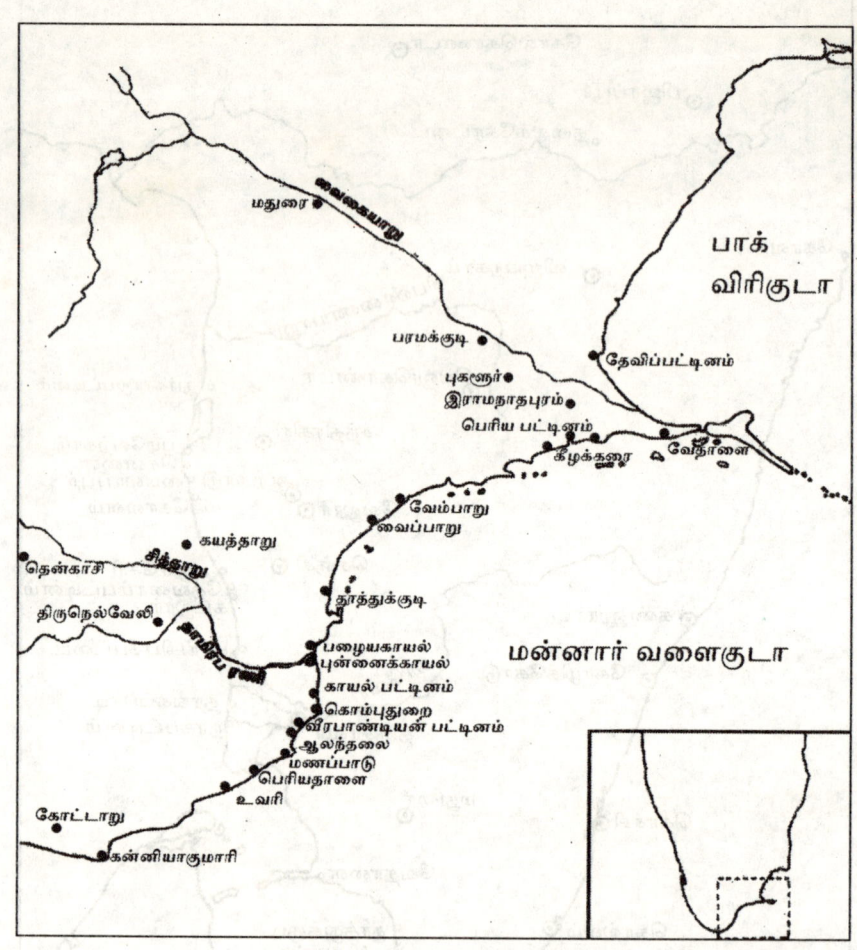

தென் தமிழகத் துறைமுகங்கள்

தமிழகக் கடற்கரைப் பகுதிகளில் முக்கியம் வாய்ந்த நெசவு மையங்கள்

214 / நெசவாளர்களும் துணிவணிகர்களும்

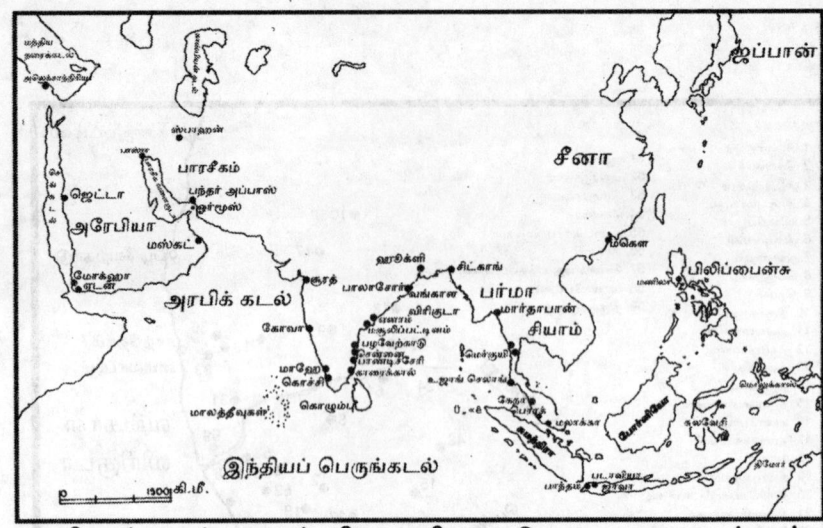

தமிழகக் கடற்கரையும் பிற ஆசிய நாடுகளுடனான கடல்கடந்த துணி வணிகத் தொடர்புகளும்

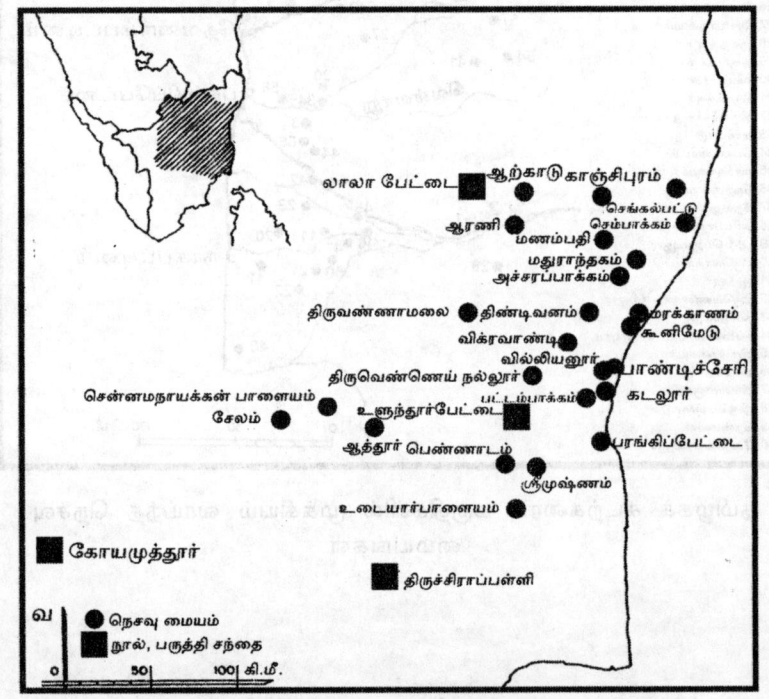

பின்னிலப் பகுதியில் நூல், பருத்தி சந்தைகள்

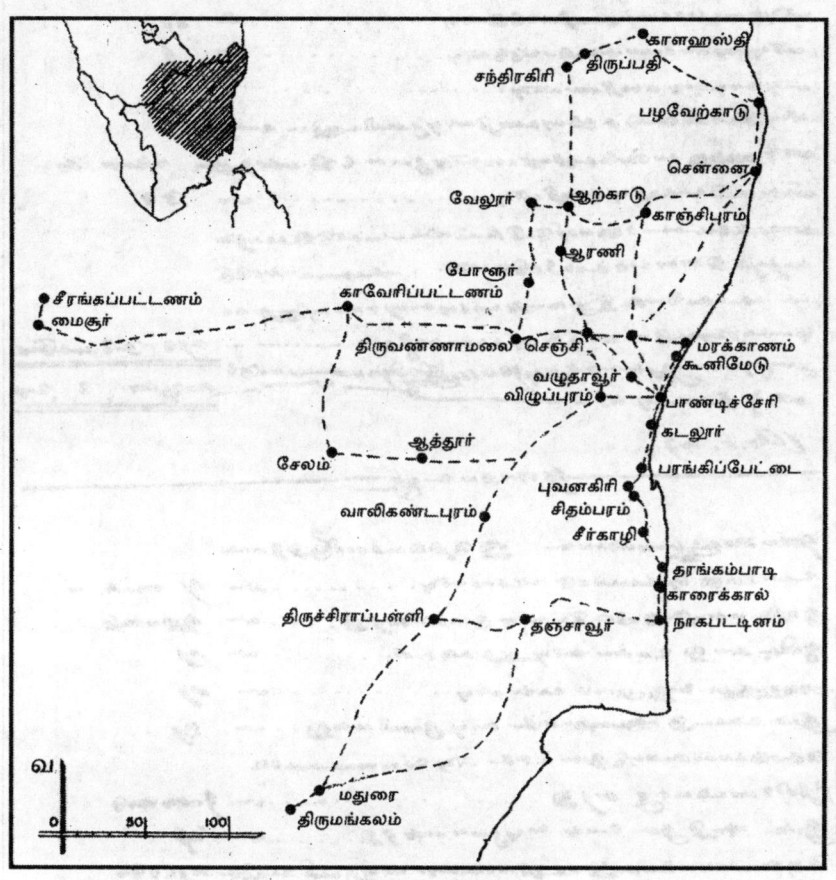

தமிழகக் கடற்கரையோரம் உள்நாட்டில் அமைந்த துணி வணிகவழிகள்

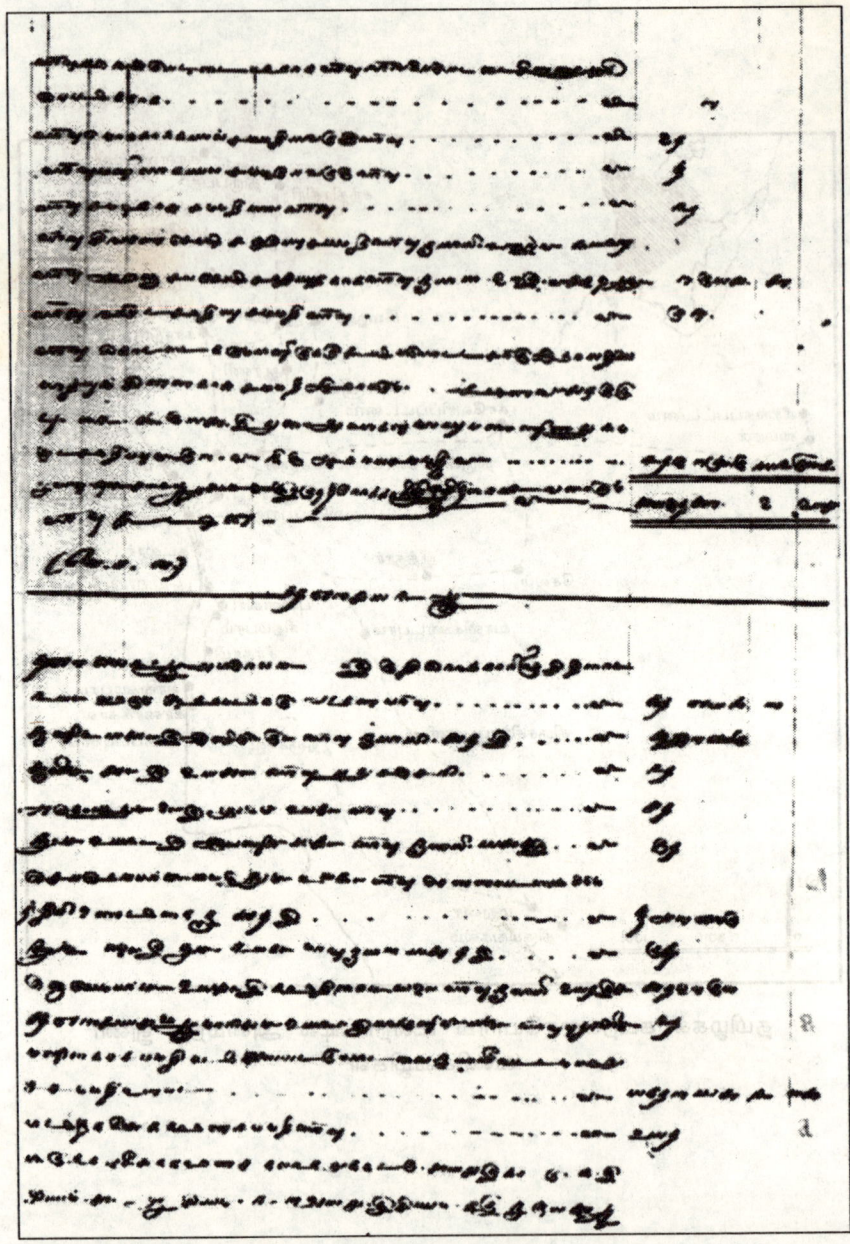

ஆனந்தரங்கப்பிள்ளை தமிழில் எழுதிய கணக்குப் புத்தகத்தின் ஒரு பக்கம். (தேசிய நூலகம், பாரிசு)

புதுச்சேரியில் பருத்தி துணி நெய்யும் நெசவாளர் 1782, (தேசிய நூலகம், பாரிசு)

பருத்தி துணி அச்சு வேலை செய்பவர்
(பிரிட்டிஷ் நூலகம், லண்டன்)

தரங்கம்பாடியில் இருந்த ஒரு தையற்காரரும்
அவரது மனைவியும் (தேசிய அருங்காட்சியகம், கோபன்கேகன்)

புதுச்சேரியில் தயாரிக்கப்பட்ட வண்ணம் தீட்டிய பருத்தி துணி
(கலை அருங்காட்சியகம், பாரிசு)

பழவேற்காட்டில் உற்பத்தி செய்யப்பட்ட பருத்தியிலான
அச்சிடப்பட்ட கைக்குட்டை (விக்டோரியா மற்றும் ஆல்பர்ட்
அருங்காட்சியகம், லண்டன்)

சென்னைப்பட்டணத்தில் தயாரிக்கப்பட்ட படுக்கை விரிப்புத் துணி
(விக்டோரியா மற்றும் ஆல்பர்ட் அருங்காட்சியகம், லண்டன்)